पांढरा सदरा, खाकी विजार

डॉ. नंदकुमार सुरेश शिंदे

पांढरा सदरा, खाकी विजार । डॉ. नंदकुमार शिंदे
Pandhara Sadra, Khaki Vizar | Nandkumar Shinde

पत्ता : आविष्कार
न्यू डी. पी. रस्त्याजवळ,
विशालनगर, जगताप डेअरी,
पिंपळे निलख, पुणे – २७
मो. ९७३००३४४५५

संकलन आणि अक्षर जुळणी
सौ. अनघा दळवी

कव्हर पेज डिझाईन
अभिषेक भारत पास्ते

बुक कव्हर डिझाईन
कोमल लोट

ISBN - 13 : 978-1727256239

ISBN - 10 : 1727256239

अर्पण पत्रिका

माझ्या खोडकर मुलास

पृथ्वीराज नंदकुमार शिंदे

मनोगत

पांढरा सदरा – खाकी विजार

हे पुस्तक पूर्णपणे काल्पनिक नाही आणि पूर्णपणे वास्तविकही नाही. माझ्या संपूर्ण जडणघडणीत माझ्या शिक्षकांचा मोलाचा वाटा आहे. माझी शाळा मला आजही खूप प्रिय आहे. माझ्या प्रत्येक पुस्तकासाठी सौ. अनघा दळवी आणि श्री. अरुण दळवी यांची मोलाची मदत होत आलेली आहे आणि मी त्यांचा ऋणी आहे.

डॉ. नंदकुमार शिंदे.

दोन शब्द

आदरणीय आणि प्रिय नंदकुमार सर

रात्रीचे तीन वाजलेत. संध्याकाळी सहज म्हणून तुमचे हस्तलिखित वाचायला घेतले आणि पुस्तकाने माझा ताबा घेतला. तहान, भूक आणि झोपही विसरायला लागावे यातच तुमच्या पुस्तकाचे सारे परिक्षण आले. त्या पुस्तकाची नशा मनावर चढलीयं. त्यातच हे चार शब्द तुमच्याशी बोलावे, सकाळची वाट कुणी पहायची म्हणून लगेच लिहायला घेतलयं.

खरोखर तुमच्या लिखाणाला मनापासून सलाम ! अतिशय ओघवत्या भाषेत मनापासून आलेल्या प्रत्येक आठवणीला छान शब्दांचं कोंदण करून तुम्ही आपल्या भावना व्यक्त केल्या आहेत.

पहिल्या प्रकरणापासून वाचक तुमचं बोट धरून गावात पोहोचतो. आपल्या बालपणाच्या शाळेत पोहोचतो. शाळेच्या रम्य आठवणीत रमतो. शेवटपर्यंत तुम्हीच त्याचे बोट सोडवून निघता तोपर्यंत! आणि अगदी हसवत हसवत, कधी चिमटा काढून, कधी खोल अर्थात नेत, कधी अंतर्मुख करत, अगदी सहज साध्या, सरळ भाषेत तुम्ही फार प्रभावीपणे व्यक्त केलेलं हे लिखाण आहे.

प्रसंग शब्दात व्यक्त करण्याची आणि तो प्रसंग डोळ्यासमोर जिवंत उभा करण्याची ताकद खरारेखर अफलातून आहे. प्रत्येक अनुभव हा सच्च्या भावनेतून आणि व्यक्त झाला आहे. लहानपणीच्या आठवणीला, भावनिक उमाळ्याला न्याय देण्याची ताकद तुमच्या लिखाणातून प्रकट झाली आहे.

तुमचे लिखाण वाचल्यानंतर मला खरेच दुसरे नंदकुमार सर भेटले. वागण्या बोलण्यात तर तुम्ही नितळ पारदर्शी आहातच, तोच भाव पुस्तकातही प्रकटला आहे. मी काही तुमच्यासारखा शब्दप्रभू नाही पण

एक वाचक म्हणून एक भाष्य मी अवश्य करेन की हे पुस्तक तुम्हाला एक नवीन ओळख निर्माण करून देईल.

तुमच्याही कादंबरीत पु.लं. चे वल्ली आहेत. त्या व्यक्तिमत्त्वाचा तुम्ही घेतलेला वेध वाचकालाही मनस्वी आनंद देऊन जातो.

वाचणारा कळत नकळत त्याच्या शाळेच्या दिवसांमध्ये निघून जातो. प्रत्येकाच्या शाळेत अशाच काही आठवणी असतात. प्रत्येकाच्या वर्गात साऱ्या वर्गाला हसवणारा, खोड्या करणारा, शिक्षकांचा मार खाऊनही काहीच फरक न पडणारा – एक नंद्या असतोच. तुमच्या विनोदपूर्ण शैलीने त्या साऱ्या प्रसंगाची भारी मजा येते.

''दुपारच्या झोपेने दिवस सार्थकी लागणे'', मुख्याध्यापक बाईंसाठी आत गेलेला ''मरी.आईचा नैवेद्य'', ''पचन क्रियेचे वर्णन'', ''कावळा शिवल्यासारखी शांतता'', ''नेहाच्या रुपाने वर्गात आलेली गुलछडी'', ''मला अपयशी व्हायचे'' म्हणून हात वर करणे, बहिणीचे बक्षीस घेऊन नाचणे, हुशार पोरांची टर उडवणे, मगर सरांना विनोदाने कोड्यात टाकणे, हे सारेच प्रसंग गुदगुल्या करून हसवणारे आहेत.

रायगडावरची शर्यत, सुभानानाचा मृत्यु, मुसळे सरांचे शाळा सोडून जाणे, सुंदरलालचे ''गूळ आणि मुंगळ्यांचे'' भाष्य, दत्तूची खरी पटलेली ओळख या साऱ्याच प्रकरणातून खूप खोल अर्थ एकदम निरागस मुलाच्या मूक संवादातून मनाला भिडतो.

शाळा या व्यवस्थेचे इतके चांगले विडंबन तुम्हीच करू जाणे. ''खरा तो एकची धर्म, जगाला प्रेम अर्पावे'' ही प्रार्थना चुकवणाऱ्या पोरांना बदडून काढणे, मगर, घुले सारखी मुख्याध्यापकांची चमचेगिरी करणारी मंडळी, चोपडा सारखा संस्थाचालक, कुठलीच चाड नसणारा परमपूज्य, 'पप्पू' मुख्याध्यापक, चांगले शिकवणाऱ्या विद्यार्थीप्रिय मुसळे सरांना कट कारस्थानाने घालवून लावणारी दगडी–लोखंडी शाळा, वक्त्यांसाठी मुलांना जेवणाच्या वेळी तुंबून धरणारी शाळा, खोट्या अभ्यासू पोरांना गौरवणारी आणि जगण्यातली हुशारी असणाऱ्यांना छळणारी

शाळा...पण त्या शाळेला पुरून उरणारी तुमची गँग. ''मरमर मेहनत करून पहील्या येणाऱ्या कासवापेक्षा मजा करून दुसरा येणारा ससा काय वाईट?'' ह्या एकाच प्रश्नात जगण्याची किंमत ओळखून देणारा ''ढ'' विद्यार्थी ! साऱ्या शिक्षण व्यवस्थेलाच अंगठे धरून उभे राहण्याची शिक्षा हे पुस्तक करतयं असं मला वाटतं.

नंदीनी म्हणजे प्रत्येकच शाळकरी मुलाची फॅन्टसी! प्रत्येक शाळकरी मुलाच्या भाव विश्वातली स्वप्न सुंदरी! पण त्या निर्व्याज्य मैत्रीने तुम्ही त्या नात्याची, किंमत प्रचंड मोठी करून टाकली आहे. अल्लड, अवखळ प्रेमातही जीवन बदलायची ताकद असते आणि निखळ मैत्री ही सर्वेपार असते हे नंदीनीच्या आणि मुख्य पात्राच्या नात्यातून फार प्रकर्षाने व्यक्त केले आहे.

शेवटी शाळा ही व्यवस्था त्या निरागसपणे जीवन जगणाऱ्या विद्यार्थ्यांचे जीवन बदलून टाकते. पात्रांची शेवटी होणारी ताटातूट, त्यांच्यावर लादलेले खोटे आरोप, हेटाळणी यातून ते मुख्य पात्र जे शेवटचे वाक्य उच्चरते ते मनाला चटका लावते आणि डोळ्याच्या कडा ओलावते...''दरवर्षी शाळेत वर्ग बदलतात, पुस्तके बदलतात. पण या वर्षी शाळेने माझे जीवनच बदलून टाकले.''

तुमच्यातल्या विद्यार्थीप्रिय शिक्षकाला, वर्गात शिकवताना मुलांना वेगळ्या विश्वात घेऊन जाणाऱ्या शिक्षकाला, तुमच्यातल्या सच्चाईला माझा सलाम ! तुम्हाला विद्यार्थ्यांबद्दल असणारी तळमळ आणि प्रेम यामुळे तुम्ही आम्हाला, तुमच्या विद्यार्थ्यांना, मुसळे सरांसारखे हवेहवसे वाटता.

डॉ. जनार्दन पवार, प्राचार्य
इंदिरा कॉलेज ऑफ कॉमर्स अॅण्ड सायन्स

प्रकरण १ ले

दुपारची दिड दोन तास झोप मिळाली की मला दिवसाचे सार्थक झाल्यासारखे वाटते. झोप हा माझा अत्यंत आवडता छंद आहे जो मी अखेरची झोप येईपर्यंत प्राणपणाने जपावा हे माझे स्वप्न आहे.

मोठी स्वप्ने पहा आणि ती सत्यात उतरवण्यासाठी रात्रीचा दिवस करा असं मी जिथं-तिथं वाचलेले आहे. पण मला स्वप्नही पडते ते गाढ झोपेचे! आणि झोपण्यातच माझ्या हातून दिवसाची रात्र होते. 'यशस्वी माणसे फार कमी झोपतात. दिवसाची कशी-बशी तीन ते चारच तास!' असं एक व्याख्याता एका प्रेरणादायी व्याख्यानात बोलताना मी झोप आवरत त्यांना म्हटले "मी तर चारहून कमी तास झोपतो." साऱ्या ऐकणाऱ्यांचे लक्ष श्रोत्याकडे म्हणजे माझ्याकडे वळल्यावर एखाद्या आरोपीकडे पहावे असा कटाक्ष टाकत आणि फक्त डोळे विस्फारुन वक्त्याने माझ्याकडे याचे स्पष्टीकरण मागितले. मी शांतपणे बोललो, "दुपारी." यानंतर काय घडले हे मी सांगणार नाही.

माझ्या प्राध्यापक होण्यामागची प्रेरणा हीच असावी कदाचित, दुपारची गाढ झोप! अशाच एका दुपारी मी माझ्या प्राध्यापकीचे काम उरकून असाच गाढ झोपेचे स्वप्न घेऊन घाई घाईने परतत होतो. घरी पाहोचताच मस्त बेडरुममध्ये पडदे लावून, अंधार करून ताणून द्यायची ते थेट संध्याकाळी चहालाच उठायचे असा जंगी झोपेचा प्लॅन करुन घरी पाहोचलो. पण स्वप्नभंग हे नियतीचे क्रूर कार्य असते! (ययाती साभार पोच)पलंगावर एक पत्र माझी वाट पहात होते, नव्हे, सौभाग्यवतींनी ते मुद्दाम माझ्यापुढे विघ्न ठेवावे तसे ठेवले होते.

मी ते पत्रे घेऊन न्याहाळले. त्या पत्रावर माझ्या चिरंजीवांच्या शाळेची भयानक मोहर होती. म्हणजे हे पाकीट शाळेतून आले होते. म्हणजे यात काहीतरी स्फोटक असणार. कोणतीही शाळा पालकाला सत्कारासाठी तर

बोलवत नसते, की शाळेत आपल्या चिरंजीवांनी कुणालाही त्रास न देता एक महिना आनंदात जाऊ दिला त्याबद्दल आपले अभिनंदन! पुढचाही महिना आनंदात जावो ही प्रार्थना! पालक म्हणून आपले आभार. आपली भेटवस्तू ऑफीसमधून आपल्या सोयीने येऊन घेऊन जाल अशी अपेक्षा - मुख्याध्यापक'', अशी पत्रे शाळा लिहीतील त्या दिवशी शाळा साक्षर झाल्या म्हणून मी स्वखर्चाने मिठाई वाटेन! पण शाळेतून पत्र म्हणजे सुतकच! काहीतरी भितीदायक माहिती देऊन घाबरवण्याचे पवित्र काम शाळा करत आलेली होती. आत्ताही लिफाफ्यात कुठली वाईट बातमी असेल याचा धसका घेऊन ते पत्र फोडले.

माझ्या चिरंजीवांने ॲडमिशन घेतल्यापासून शाळा डोक्यावर घेतली होती. रोज त्याची काही ना काही तक्रार असे. कधी डायरीतून, कधी मोबाईल मेसेजमधून, कधी ई-मेल मधून त्या तक्रारींचा वर्षाव होत होता. आज थेट कोर्टाची नोटीस पाठवावी तसे पत्र लेखी पुरावा म्हणून पाठवले होते. आता याने काय नवा पराक्रम केलाय का थेट शाळा सोडल्याचा दाखलाच यातून धाडलाय, का अजून काय....

पत्र उघडले...

तर त्यात प्रिन्सीपॉल बांईनी मला दोन दिवसांनी वैयक्तीकरित्या भेटायला बोलावले होते. म्हणजे वाईटातले वाईट असे काही आत्तापर्यंत तरी दिसत नव्हते. 'चला तुर्तास सुटलो' म्हणून सुटकेचा निश्वास सोडला. आता प्रत्यक्ष भेटीत, जी दोन दिवसांनी ठरवली गेली होती, त्यात जे काय होईल ते पाहू. यावेळी मात्र शाळा थेट निर्वाणीच्या पावित्र्यात आल्यासारखी वाटली. माझ्या मुलाचेही शिशुपालासारखे शंभर अपराध भरले असतील... पण बघू जेव्हाचे तेव्हा! ह्या पत्राने माझी झोप उडेल अशी शाळेची धारणा झाली असेल तर ती साफ चूकीची होती. शाळेबाबतीत आणि एकंदरीत शिक्षणाबाबतीत काय गांभीर्याने घ्यावे आणि काय न घ्यावे हे ज्याला कळाले नाही तो निरक्षरच! भेटायला दोन दिवसांचा अवधी आहे ही गोष्टही झोपेसाठी अत्यंत प्रेरणादायी होती.

प्रकरण २ रे

दोन दिवसांनी माझ्या मुलाच्या शाळेत जाण्यासाठी त्या सकाळी तयार झालो. देवपुजा केली. माझ्या लहानपणी रोज शाळेत जाताना अशीच भीती वाटायची. आता मुलाच्या शाळेत जातानाही तशीच भीती. पिढी बदलली पण भीती तीच. शाळेला ''सर्वांना शिक्षा'' अभियान राबवणे अभिमानास्पद वाटत असावे.

देवदर्शन करून थोरामोठ्यांचे आशिर्वाद घेऊन मी 'अफझलखान भेटीला' निघाल्यासारखा सर्व आरोपांना कसं उत्तर द्यायचं याची तयारी करून निघालो.

माझ्या मुलाची शाळा म्हणजे इंटरनॅशनल स्कूल आणि नावाला शोभेल अशी टोलेजंग काचेची इमारत. एखादे मोठे महागडे हॉस्पिटल शौकीनांना आजारी पाडण्यासाठी उभारलेले असते तसे...शाळेचे पहिले इंप्रेशनच गार करून टाकते. ॲडमिशनच्या वेळी प्रथम दर्शनी हि इमारत बघून न्यूनगंडच निर्माण होत होता. पालकाला एकदम कुरुप मुलीच्या बापासारखे वाटायला लावणारी ही व्यवस्था होती. आज पुन्हा पहिल्या दर्शनाची दुखरी आठवण नव्याने जागी झाली. पहिलीच्या ॲडमिशनला केवढे महत्त्व आणि केवढा त्रास. भरपूर खेपा मारायला लावल्याने शाळेचे महत्त्व वाढते असा खरा समज शाळेने लौकीक अर्थाने चालू ठेवला होता. पालकाला आपण 'किस झाड की पत्ती' अशी भावना निर्माण करणे हाच शाळेतला पहिला धडा होता.

प्रवेशाची भव्य कमान, तिथून आतला स्वच्छ, चकचकीत परिसर, समोर विस्तीर्ण पसरलेली कृत्रिम हिरवळ, पाण्याची कारंजी, सगळीकडे भपकेबाजपणा आणि श्रीमंती चकाकी! वागण्या बोलण्यात उकळून निर्जंतुक केलेले इंग्रजी मॅनर्स आणि उच्चार. नुसता गुळगुळीत भाव. पोर्चमधून पुढे गेल्यावर प्रिन्सीपॉल बांईची प्रशस्त भव्य आणि दरबारासारखी केबिन..त्या

केबिनबाहेर पावणाऱ्या देवाकडे होते तशी त्रस्त भक्तांसारखी पालकांची गर्दी. बाहेर चपला रेंगाळाव्या तसे रेंगाळणारे पालक. जास्तीत जास्त वेळ ताटकळायला लावून त्यांची किंमत घालवून आपली किंमत वाढवणारी व्यवस्था.

रिस्पेशन काऊंटरवर केवळ चांगली दिसते म्हणून नेमलेली पण बोलण्या वागण्यातून ज्याला त्याला उडवून लावणारी रिसेप्शनीस्ट. भिंतीवर शाळेतल्या वेगवेगळ्या सुविधांचे फोटो. निळ्याशार पाण्याचा स्विमिंग टँक, गार्डन, अत्याधुनिक जिम्नॅशियम, ॲम्फी थिएटर, डिजीटल लायब्ररी, कॉन्फरन्स रुम, ऑडिटोरियम, टेनिस-बॅडमिंटन कोर्ट, योगा सेंटर, मेडीटेशन केंद्र, बायनाक्युलर... अरे बापरे! आणि या साऱ्यांची वसुली पालकांच्या खिशातून. पहिल्यांदा ॲडमिशन घेण्याच्या वेळी मी त्यांना विचारले, ''शिक्षक, त्यांचे क्वॉलीफिकेशन, त्याची माहिती, ती कुठे आहे? पाहता येईल का?''

''टिचर...अजून भरले नाहीत. उन्हाळ्यात सर्वांना ब्रेक असतो. जूनमध्ये नवे टिचर्स येतात''. मला माहिती पुरवण्यात आली. म्हणजे शिक्षक शेवटी! तो या सुविधांपेक्षा खालचा आहे. त्याला काय महत्त्व? तसेही पावलीला पन्नास पडलेत. म्हणजे मंदिर महत्त्वाचं...पण देवाचा अजून पत्ता नाही. देवापेक्षा मंदिर महत्त्वाचं. ह्या साऱ्या इमारतीला ज्याच्यामुळे महत्त्व येणार होते तो शिक्षक नाही!

तरीही भरपूर खेपा मारून, भरपूर ताटकळवून, मग मुलाखतीसारखी पालकांची उलट तपासणी करून आणि लाखो रुपये भरून ॲडमिशन मिळाल्यावर मला व चिरंजीवांना सोडून घरात साऱ्यांना वर्ल्डकप जिंकल्यासारखा आनंद झाला होता. आता हा जाताना रिकाम्या डोक्याने जाऊन येताना आईन्स्टाईन, न्युटन नाहीतर गेला बाजार नारळीकर होऊनच बाहेर येणार याची मला व माझ्या मुलाला सोडले तर सर्वांना खात्री होती. पण जसा तो शाळेत जाऊ लागला तशा शाळेतून काही चांगल्या बातम्या येण्याऐवजी वाईट बातम्या येत गेल्या. शाळेला, आपल्या शिस्तीच्या यज्ञात जसे असूर विघ्न आणतात तसे विघ्न माझा चिरंजीव वाटतअसावा!

'गृहपाठ पुरा नसणे, शिकवताना खिडकी बाहेर पहात राहणे, वहीत अभ्यास सोडून चित्रे काढीत राहणे, वर्गात दंगा-मस्ती करणे, रांगेत चालताना शिस्त मोडणे, खोड्या काढणे, मारामारी करणे, मुलांना तासाला दांडी मारायला प्रवृत्त करणे, पुस्तकातील स्त्री चित्रांना मिशा काढणे, थोर पुरुषांना खलनायकासारखे डोळे रंगवणे अशा गंभीर स्वरुपाच्या तक्रारी शाळेतून आमच्यावर कोसळू लागल्या. माझ्यासाठी हे सारं पालथ्या घड्यावर पाणी ठरत होते तरी सौभाग्यवतींसाठी शाळेचे प्रत्येक वाक्य हे ब्रम्हवाक्य असल्याने घरात तणावपूर्ण वातावरण व्हायचे. मुख्याध्यापक बाईंनी बऱ्याच माध्यमातून आम्हाला याची जाणीव करून दिली होती, देत होत्या. कारण माझ्या मुलाने शाळेच्या शिस्तीलाच आव्हान दिले होते. शेवटचा पर्याय म्हणून त्यांनी आज मला पालक म्हणून समन्स बजावून हजर करुन घेतले होते. पुन्हा चिरंजीवांच्या शाळेचे दर्शन घ्यायची वेळ आलीच. मनात भीती आणि भविष्याची चिंता घेऊन मी शाळेत वेळेआधी पंधरा मिनिटे दाखल झालो. पुन्हा रिशेप्शनीस्टला ओळख दाखवून मुख्याध्यापक बाईंच्या केबिन समोरील वेटींग रुममध्ये दाखल झालो. ऑपरेशनला जाणाऱ्या पेशंटसारखा त्या केबिन बाहेर मी नंबर येण्याची वाट पहात बसलो. ॲडमिशन संपल्याने गर्दी नव्हतीच. एक दोन जण माझ्या आधी बसलेले काही कागदपत्रांवर सह्या घेऊन दोन चार मिनिटात निघून गेले. मी एकटाच वनवास भोगायला उरलो.

आजूबाजूने शाळेच्या शिस्तीत शिक्षिका, शिपाई, क्लार्क फिरत होते. मधेच केबिनचा दरवाजा उघडून एखादी मॅडम आत जाई-बाहेर येई. मग एकदम भली मोठी थाळी घेऊन एक कॅन्टीनचा पोऱ्या आला. दरवाजा उघडणे त्याला थाळीमुळे शक्य नसल्याने थाळी त्याने माझ्या समोरच्या टीपॉयवर ठेवली. मॅडमसाठी नाश्ता आत चालला होता. वडासांबार, इडली, उत्तापा, डोसे, ब्रेड टोस्ट आणि कॉफीची किटली. मला वाटले मारावा ताव! पण CCTV चा डोळा रागाने माझ्याकडे पहात होता. दरवाजा पूर्ण उघडून तो पोऱ्या ती थाळी आत घेऊन गेला. दरवाजा बंद झाला. तो मरिआईचा नैवेद्य आत गेला.

मला क्षणभर वाटलं की आता मॅडम त्यांच्या पुढ्यात साऱ्या डिश मांडतील आणि मग मला सन्मानाने आत बोलावतील आणि प्रेमळ आग्रह करतील. ''या सर, Please welcome, घ्याना सर...प्लीज घ्या. तुमच्या मुलाचं ना? त्यात काय एवढं? अहो शेवटी मुलंच ती...मस्ती गोंधळ करणारच...अहो गोंधळ त्यांनी नाही करायचा तर काय आपण करायचा?...'' आणि टाळीसाठी हात पुढे केला...''सगळी बुद्धी, शहाणपण काय जन्मजात हवं का? काही वेळा चूक केल्यानंतर शहाणपण आलं तर काय वाईट? सुधारेल...वय वाढेल तसं...घ्या वडा घ्या सर...हा स्पेशल मागवलाय तुमच्यासाठी...''

हे सगळं स्वप्नरंजन खरचं कधी होणं शक्य आहे कां? देव जर एवढा दयाळू असता तर त्याची पूजा कोणी केली असती कां? थाळी आत जावून बराच वेळ झाला, मला दिलेली वेळ टळून वर अर्धा तास झाला. मी आपला दरवाजा उघडण्याची आणि लवकर सुटका करुन घेण्याची वाट पहात होतो. मग दरवाजा आतून उघडला. पोऱ्या पुन्हा आत जाऊन रिकामी भांडी घेऊन गेला म्हणजे माझे स्वप्न तर भंगलेच. तो नाश्ता आपल्यासाठी नक्की नव्हता याची खात्री पटली. पुन्हा पंधरा वीस मिनिटे गेली आणि मग आतून बेल वाजली. रिसेप्शनीस्टने आत जायला खुणावले. मी पुन्हा देवाचे नांव घेऊन केबिनमध्ये उजवा पाय टाकून दरवाजा उघडून ''मे आय कम इन'' म्हणून आत पोहोचलो. मुख्याध्यापक बाई एवढ्या अन्न भक्षणानंतरही माझ्याकडे खाऊ का गिळू याच रागाने बघतायेत असं वाटलं. त्यांनी शांतपणे एक फाईल काढली आणि त्यातली काही कागदे माझ्यासमोर ढकलली. त्यात पोराचे अधोगती पुस्तकही होते. त्या प्रत्येक पानांवर त्याच्याबद्दलच्या तक्रारी होत्या. त्याने लावलेले दिवे माझ्या डोळ्यासमोर काजव्यासारखे चमकू लागले. मग एक छद्मी हास्य त्यांनी साकारले.

मी त्या कागदांकडे फारच गंभीरपणे पाहतोय असे भासवत, आता काय करायचे? असे हतबल हावभाव, गरीब चेहरा करून त्या तक्रारी वाचू लागलो.

मग मुख्याध्यापक मॅडमने 'मुलं कशी वागतात? त्यांच्यात बेशिस्तपणा कुठून येतो? त्यांना कसं वळण लावायचे? शिक्षकाचे काम हे देवाच्या कामासारखे कसे असते? पालकांनी काय केले पाहिजे?' यावर एक भले मोठे लेक्चर दिले. म्हणजे त्या मुलाला वळण लावण्याचे उपाय माझ्यावर राबवत होत्या. ऐकण्याशिवाय पर्याय तरी काय होता? कधी सल्ला देत... कधी झापत...कधी दोषी ठरवत...कधी स्वतःला महान बनवत तर कधी मला कस्पटासमान लेखत...हे व्याख्यान अर्धा तास चालू राहिलं. मला भूल न देता टाके घालताना जो त्रास होतो तसा अनुभव येत होता. त्यांच्या व्याख्यानाने एक संदेश तर मिळाला की शाळा माझ्या मुलाला 'काढून' तर टाकत नाही. त्याच्या बदल्यात दिवसभर व्याख्यान ऐकण्याची माझी तयारी होती...पण हाही त्रास काही कमी नव्हता...

अजून एक केस बाहेर थांबल्याचे त्यांना कुणीतरी सांगितल्याने त्यांनी आख्यान आवरते घेतले. हजामत संपवून मी अखेर निरोप घेण्यासाठी उठलो तेव्हा बाहेर पडताना त्यांनी मला विचारले ''तुम्ही काय करता?''

मला माझी ओळख सांगताना एवढी गंमत कधीच वाटली नव्हती. एखादा गुन्हा कबूल करावा तसं मी म्हटलं, ''मी प्राध्यापक आहे.'' मॅडम खुर्चीतूच तीन ताड उडाल्या. हे म्हणजे दिव्याखाली अंधार याचे उत्कृष्ट उदाहरण समोर दिसल्यासारखे त्यांचे डोळे विस्फारलेलेच राहिले. मग त्या हेतुपुरस्पर हसून बोलल्या, ''सर, तुम्ही जर असे खोडकर आणि दंगामस्ती करणारे विद्यार्थी असता तर तुम्ही आज प्राध्यापक होऊ शकला असता का?

मनातल्या मनात मी उड्याच मारल्या. त्यांच्या प्रश्नाने मला गुदगुदल्या झाल्या. खरच त्यांच्या नशिबी मी विद्यार्थी म्हणून आलो नाही. मला माझ्या मुख्याध्यापकांची म्हणजे पप्पूची आठवण आली. आम्ही आदराने त्यांना परम पूज्य म्हणत असू. त्याचा शॉर्ट फॉर्म म्हणजे पप्पू! पप्पूने मी शाळा सोडल्यावर नवस फेडला असेल. मी उगाचच म्हटलं, ''मॅडम तुमच्यासारख्या प्रिन्सिपॉल मला लाभायला हव्या होत्या.'' मॅडम अजूनच खूष झाल्या.

आता घरी जाताना सौभाग्यवतींसाठी माझ्याकडे आनंदी बातमी होती. चिरंजीवांना जीवदान मिळाले होते. घरातला तणाव निवळणार होता.

रात्री मुलगा माझ्याजवळ आला आणि मला विचारले,

‘‘बाबा फार काही बोलल्या नाहीत ना मॅडम तुम्हाला? माझ्यासाठी तुम्हाला त्रास झाला ना बाबा...?’’

मी शांत राहून फक्त हसलो. मुलाला काही कळेना. त्याला उत्सुकता होती की शाळेत नक्की मी गेल्यावर, बांईना भेटल्यावर काय घडले? त्याच्या कोणकोणत्या गुणांचा उद्धार झाला? काय काय आरोप घडले? आणि शेवटी निर्णय काय झाला? शिक्षा काय झाली?

त्याच्या डोळ्यात ह्या साऱ्या प्रश्नांचे काहूर माजलेले दिसत होते. मी त्याला जवळ घेतले त्याच्या केसामधून हात फिरवत त्याच्या निरागस चेहऱ्याकडे पाहताना मला तो क्षण माझ्या लहानपणी घेऊन गेला. हा आत्ताशी पाचवीत आहे. मी त्या शाळेत पाचवी ते नववी पर्यंत शिकलो म्हणजे ९ वी नंतर मला शाळेतून जावेच लागले. ते नववीचे वर्ष म्हणजे माझ्या साऱ्याच शैक्षणिक जीवनाला कलाटणी देणारे वर्ष ठरले. जवळपास तीन दशकांच्या अंतराने मला पुन्हा माझी शाळा आठवली.

* * * * *

प्रकरण ३ रे

माझी शाळा...'जीवन शिक्षण मंदीर'. खेडेगावातील असून सुद्धा मोठी. पंचक्रोशीतील एकमेव १०वी पर्यंतची शाळा. चारही बाजूंनी एका मैदानाला कवेत घेतलेली एक दगडी इमारत. शाळेला आत आणि बाहेर जाण्यासाठी एकमेव लोखंडी गेट. तो आमच्या शाळेचा जबडाच. त्या व्यतिरिक्त एक जागा होती ज्यातून शाळेच्या आत पोहोचता यायचे. एक अरुंद फट. दोन इमारती जोडल्या गेलेल्या व त्या ठिकाणी पडलेल्या फटीमधून एक माणूस जाईल एवढी जागा होती. ती आम्हाला माहित असलेली व आमच्यातच लपवून ठेवलेली एक अत्यंत गुप्त माहितीपैकी एक माहिती होती.

मला शिक्षणासाठी आजोबांकडे ठेवलेले. आई-वडील दोघे नोकरीला, त्यामुळे माझ्यावर चांगले संस्कार व्हावेत, मी सभ्य, शिस्तप्रिय, भोळा आणि हुशार व्हावं या उद्देशाने माझी रवानगी आजी आजोबांकडे करण्यात आली होती. माझ्या सोबत माझ्या धाकट्या बहिणीलाही पाठवले गेले होते. खरे तर ती अत्यंत अभ्यासू, अभ्यासात टॉपर, वागण्यात अत्यंत नम्र आणि गरजेपेक्षा जास्त सुसंस्कारी असूनही तिला माझ्याच बरोबर जुंपले होते. कारण आजी बऱ्याचदा आजारी असे. आजीला मदत व्हावी हाही होतू होता. आजोबा म्हणजे अत्यंत कडक, शिस्तप्रिय. ते दुसऱ्या शाळेत मुख्याध्यापक होते. माझी शाळा घराजवळ असल्याने मला व बहिणीला तिथेच शाळेत घातले होते.

माझा गावसुद्धा एकदम सही होता. आमचे घर मुख्य पेठेला लागून होते. तिथून पाच मिनिटात चालत शाळा येई. घरापासून आणि शाळेपासून थोड्या जवळच गावची नदी होती. भरगच्च पाणी घेऊन वर्षभर वाहणारी नदी. दोन्ही तीरांवर पिंपळ-वड-चिंचेची झाडे. आमचा गाव म्हणजे गजबजलेला. मुख्य पेठेत बैलगाड्यांची भरपूर आवक जावक. एस.टी.

स्टॅण्डवर बरीच दुकाने आणि हॉटेल्स. एस.टी. स्टॅण्डच्या मागे शाळा. एका बाजूला पोलीस स्टेशन. तिथे बऱ्याच वेळा काही ना काहीतरी घडत असायचे. लॉकअप मधील कैदीही दिसत. त्यांना पहाण्याची हिंमत व्हायची नाही.

घरापासून शाळेकडे जाताना मधे तालीम लागे. पैलवानांना व्यायाम करायला लाल मातीचा हौदा असलेली मोठ्ठी तालीम होती. त्यात एक मल्लखांब, दगडी मोठाल्या गोट्या आणि पुढे पडवी. भल्या पहाटे तालीम सुरु होई. मल्ल, पैलवान त्यात घुमत असत. त्यांची बलदंड देहयष्टी मनात भय, उत्सुकता आणि कौतुक निर्माण करी. माझे दंड तर उसाच्या वाड्यासारखे मलूल!

पण तालीम आमचा अड्डा होता. आता माझ्या मित्रांची इथून सुरुवात होतेय. मी शाळेच्या आणि तालमीच्या सर्वात जवळ रहात असे. पाठीवर दप्तर घ्यायचे आणि तालमीत जाऊन टेकायचे. मग घरामागे रहाणारा विल्या येई. विल्याचे आणि आमचे फार चांगले संबंध होते. आमच्या घरी बनलेली भाजी त्यांच्या घरी दिली जायची तर काही लागले की विल्याची आई आमच्या घरी येई. त्यामुळे आम्हा दोघांना भरपूर भेटता येई. गप्पा होत.

गज्या थोडा लांब म्हणजे न्हाव्याच्या आळीला रहायचा. त्याचे वडील प्रचंड रागीट होते. त्यांना नेहमी दारु लागत असे व ते मोठमोठ्याने शिव्याही द्यायचे. गजाच्या घरी जाणे फारच भितीदायक वाटे.

तिसरा गण्या एकदम पेठेला खालच्या आळीत रहायचा. त्याच्या घरी आम्हा कुणालाही किंमत नव्हती. आपल्या सद्गुणी मुलाला ''ह्या'' कार्ट्यांनी वाया घालवले आणि अजिबात ह्यांच्या नादाला लागायचे नाही असे आमच्या प्रत्येकाच्याच घरचे मत होते. ''आपला तो बाळ्या'' ह्याच न्यायाने बिघडवणारे वाईट ते इतर. त्यामुळे एकमेकांच्या घरात आम्हाला कुणी वाऱ्याला उभे करीत नसत. चेत्या हनुमान मंदीराजवळ वेशीच्या तिथे रहायचा. त्याच्या वडीलांचा मासेमारी हा व्यवसाय होता. चेत्याच्या

डब्यात त्यामुळे रोजच सोडे, सुकट, बोंबील असायचेच.

आम्ही पाचही जण प्रथम तालमीतल्या व्हरांड्यात भेटायचो आणि मग एकत्रित शाळेत निघायचो. खरंतर शाळेमुळे आम्ही भेटायचो. तरीही आम्हाला एकमेकांची प्रचंड ओढ असायची. काहीही करायचे ते एकत्रच. शाळेत मात्र आम्हाला 'टोळी', 'गँग' अशा विशेषणांनी हिणवलं जायचं. आम्ही शाळेत इतके बदनाम होतो की शाळेत काहीही वाईट अथवा चुकीचा प्रकार घडला की आम्हाला सराईत गुन्हेगारा प्रमाणे उचलले जायचे. शाळेची कौले कुणीतरी फोडली...आम्हाला फोडले गेले. कुणीतरी एकदा मुख्य फळ्यावरच्या सुविचारात एका शब्दाची अदलाबदल केली आणि तो विषय संपूर्ण शाळेत गाजला. एरव्ही कुणी त्या सुविचाराच्या फलकाकडे ढुंकूनही पहात नसे. पण त्या दिवशी संपूर्ण शाळेने तो फलक पहायला गर्दी केली होती.

मूळ सुविचार असा होता की, ''स्वामी तिन्ही जगाचा, आई विना भिकारी.'' त्यात एका शब्दाची अदलाबदल करून कुणीतरी ''आई तिन्ही जगाची स्वामी विना भिकारी'' असे लिहीले.

सर्व सर-बाईंनी आम्हाला बोलावून आधी गुन्हा कबूल करायला सांगितले. आम्ही हे केले नव्हते, किमान आमच्यात कुणी असे केले असते तर आमच्यात तरी आम्ही एकमेकांना सांगितलेच असते. पण शाळेला संशय आमच्यावरच. नंतर बरीच मारहाण करूनही कुणीच कबूल झाले नाही.

एकदा शाळेची मोठी पितळी घंटा चोरीला गेली. अचानक वर्गातून आम्हाला बोलावण्यात आले. ''घंटा कुठाय?'' ह्या प्रश्नाने आमच्या डोक्यात कुठलीच घंटा वाजली नाही.

''घंटेचे आम्हाला काय माहीत? आणि घंटेचे आम्ही काय करणार?'' आम्ही बोललो. पण कुणाचाही आमच्यावर विश्वास उरला नव्हता. घंटेसारखे आम्हालाच बडवण्यात आले. शाळा सुटल्याची गोड बातमी देणारी वस्तू आम्ही कशाला चोरु? उलट दुसरीकडून कुठूनतरी तुम्हाला हवी असल्यास

देऊ का आणून?'' पण आमचं ऐकतयं कोण? शेवटी आम्हीच ती शोधून काढली. रामा लोहाराने ती चोरून वितळवायला घेतली होती. चोरी पकडून दिल्याचे मात्र शाळेने काहीच बक्षीस दिले नाही.

शाळा म्हणजे एक गंमत होती. खरेतर शाळा नसती तर काय झाले असते? असा विचार केला तरी कळायचे नाही. शाळा नसती तर गंमत आली नसती. शाळा नसती तर खूपच मोकळं मोकळं वाटलं असतं. काहीतरी भकास...उदास वाटलं असतं. रविवारी शाळा नसते. तेव्हा आम्ही दिवसभर खेळू...रविवार मजेचाच असे पण रोज रविवार असता तरी मजा गेली असती.

शाळा एक गंमत होती. सकाळी उठायला...तयार व्हायला...दप्तर घेऊन ठरलेल्या वेळी बाहेर पडायला शाळा हेच कारण असे...शाळा नसती तर खूप मोठ्ठी मजा गेली असती. आमची सारी मित्रमंडळी भेटण्याची शाळा हीच जागा होती. आम्ही सारे एकमेकांचे इतके मित्र झालो की आम्हाला एकमेकांशिवाय करमत नसायचे. आम्ही एकमेकांना भेटण्यासाठीच शाळेत जायचो. शाळा ही आम्हाला भेटवणारी गोष्ट होती. रोज सकाळी तालमीत भेटले की सूर्य उगवे आणि तालमीतून निघताना शाळेतून आपापल्याघरी परतताना संध्याकाळ होई. सूर्य मावळे. दिवसभर केलेल्या गमती जमती...सरांचा मार खाणे...पोरांची मस्ती...साऱ्या गोष्टी आमच्या दिवसभराच्या जगण्याचा आनंद. शाळा होती म्हणून ती बुडवण्यातही मजा यायची. सर लोक कडक होते म्हणून त्यातून पळण्यात आनंद यायचा. शाळा खरंच एक गंमत होती. शाळेची सुरुवात होई ती प्रार्थनेने. शाळेसमोरच्या चौकोनी पटांगणात झाडाच्या सावलीत सारे वर्ग ओळीने उभे रहात. वडाच्या झाडाभोवती बांधलेल्या गोलाकार चौथऱ्यावर पी.टी.चे सर उभे रहायचे आणि सूचना द्यायचे. खाली ओळीने सारे शिक्षक उभे रहायचे. मध्यभागी पप्पू उभा राही. मग ओळीने सारे सर पप्पूच्या उजवीकडे तर डावीकडे साऱ्या बाई...

पप्पूच्या उजव्या बाजूला पहिले मगर सर...सरांचा उजवा हात...मग

सरांचे चमचे. सरांच्या लाईनमध्ये सर्वात शेवटी मुसळे सर. सर्वात तरुण आणि सर्वांहून वेगळे ते बाजूलाच असत, वगळल्यासारखे. मुसळे सर चित्रकला शिकवित आणि तेच आमचे आवडते सर होते. मग पोफळे बाई पुढे येऊन प्रार्थना सुरु करीत. तिकडे यावेळी गेटवर मोठी धांदल उडे. उशीरा शाळेत आलेले अडकून पडत. दूरवरुन सायकलवरुन यायचे त्यांना उशीर झाला की ते गेटवर अडकून रहात. शाळेचे दरवाजे दहा वाजता बंद होत. एकदा का दरवाजा बंद झाला की बाहेर अडकले गेलेल्यांचे वेगळे हाल होत. प्रार्थना संपेपर्यंत त्यांना बाहेर थांबवले जाई. प्रार्थना संपली की मग प्रार्थनेला थांबलेल्या ओळी एकामागे एक वर्गात जात आणि मग पी.टी.चे सर गेटवर येत आणि उशीरा योणाऱ्यांना वेगवेगळ्या शिक्षा केल्या जात. पण प्रार्थना ही दिवसाच्या सुरुवातीलाच त्रास देणारी गोष्ट असे. एक तर प्रार्थना ही सक्तीची होती. प्रार्थना काही झाले तरी होईच...तिला सुट्टी नसे. शाळेत जमताच रांगा करून आम्हाला प्रार्थनेला ढकलले जाई. प्रार्थनेला उशीर झाला की काहीतरी विपरीत होईल अशी पप्पूची अंधश्रद्धा असावी. त्यामुळे जग नष्ट झाले तरी प्रार्थना ही झालीच पाहिजे असा अट्टाहास असे.

गण्या म्हणे की मास्तर लोक देवाला घाबरतात. प्रार्थना झाली नाही की पाप त्यांच्या माथी लागेल आणि त्यांच्या नोकऱ्या तरी जातील नाहीतर पगार तरी कमी होईल किंवा अजून काहीतरी विपरीत घडेल. विल्याचे डोके तर यापेक्षा भन्नाट चाले. तो म्हणायचा की शिक्षणमंत्र्यांनी पप्पूला पत्र पाठवून ताकीद दिलीये...जर का प्रार्थनेला उशीर झाला किंवा प्रार्थनाच झाली नाही तर त्याची बदली करणार नाहीतर नोकरीवरुन काढणार. त्यामुळे पप्पू खूप घाबरुन असतो. त्यामुळे जग इकडचे तिकडे झाले तरी प्रार्थना ही झालीच पाहिजे असा त्याचा दंडक आहे. शिक्षणमंत्री गुपचूप कोणाला तरी ही प्रार्थनेची भानगड पहायला पाठवित. एकदा तर धो धो पावसात प्रार्थना होणार नाही की काय असे वाटत होते, तर पप्पूने आयडिया काढली की सर्व मुलानी वर्गात प्रार्थना म्हणायची आणि मास्तर

लोक छत्र्या घेऊन झाडाखाली प्रार्थना म्हणून आले...उतारा टाकतात तसा...म्हणजे प्रार्थना हे शाळेच्या मानगुटीवर बसलेले भूतच होते आणि ते काही उतरायला तयार नव्हते. प्रार्थना म्हणण्यात कुणालाही रस नव्हता. रोजची तीच प्रार्थना सगळेजण नुसते ओरडून यायचे...वर्षानुवर्षे चावून-चावून चोथा झालेली प्रार्थना! पण प्रार्थनेला उशीर झालेल्यांना पुढच्या त्रासाला तयार रहावे लागे.

पी.टी.चे सर हातात वेताचा फोक असलेली शिट्टी घेऊन गेटवर पोहचत आणि नरकाच्या दरवाज्यात जशी पापी लोकांना शिक्षा वाटली जाते तशी ते शिक्षा वाटत. काहींना हातावर एक छडी मिळे, ते बुडावर हात चोळीत वर्गात शिरत. काहींना सलग दुसऱ्या दिवशी उशीर झाल्याने पोटरीवर त्या फोकाचा जोरदार फटका बसे. थंडीच्या दिवसात तो फटका चांगलाच जोरदार लागे आणि दिवसभर ठणकत राही. त्यात सलग काही दिवस जर एखादा उशीरा येत आहे असे सरांच्या लक्षात आले म्हणजे त्यांना आठवले तर मात्र नुसत्या फटक्यावर भागायचे नाही. तेव्हा मग फटका तर बसेच पण नंतर मैदानाला फेऱ्या घालायला लावले जाई. साऱ्या वर्गातून हा एकटाच पळणारा दिसे. त्या साऱ्यांच्या समोर एकटेच वेड्यासारखे धावणे हा मोठ्ठाच अपमान असे. त्यावर कडी म्हणजे कधी कधी पी.टी.चे सर फक्त शारीरिक नाही तर मनालाही वेदना होतील अशी दुहेरी व्यवस्था करीत. त्यांनी ही शिक्षा पोफळे बाईंकडून घेतली असावी. ती भयाण शिक्षा होती शुद्धलेखनाची...ते ही पाच पाने. ही शिक्षा मिळणारा जन्मात कधी प्रार्थनेला उशीर करणार नाही. कारण प्रत्येकाने शुद्ध अक्षर काढण्याचा प्रयत्न करणे ही अवघड बाब होती.

एकदा मी हिंदीच्या सरांना विचारले, ''सर खरंच शाळा प्रार्थना का घेते?'' यावर ते म्हणाले होते की प्रार्थना ही आत्मशुद्धिसाठी असते. मनातले वाईट विचार आणि भीती घालवण्यासाठी सकाळीच प्रार्थना म्हणायची असते. प्रार्थनेत मोठी ताकद असते. खरंतर मनाला ताकद मिळण्याऐवजी मनाला घाबरवणारी आमच्या शाळेची प्रार्थना होती. प्रार्थनेत

एवढी ताकद होती की तिला घाबरुन सारे उपस्थित रहायचे. खरेतर या प्रार्थनेला आम्ही कितीही उशीर झाला तरी आजवर एकदाही शिक्षा खाल्ली नव्हती. आमच्या पाच जणांचे हे गुपित इतक्या दिवसानंतर उघड करतोय. आम्ही शाळेच्या भिंतीवरुन गुपचूप उडी मारुन, गुपचूप वर्गात दप्तर टाकून बेमालूमपणे रांगेत मागे जाऊन थांबायचो. ही युक्ती इतरांना सुचणे शक्य नव्हते व एवढ्या मोठ्या भिंतीवरुन ही पोरं येऊ शकतील असे सर–बाईंना वाटणे शक्य नव्हते.

प्रार्थना ही सर्वांना शिक्षा आणि वेदना देणारी जरी असली...मार खायला भाग पाडणारी असली तरी तीचे शब्द गोड होते.

''खरा ता एकची धर्म
जगाला प्रेम अर्पावे''

शाळेने हाच धर्म नेमका सोडला होता....

पण बाकीच्या काही ना काही गोष्टींवरून आम्हाला रोज मार पडणे चुकत नसे. आम्हाला त्याचेही काही वाटेनासे झाले होते. कारण संध्याकाळी शाळा सुटल्यावर गृहपाठ करण्यापेक्षा मस्त क्रिकेट खेळून वर्गात गृहपाठ न केल्याबद्दल चार पाच छड्या खाणे, दोन मुस्कटात खाणे किंवा अंगठे धरून उभे रहाणे कधीही फायद्याचे असे. एकतर आम्ही मानपान, आत्मसन्मान ह्या शब्दांच्या पलीकडे पोहोचलेलो होतो. अपमान त्याचाच होतो ज्याला काही मान असतो. खेळणे, शाळा बुडवणे, सुट्टीत पळून जाणे, वर्गात काही तरी खोड्या काढणे, मारामाऱ्या करणे, सर वर्गात शिकवत असताना काहीतरी गंमत करून सगळ्यांना हसवणे अशा गोष्टींमध्ये आम्हाला मजा वाटे. त्यासाठी चार रट्टे खायची आमची तयारी असे. एकतर शाळा ही फारच कंटाळवाणी आणि नीरस जागा असे. त्यात शिक्षक लोक एका सूरात शिकवायचे की त्यामुळे फारच कंटाळा येई. शाळा एक जेल वाटे. त्याउलट बाहेर सगळी मजाच मजा. खेळायला मैदाने होती, नदीत पोहायला भरपूर पाणी असायचे, फळांनी भरलेली झाडे होती, रानात भरपूर फुलपाखरे होती

जी पकडायला आम्हाला भारी मजा येई. पतंग उंच जाईल अशी हवा सुटलेली असायची, चक्रींचे टायर असायचे, भोवरे, गोट्या असायच्या. विटीदांडू, बॅट बॉल तयार असायचे. ह्या सर्व आनंद देणाऱ्या गोष्टी सोडून शाळेत बसायचे ही शिक्षा नव्हती तर काय?

पण शाळेत जाणं ही सक्ती असायची आणि मन मारून शाळेत शारिरीक का होईना पण उपस्थिती दाखवावीच लागे.

समोर परमपूज्य मुख्याध्यापकांचे म्हणजे पप्पूचे ऑफीस. ते अत्यंत म्हणजे अत्यंतच कडक होते. पोरांना बडवण्यात त्यांना असूरी आनंद होई. तसा एक दोन अपवाद सोडले तर सर्वच सरांना, बाईंना पोरांना बडवून काढण्याचा छंद होता. उशिरा येणं, पळून जाणं, बडबड करताना सापडणं, गृहपाठ न करता येणे, पाढे पाठ नसणे, प्रार्थनेला वेळेत न येणे, अक्षराच्या चुका, अशुद्ध लेखन...साऱ्या चूकांना एकच शिक्षा...मार खाणे.

रोज वर्गात मुकाट्यानं काय चाललयं ते कळो-न-कळो पहात ऐकत रहायचे. बाईंना, सरांना न कळू देता कोडी सोडवत रहायचं. शाळा सुटली की ती भरेपर्यंत भरपूर मजा करायची आणि पुन्हा शाळेत कसायाच्या हाती लागायचे. दिवसाचा तुकडा पाडून घरी सुटायचे. असे करत करत आता आम्ही नववी तुकडी-क मध्ये शिकत होतो.

वर्गात तर आमची उत्तरे सरांना-बाईंना निरुत्तर करीत. काहीतरी विनोदी आणि मजेदार उत्तरे आमच्याकडून निर्माण व्हायचीच. विल्याने एकदा भूगोलाच्या सरांना विचारले, ''सर उष्णतेच्या जवळ कुठलीही गोष्ट नेली की ती उष्ण होते...हो ना सर...मग थंड हवेची ठिकाणे उंचावर का असतात? बर्फ डोंगराच्यावर का पडतो? दरीत पडायला पाहिजे...'' सर गप्प निघून गेले....नंतर ते रजा टाकून आलेच नाही बरेच दिवस.

''राष्ट्रीय पक्षी आपण कोणाला म्हणतो.'' ''सर...कावळा.'' वर्गात हशा. ''इकडे ये रे कावळ्या...राष्ट्रीय पक्षी कावळा...सांग बरं का?'' ''सर कावळा प्रत्येक घरी जातो...ओरडतो की पाहुणे येताहेत...पित्राला आई म्हणते कावळ्याला नैवेद्य दाखव...बिचारा काळा असून मदतीला

येतो...सर गांधींना काळे म्हणून रेल्वेतून गोऱ्यांनी हाकलून-ढकलून दिले... भारतीयांना काळे म्हणतात....पिंडाला शिवायलाही आपल्याकडे कावळाच लागतो...कावळाच राष्ट्रीय पक्षी पाहिजे. मोराला उगाच भाव देतो आपण... चांगले दिसले की झाला राष्ट्रीय पक्षी!'' यावर वर्गात कावळा शिवल्यासारखी शांतता, सरही मारायला विसरले. ''जा बस बाळा जागेवर!''

अशाच खोड्यांनी साऱ्या शिक्षक लोकांना आमच्या मुळावर उठवले होते. जीवशास्त्राचे मंत्री सर...जीवावर उठलेले आणखी एक शिक्षक.... रविवारी सकाळी परिक्षा ठेवायचे. अरे रविवार तरी आम्हाला द्या...एक दिवस तरी जगू द्या. आठवडाभर तुमच्या संस्कार भट्टीत असतो ना आम्ही...मग सोडा थोडा वेळ! पण हे समजायला त्यांना आमच्यासारखी बुद्धि कुठं दिली देवाने?

एका रविवारी आमची मॅच ठरलेली. पण मंत्री सरांनी परिक्षा ठेवलीच. पेपरमध्ये मात्र मी सरांची गंमत केलीच. प्रश्न होता पचनसंस्थेचे सचित्र वर्णन करा. मी पाच मिनिटात पेपर लिहून मॅच खेळायला पळालो. दुसऱ्या दिवशी जीवशास्त्राचे सर दात-ओठ खात वर्गात आले. त्यांनी गठ्ठा टेबलावर आदळला...त्यातला वरचा पेपर उचलून पुकारा केला,

''रोल न. ५२...पुढे ये.''
माझाच पेपर होता तो! मी पुढे गेल्यावर सरांनी कान पकडला. मंत्री सरांना कान पिळायची भारी सवय होती. पण ती फारच वेदनादायी...कान लालबुंद होऊन दिवसभर दुखे...

''मी तुम्हाला पचनसंस्थेचे सचित्र वर्णन करायला सांगितले होते ना...अन्ननलिका, जठर, छोटे आतडे, मोठे आतडे वगैरे चित्र आठवते ना...या नालायकाने हे काय काढलेय पहा.''

सर्वांच्या नजरा त्या पेपरवर गेल्या. एका पानावर डाव्या हाताला ठेऊन त्याच्या बाजूने पेन गिरवून हाताचा पंजा काढल्याचे दिसत होते. दोन पानांवर दोन पंजे होते...एक डाव्या हाताचा दुसरा उजव्या हाताचा... आणि खाली एक भयानक ओळ होती. ''पचन क्रिया ही उजव्या हाताने

सुरु होऊन डाव्या हाताने संपणारी क्रिया आहे.'' सारा वर्ग हास्याच्या पुरात वाहून गेला. मुलांनी खाली माना घालून हेतुपूर्वक हास्य केले...सरांनी एक टपली डोक्यात मारली.

"अभ्यासाचं सुचत नाही...हे कसं सुचतं रे!"

* * * * *

प्रकरण ४ थे

अशीच एकदा शाळा भरलेली. वर्ग सुरळीत चालू होते. जेवणाची सुट्टी व्हायची वाट पहात आम्ही आज पळून जायच्या बेतात होतो. नदीकाठी जाऊन पोहायचा आणि नंतर भेळ खाण्याचा बेत गुप्त कटासारखा शिजला होता. गज्या, गण्या, चेत्या दप्तरे भिंतीवरून टाकणार. मी आणि विल्या ती झेलणार. मग दत्तू सायकल मार्टमध्ये दप्तरे ठेऊन नदीकडे पोबारा. नंतर शाळा सुटायच्या आधी दप्तरे घेऊन मुलांच्या गर्दीत मिसळून बेमालूम घरी जायचे. दप्तर घरी टाकून पुन्हा क्रिकेट खेळायला शाळेच्या मैदानावर जमायचे. एकदम फर्स्ट क्लास प्लॅन ठरला. मन तर कधीच नदीत जाऊन डुंबायला देखील लागले. आम्ही पाचही जण कधी एकदा घंटा वाजते याची वाट पहात असताना अचानक घुले शिपाई वर्गात नोटीस घेऊन आला. सरांनी शिकवणे थांबवून नोटीस वाचायला घेतली. तेवढ्या वेळात घुले आमच्याकडे पाहून छद्मीपणाने हसला. घुलेची आमच्या टोळीवर फार खुन्नस होती. आमची चहाडी करून आम्ही मार खाल्लेला त्याला भारी आवडायचे. घुल्याच्या हसण्यावरुन काहीतरी दुष्ट नोटीस असली पाहीजे असा दाट संशय आला. बाकीची पोरं कुजबुजू लागली. नोटीस सुट्टीचीही असते. नोटीसबद्दल सर्वांच्या चेहऱ्यावर उत्सुकता आली.

पण सर काहीच न बोलता नोटीसवर सही करुन ती घुलेकडे देते झाले. सही झाल्यावर घुले पुन्हा आच्याकडे पहात तोंड वाकडे करून हसत बाहेर पडला. सर्वांच्याच चेहऱ्यावर प्रश्नचिन्ह की नक्की नोटीसमध्ये काय आहे? मग सरांनी मागे वळून फळा साफ केला. पुस्तक मिटले आणि सर्वांना दप्तर आवरुन बसायला सांगितले. पोरांची उत्सुकता शिगेला पोहचली. सर शांतच...त्यांना विचारायची कुणाची काय हिंमत होती. थोड्या वेळात आठवी-अ ची मुले रांगेत वर्गापुढून पास होताना दिसली. मागे पुढे एकेक सर. पाच मिनिटांनी आठवी-ब गेली. मग आधी मुली ओळीने त्याच्या

मागे गेल्या, मग मुले...साऱ्या रांगा शाळेच्या मुख्य हॉलकडे जाताना पाहिल्या आणि आमच्या निराशेचा डोंगर समोर दिसू लागला. आज कुणीतरी भाषण द्यायला येणार...पप्पू बोलणार, नंतर चोपडा शेठ येणार... सरपंच...तलाठी...ग्रामसेवक...साऱ्या अंगाची लाही लाही झाली. डोळ्यापुढे डोह, पाणी, भेळ, मजा सारे सारे व्यर्थ दिसू लागले.

"अरे काय यार ही फसवणूक. जेवायच्या टायमाला हे उरावर बसायला आले. ह्यांची भाषणाची खाज कधी मिटायची कोण जाणे? साधी पळून जायची संधीही नाही. पोटात भुकेचा वणवा पेटलेला." पोरांच्या तिखट प्रतिक्रिया उमटल्या. कोपऱ्यातल्या मोठ्या हॉलमध्ये ज्यू लोकांच्या छळ छावणीसारखे सारे वर्ग कोंबले जात होते. त्यातल्या त्यात आम्हाला मागची जागा मिळाली. सर-बाईंचा फौजदारी वेढा त्या इमारतीला पडलेला. पळून जाण्यासाठी साधी फटही दिसेना. समोर व्यासपीठावर खुर्च्या मांडल्या जात होत्या. टेबलावर तेच मढ्यावर झाकण्यासाठी टाकतात तसे टाकून ठेवलेले ते पांढरे शुभ्र वस्त्र. आमच्या शाळेचा ऐतिहासिक फ्लॉवरपॉट, कोपऱ्यात शिवाजीमहाराज आणि चोपडा शेठच्या वडीलांचा फोटा. शिवाजीमहाराज क्षणभर जरी बाहेर आले असते तर पहिल्यांदा चोपडा शेठला उडवला असता. पण असा माणूस शिवाजी शेजारी!

साऱ्या पोरांनी हॉल गच्च भरला. नेहमीप्रमाणे बाई-सर ओळींच्या दोन्ही बाजूंना शांतता प्रस्थापित करायला थांबली. घुले अशावेळी नुसता पुढे-पुढे करत स्टेजवर इकडून तिकडे मिरवत होता. पप्पू आणि इतर मान्यवर शाळेच्या गेटवर उभे असणार. कारण चोपडा शेठ त्यांच्या कारमधून येणार, रहायला शाळे जवळच्या बंगल्यात. तरी भाव घ्यायला कारच आणणार...आणि चोपडा शेठला हाताला धरुन दोन माणसे सभागृहात आणणार. आणि हे संस्थेचे आधारस्तंभ! ही संस्था कोण आहे? कुठे रहाते? ही बाई असते का बुवा? ही फक्त दशहत पसरवते का आणखी काय करते? मग अर्ध्या तासाने संस्थेचे मोठ मोठाले डगले घातलेले सगळे म्हातारे स्टेजवर चढले. सभागृहात एकदम शांतता झाली. कुणी नुसते इकडे

तिकडे बघितले तरी बाई-सर डोळ्यांनी दाबू लागले. पोरं सरळ पहायला लागली....पर्यायच उरला नाही. स्टेजवर टेबलामागे मधे चोपडा शेठ आणि डावी उजवीकडे सारे गावातले पुढारी...साऱ्या पोरांना ह्यांच्यामुळे उपासमार घडतेय याचा राग पोटात मावत नव्हता. पण काय करणार...? एकदाचे सारे स्टेजवर विराजमान. पप्पू कोपऱ्यात बिन महत्त्वाचा देव. म्हसोबाच्या देवळातल्या कोपऱ्यात शेंदूर फासलेला दगड असतो तसा. चेहऱ्यावर लोचट हास्य. कुठून तरी दरवेळी तोच ठरलेला टाय घालतो. सगळ्या शाळेत हाच वेगळा वाटावा म्हणून. दरवेळी तो टाय घालतो तो अशाच कार्यक्रमांना. मग पोफळे बाई नेहमीप्रमाणे प्रस्तावना बिस्तावना करायला लागल्या. त्यांचा चिरका आवाज आणि मध्येच एकदम माईकचा कर्णकर्कश आवाज...ह्या बाईंच्या आवाजाची अशी सवय झाली होती. एखाद्या मयतीला जशी एखादी बाई मोठ्याने विव्हळत रडते... तसा ह्या बाईचा आवाज. प्रत्येक कार्यक्रमात तोच...तसाच...एखाद्या महाभयंकर अपशकुनासारखा!

एकदाचे बाईंनी सगळ्यांचे स्वागत केले. नेहमीच्या गायक पोरींनी सरस्वती स्तवन म्हटले...पोरं भुकेने व्याकूळ होत टाळ्या पिटत होती. त्यांना पर्याय नव्हता. पण आज स्टेजवर एक नवीन पाहुणा बरोबर मधोमध बसला होता, चोपडा शेठच्या शेजारी. म्हणजे हा कुणीतरी महत्त्वाचा असणार. पण हा आज कशाला आलाय? आज तर काही बक्षिस वितरण फितरण नव्हते. मग चिरुटे सरांनी अहवाल वाचन घेतले. संस्थेचा अहवाल, शाळेचा घासून घासून गुळगुळीत झालेला इतिहास...शाळेची प्रगती... इमारतीची उभारणी...चोपडा शेठचा दानशूरपणा...सगळं हजार वेळा ऐकलं होतं. ते ऊपाशी पोटी पुन्हा ऐकताना काय वेदना होत होत्या. बरं हा अहवाल असतो कुणासाठी? कारण तो कुणीच मन लावून ऐकत नसूनही नेटाने ऐकवला जातो. पोरांनी हळूहळू चुळबुळ चालू केली. मग बसल्या जागी कुजबुजणे चालू झाले. मग रेटारेटी. हळूहळू दहीहंडी कोसळावी तशी शिस्त कोसळू लागली. हसण्या खिदळण्याचे आवाज फुटू लागले. मास्तरांना

प्रमुख पाहुण्यांमुळे पोरांना बदडता येईना. ती सारी मंडळी गोची झाल्यासारखी एकमेकांकडे बघून हसू...किंवा आलेले हसू आवरु लागली. स्टेजवर पप्पूला जाम टेन्शन आलेलं दिसत होतं, कारण शिक्षक शिक्षिकेला पोरं काही आवरेनात. तेही हतबल...स्टेजवर पप्पूचे चमचे मगर सर, बेंडाळे सर सर्वांना डोळ्याने दटावत होते. पण आता भुकेली जनता बंडाच्या तोंडापर्यंत आली होती. चिकटे सर मात्र दामटून अहवाल वाचीतच सुटले होते. संस्थेची भरभराट सांगताना त्यांचा आवाज साऱ्या गोंधळामुळे किंचाळल्यासारखा झाला होता. ते बोलणे राहिलेच नव्हते. किंचाळ्यांनी कानठळ्या बसत होत्या. पुढे बसलेली पोरं पक्की बधीर होऊन गेली होती. चोपडा शेठ गालातल्या गालात जखमेवर मीठ चोळल्यासारखे हसत होते. पप्पू खुर्चीच्या पुढच्या बाजूपर्यंत अस्वस्थ होऊन बसला होता. एका ठिकाणी अहवाल वाचनात संस्थेचे उपाध्यक्ष या वर्षी वारले...या वाक्यावर सर्वांनी टाळ्या वाजवल्या आणि अध्यक्षांसह सारे दचकले. पप्पू तर खुर्चीतच उडाला. सगळे शिक्षक चमकून एकमेकांकडे टकमका पाहू लागले. त्यानंतर मोठा हशा झाला. मुले आता प्रचंड कावली होती. आम्ही तर मनातून या सर्वांना शिव्या घालत होतो.

कुठे मस्त झाडाखाली डबे खात--भेळ खात--पोहत--फळे खात मस्त मजा करीत बसलो असतो तर इथे ह्या निरर्थक गोंधळात अडकून पडलोय.

पुढे प्रत्येक वाईट गोष्टीला टाळी पडू लागली आणि स्फोटासारख्या हशा फुटू लागला. अखेर चिकटे सरांचे अहवाल वाचन संपल्यावर टाळ्यांचा कडकडाट झाला. चिकटेंनी कपाळावर घामाने ओला झालेला रुमाल फिरवला आणि ते स्टेजच्या मागे गायब झाले. मग पप्पू स्वतः उभा राहिल्याने एकदम शांतता झाली.

''आज आपल्याकडे आपल्या शाळेचे माजी विद्यार्थी आणि सध्याचे शिक्षण अधिकारी अमूक-तमूक आलेले आहेत. आयुष्यात मोठ्ठं कस व्हायच यावर ते बोलणार आहेत. त्यांचे स्फूर्तिदायी भाषण त्यांनी सुरु

करावे अशी मी त्यांना विनंती करतो....बेशिस्त विद्यार्थ्यांची गय केली जाणार नाही. गोंधळ घालणाऱ्यांना बाहेर घालवण्यात येईल. शांत रहा.''....पप्पू नेहमीप्रमाणे दम देऊन खाली बसला आणि खरंच पूर्ण शांतता झाली...पण गडबड करणाऱ्याला बाहेर काढले जाईल या वाक्याने मला बाहेर पडण्यासाठी आशेचा किरण दिसला. प्रमुख पाहुणे बोलायला उभे राहिले. त्यांनी माईक वाजवून खात्री केली. मग एकदम गंभीर आवाजात साऱ्या मुलांवर नजर फिरवीत विचारले, ''माझ्या बाल मित्रांनो, एक गोष्ट खरं सांगा अपयशी कुणाला व्हायचयं.''...सगळीकडे गंभीर शांतता...सारेजण भूकही विसरुन गेले क्षणभर. पप्पू खूष झाला. त्यांनी मगर आणि बेंडाळेकडे विजयी नजर टाकली. पहिल्याच चेंडूवर षट्कार मारल्यासारखे वक्ते स्वतःवर खूष होऊन पुन्हा तेच वाक्य म्हणाले, ''बोला ना मित्रांनो....अपयशी कुणाला व्हायचयं?'' पुन्हा खोल शांतता. चोपडा शेठ आणि स्टेजवरची मंडळीही खूष होऊन गेली. मागे कोपऱ्यात बसलेल्या माझ्या डोळ्यात वीज चमकली. आत्ताच बाहेर पडायची संधी आहे...मी, डावीकडे स्कॉलर अव्या आणि उजवीकडे निल्या. मी म्हटलं, ''अरे यार कुणीतरी आत्ता हात वर केला तर मजा येईल...करा ना हात वर.''

''आम्हांला मार नाही खायचा बुवा सरांचा. तुला सवय आहे, तू का नाही हात वर करत?''

''मी करतो हात वर...पैज लावता का? मी नाही घाबरत.'' –मी.

विल्या लगेच मधे चोंबडेपणा करत म्हणाला, ''मी देतो पन्नास पैसे...करुन दाखव बरं हात वर.'' विल्याला अव्या, निल्याला पैज लावायला भरीस घालायचे होते.

''बरं चल आम्हीपण देतो पन्नास पन्नास पैसे, करं हात वर.'' अव्या आणि निल्या पैजेला तयार झाले. दोघांनी विल्याच्या पाठोपाठ पन्नास पैशाची नाणी माझ्या हातावर ठेवली. आता वक्त्याने तिसऱ्यांदा कोर्टात पुकारा करतात तसा पुकारा केला.

''कोणाला व्हायचयं अपयशी...बोला ना...आहे का कुणी?''

वक्त्याने विजयी मुद्रेने चोपडा शेठ, पप्पूकडे पाहून स्मित केले आणि मी हात वर केला. साऱ्या गर्दीत झेंडा फडकावा तसा माझा हात वर दिसला आणि स्टेजकडे वळालेल्या सगळ्या नजरा माझ्याकडे वळल्या. माझ्या अनपेक्षित पवित्र्याने साऱ्या सभागृहात हास्याची लाट उठली...आणि त्यानंतर साऱ्यांनी टाळ्यांचा कडकडाट केला. वक्त्याने गोंधळून माझ्याकडे पाहिले. स्टेजवर पप्पू दचकला. त्याने प्रश्नार्थक भुवई उडवून मगर आणि बेंडाळे सरांकडे पाहिले. दोघांनी डोळे वटारुन माझ्याकडे, इतर सरांकडे पाहिले. चोपडा शेठने चष्मा डोळ्यावर ओढून कोण हा आगाऊ? म्हणून चेहऱ्यावर भाव जमा केले. साऱ्या वैतागलेल्या, भुकेचा डोंब उसळलेल्या पोरांनी एकच गलका केला. वक्ता एकदम खजील होऊन श्रोत्यांपुढे उघडा पडल्यासारखा मदतीसाठी स्टेजकडे पाहू लागला. पप्पूने लगेच चाल करुन माईकचा ताबा घेतला. ''कोण रे तो? त्याला स्टेजवर आणा. सर...कोण तो अपयशी व्हायचं म्हणतोय? बाकीच्यांनी गुपचूप व्याख्यान ऐकायचयं. अशा अपयशी लोकांसाठी हे व्याख्यानचं नाही. पुढे ये रे!''

म्हणताच विल्या, गज्या, मिल्या साऱ्यांनी टाळ्या पिटल्या. मी गर्दीतून वाट काढत स्टेजपर्यंत गेलो. पप्पूने वर पोहोचताच खणकन माझ्या कानाखाली ठेवून दिली. ''चल पळ इथून...सर्वांच्या यशस्वी होण्यात अडथळा होऊ नकोस.'' मगर सर अजून मारायला धावले पण पप्पूने त्यांना इशारा केला. घुले हसत हसत आला आणि माझ्या दंडाला धरुन ओढून मागे घेऊन निघाला. वक्ते घाम पुशीत खुर्चीत बसले होते. त्यांनी पाण्याचा ग्लास घोटात संपवला. चोपडा शेठने, बाकीच्या मान्यवरांनी 'चांगला चोपला याला' या तुच्छतेने माझ्याकडे बघितले.

मी पुन्हा ताठ मानेने सभागृहाबाहेर पडलो. घुलेच्या हाताला झटका देऊन हात सोडवला आणि हॉलच्या बाहेर मोकळ्या हवेत धूम ठोकली. त्या यशस्वी होण्याच्या व्याख्यानातून मी एका मुस्कटाच्या बदल्यात सुटलो होतो...वर एक रुपया कमाई केली होती. सरळ धावत जाऊन थांबलो ते सायकराच्या हॉटेलात. एक रुपया दिला. दोन भेळीचे पुडे घेऊन नदीवर

पोहोचलो. आता वाट पहात होतो ती उरलेल्या सवंगड्यांची. अर्ध्या तासात सारे धावत आले. दप्तरे फेकली, कपडे अंगावरुन ओरबाडून काढून साऱ्यांनी धपकन पाण्यात उडी मारली. एकदम स्वर्गीय सुखात डुंबून गेलो.

''अरे तू धमाल केलीस. तू हात वर केल्याने त्या वक्त्याला पुढचे काही सुचेना झाले. तो जे गांगरला, गडबडला...अर्ध्या तासात वैतागून तो ''तुम्हाला काही सांगण्यात अर्थ नाही'' म्हणून तो तडक बाहेरच पडला. त्याच्या मागे पप्पू , मान्यवर, घुले, मगर. वक्त्याला तो अपमान वाटला आणि वक्ताच पडला म्हटल्यावर सेनापती पडल्यासारखी श्रोत्यांची सेना बाहेर पळाली.

पोरांच्या क्रांतीचा विजय झाला. पिडलेला वर्ग स्वतंत्र झाला. भुकेचा विजय झाला. शाळा सुटली, पाटी फुटली. आम्ही हुशार पोरांच्या पैशातली भेळ खात 'मोठ्ठं कसं व्हायच' याला हसत मजा करत बसलो. पण त्या वक्त्याच्या अपमानाची परतफेड मला कधीतरी करावीच लागणार होती. ती करण्याची दुर्बुद्धि मला सुचली असावी आणि हे लिखाण त्याच विषयावर करायची वेळ नियतीने आणलीच!

* * * * *

प्रकरण ५ वे

आठवीत दिवाळीच्या सुट्टीत आमची शाळेची सहल रायगडला गेली होती. संपूर्ण ८वी ९वी चे वर्ग पाच एस.टी.च्या लाल पऱ्यांमध्ये बसून रायगड दर्शनाला पोहोचल्या. १०वीच्या महत्त्वाच्या वर्षामुळे त्यांना सहल नव्हतीच. वळणे वळणे घेत साऱ्या एस.टी. रायगडाच्या पायथ्याशी पोहोचल्या. सारी मुले मुली ओळीने उतरुन रांगांमध्ये उभी राहिली. रायगडचे भव्य रुप डोळे दिपवून टाकत होते. एवढा मोठा किल्ला...आणि ते टकमकचे टोक आकाशात घुसल्यासारखे उंच...'अरे बापरे...एवढा किल्ला चढायचा...आई शप्पथ!'

कुणीच एवढा उत्तुंग किल्ला यापूर्वी पाहिला नव्हता. बाई-सरांनीही उंचीचा धसका घेतला. सर्वांना जोम यावा म्हणून पी.टी.च्या सरांनी शिटी मारुन सर्वांना गप्प केले. मग 'जय भवानी--जय शिवाजी'च्या गर्जना झाल्या. मग सर पुढे म्हणाले, ''आपल्या शाळेतल्या मावळ्यांनो...तुमच्या वयात शिवाजी असे किल्ले सहज चढू जायचे...तुम्हीही मावळे आहात की नाही....''

''हो...जय भवानी...जय शिवाजी''

''मग आपण सर्वांनी धावत किल्ल्यावर पोहोचायचे. सर्वात आधी जो किल्ल्यावर पोहोचेल त्याला २१रु.चे बक्षिस मुख्याध्यापक व सर्व सरांकडून! पहिला कोण येईल तो आज विजेता. वर पाहोचताच शिवाजी महाराजांच्या पुतळ्याला नमस्कार करायचा. कोण आधी पोचतो ते बघू या.''

एक-दोन-तीन. सरांनी फूर्रर शिट्टी मारली आणि धरणाचा दरवाजा उघडावा तसा जमाव पायऱ्यांवर धावला. मुले पुढे जाण्यासाठी एकमेकांना ढकलू लागली. तुफान रेटारेटी सुरु झाली. धक्काबुक्की...काही खाली पडले...त्यांना पळणाऱ्यांनी पायाखाली तुडवले...आडदांड पोरं बैलासारखी

मुसंडी मारत होती. कोवळी..लहान पोरं बिचारी चेंगरली, काहींचे गुडघे फुटले.

पी.टी.च्या सरांनी जोरजोराने शिट्टी मारुन, ''अरे थांबा, रेस आहे का रेड्यांची रेटारेटी. बास झालं...रेस संपली...थांबा सगळे.'' पण आता घोषणा होऊन गेली होती. रेस आता थांबण्या-थांबवण्या पलीकडे गेली होती. कुणाच्या तरी धक्क्याने सरांची शिट्टी पडली जमिनीवर आणि तुडवली गेली. त्यानंतर ती कुठे हरवून गेली कुणास ठाऊक. सरांचा आवाजच मुका झाला. शर्यत चालूच राहीली. मी पळण्यात चांगलाच तरबेज होतो. शर्यतीला सुरुवात झाल्याबरोबर मी वेग घेतला आणि सुरुवातीच्या पुढे धावणाऱ्यांच्या घोळक्यात शिरलो. आधी ढकला ढकली करून मी काहींना पाडले होते. काहींच्या पायात पाय घालून बेमालूमपणे पाडले होते.

मला पहिलं यायचं होतं. सर्वांच्या आधी त्या महाराजांच्या पुतळ्याला नमस्कार करुन मला साऱ्या शाळेसमोर हिरो व्हायचं होतं. कारण मी पहिला येऊ शकेन असे हे एवढे एकच क्षेत्र उरले होते. रोज सर्वांचा मार खाऊन, बोलणी खाऊन मला मनाला मोठ मोठाली भगदाडं पडल्यासारखे वाटायचे, कधी कधी एकटा वगैरे असल्यावर! ती भगदाडं बुजवायला हे असले कौतुक कामी येते. त्यामुळे पहिलं येणं माझ्यासाठी कर्जफेड होती. आज मला साऱ्यांवर प्रभाव पाडण्याची नामी संधी आली होती. कसही करुन आज मला जिंकायचं होतं.

मी त्वेषाने धावत होतो. सर्वात पुढे धावणाऱ्यांच्या जथ्यात मीही एक होतो. दहा पंधरा जण सारे धावणारे जमावाला मागे टाकून फार पुढे आले होते. आता स्पर्धा आमच्याच ग्रुपमध्ये होती. त्यात मी आणि ९वी क चा आडदांड हऱ्या दोघेच सर्वात पुढे धावत होतो.

धावताना चांगलाच दम भरायचा. सवय नसल्याने हात पाय थरथरायचे. अंग घामाने चिंब भिजलेलं. एखादी सावली लागली की त्याखाली बसण्यात स्वर्गीय सुख वाटायचे. एकदम थंड सावली...एका

सावलीत मी विसावलो आणि त्या सुखाने मोहित होऊन गेलो. त्या ठिकाणावरुन समोरचा निसर्ग स्वर्गीय वाटत होता. उत्तुंग पहाड, पोटात गोळा आणणाऱ्या दऱ्या, डोंगराच्या रांगाच्या रांगा, निसर्गाचे रौद्र रुप, खाली संपूर्ण हिरव्यागार झाडीने झाकलेली दरी, त्यावरुन ढग फिरल्यासारखे पिंगट धुके, त्यावर सकाळची कोवळी उन्हे, थंडगार आल्हाददायी वारा...आणि कुठलाही आवाज नाही. शांततेत एखाद्या पक्षाचा नाहीतर किड्यांचा विचित्र आवाज..फुलांचे ताटवे...वारा आल्यावर मखमली गवतांचे एका लयीत हलणारे तुरे..त्या गवती लाटा. आणि एकदम लक्ष गेले तर मागे खडकांमध्ये एक नितळ....आरसपाणी पाण्याचा झरा. मी पाण्यावर वाकून त्या थंड पाण्यावर ओठ टेकवून तसेच पाणी पिऊन घेतले. मला वाटले फुलपाखरेही असेच मध पीत असतील. ते पाणी मधच होते. आता हाता पायांनी, पोटऱ्यांनी, घोट्यांनी निरोप धाडला. बास आता...इथेच टाका तंबू...श्रमिक हो घ्या इथे विश्रांती. डोळ्यावर निळं धुतल्यासारखं स्वच्छ आकाश...समोर खोलच खोल दरी... कपड्यांच्या चौकोनी तुकड्यांची शेती...हाच स्वर्गीय आनंद! मन ढगासारखे तरंगत होते. बास धावणे...आता हाच आनंद घेत बसू.

पण पुढच्याच क्षणी शिवाजी महाराजांचा पुतळा आठवला. ती वीस रुपयांची लालबुंद नोट आठवली. सरांच्या हस्ते पाठ थोपटली जाण्याचा क्षण आठवला...सर्वांच्या समोर विजयाचा उन्माद करायचा थरार आठवला...मी जिंकणारच...क्षणात आनंदाचा, शांततेचा हिरवा निळा रंग काळवंडून गेला. डोळ्यात रक्त उतरावे तसा त्वेष संचारला...हाता पायांना सुरसुरी आली...कधी एकदाचा सर्वांना मागे टाकतो अशा खुनशी विचाराने एक दगड उचलला आणि त्या नितळ डोहात...त्या पाण्याच्या झऱ्यात मारला. सगळे पाणी काळे झाले. मी त्या आनंदी क्षणांना लाथाडून त्या वाटेवर धावत सुटलो. विश्रांतीने जास्तच वेग आला. एकेक स्पर्धक मागे पडू लागला तसा माझा हुरूप वाढला. आता मी पहिल्या पाचात पोहोचलो...एका गरीब पोराच्या गुपचूप पायात पाय घातला आणि तो

धापकन पडला. आता तो काही स्पर्धेत उरला नव्हता. एकाला उंचवट्यावरुन धक्का दिला तोही असाच कोसळला. त्या भितीने दोघेही मागेच सरकले.

युद्धात सर्व माफ असते. आता माझा एकच स्पर्धक उरला होता. हऱ्या...पण हऱ्या अंगाने माझ्या दीडपट होता. त्याला धक्का दिला असता तर मीच पडलो असतो. पण हऱ्याला हरवल्याशिवाय...काहीही करून जायबंदी केल्याशिवाय तो हरणार नव्हता आणि आता पुतळा दूर नव्हता. विजय रेषा जवळ जवळ येत होती. काहीतरी करायला हवं होतं. हऱ्याला मागे टाकणे आता माझ्या विजयातल्या काट्यासारखे गरजेचे झाले..

वाटले हऱ्याला सांगावे की पैसे तू ठेव...मला पहिले येऊ दे... सौदा करून टाकावा. कारण पैशापेक्षा शाबासकी मोठी! पण पैसे पण सोडवेनात. वीस रुपये मला मिळणार होते. पहिल्यालाच बक्षीस का ठेवतात राव? दुसऱ्याला पैसे आणि पहिल्याला फक्त नंबर का नाही? त्यामुळे कुणीतरी पहिला नंबर तरी सोडेल?

पहिला नंबर माझी पाठ असा काही सोडेना. अंतर थोडेच राहिले होते. एका चढणीच्या अरुंद चढणीवर मला हवी ती संधी मिळालीच. मी पुढे होऊन एक मोठा दगड जो ढिला झाला होता तो पायाने मागे ढकलला. तो दगड जो सुटला तो हऱ्याच्या कपाळात बसता बसता वाचला. हऱ्याने चपळाईने तो दगड वाचवला पण तो त्याच्या पायाच्या अंगठ्यावर पडला. त्याच्या अंगठ्याचे नख दगडाबरोबर उडाले. त्यामागून रक्ताची धार लागली. हऱ्या पाय पकडून ओरडू लागला. मी सहानुभूतीचे नाटक म्हणून मागे वळालो. हऱ्या वेदनेने विव्हळत होता. दगड जरा जास्तच मोठा होता.

''हऱ्या कसा काय रे दिसला नाही तुला दगड? फार दुखतयं का?''

हऱ्या डोळे पुसत म्हणाला, ''झालं ना तुझ्या मनासारखं...जा आता ये पहिला!''

पुढच्या धावत येणाऱ्या पोरांनी हऱ्याला पाणी वगैरे देण्यासाठी जमाव

केला...मी मात्र तिथे न थांबता रस्ता धरला. मनाला काहीतरी खात होते. आपले काहीतरी चुकले असे मनाला वाटत होते. पण जिंकण्यासाठी करावेच लागते. मनाला वाईट वाटणे हे जिंकणाऱ्यांसाठी नसते. आता माझ्या रस्त्यात कुणीही नव्हते. उरलेले स्पर्धकही हऱ्याला सांभाळण्यात गुंतले होते. मी विजेता होणारच होतो. विजयी रेषा माझ्या स्वागताला तयारच होती आणि मी जिंकलोच. मी शिवाजीमहाराजांच्या पुतळ्यासमोर एकदाचा पाहोचलो. त्या चिरविजेत्या पावलांवर डोकं टेकवले. आता माझा सत्कार होणारच होता. सर्वांसमोर मी जिंकल्याची बातमी घोषित होणार होती. कौतुकाच्या नजरा आणि टाळ्यांचा नैवेद्य मला चढवण्यात येणार होता. मीही महत्त्वाचा आहे...माझ्यातही काहीतरी विशेष गुण आहे हे सर्वजण आज मान्य करणार होते.

हळूहळू बाकीचे विद्यार्थी ठरलेल्या जागी म्हणजे महाराजांच्या पुतळ्यासमोर जमू लागले. प्रत्येक जण आल्या आल्या विचारायचा, ''पहिला नंबर कुणाचा आला?'' उत्तर म्हणजे माझे नाव! मी...

मी हवा भरलेल्या फुग्यासारखा तरंगत होतो. कुणी पुढे येऊन अभिनंदन करत होते...काहीजण द्वेष भावनेने तोंड फिरवीत होते. पण त्यांचे दुःख सुद्धा मला सुखच वाटत होते. मी विजयी वीरासारखा इकडे तिकडे वावरत होतो. आता कधी माझा सत्कार होतोय याची मी फार आनंदाने वाट पहात होतो. मी ढकलून पाडलेली मुलेही येत होती. हऱ्याही लंगडत लंगडत आला. त्याने माझ्याकडे बघताच मी मान दुसरीकडे वळवली. त्याच्या नजरेला नजरच देता येईना. तो माझे अभिनंदन करेल या भितीने मी त्याला टाळून गर्दीत अदृश्य व्हायला लागलो. मग सर यायला सुरुवात झाली. थकलेला, दमलेला सर आणि बाईंचा एक ताफा आला. पोरांनी टाळ्या वाजवून त्यांचे स्वागत केले. हळूहळू सारेच जण वर जमू लागले. गर्दी वाढत गेली.

मला विजयी रेषा ओलांडताना झाल्या नव्हत्या इतक्या गुदगुल्या होऊ लागल्या. जवळपास सगळे आले. कोण कोण उरले याची चौकशी

सुरु झाली.

"अरे अजून सुनील यायचाय...."

"सुनीलपण येतोय...अरे पण कसा?" त्याला तर पोलीओ झालेला आहे. त्याला नीट चालताही येत नव्हते. त्याचे मित्र त्याला घेऊन येताहेत. तोही कुबड्या घेऊन चढतोय". सर्वांना आश्चर्य वाटले. एका पायाने पोलीओमुळे अपंग असणारा शाळेतला एक विद्यार्थी, आमच्या वर्गातला सुनील मित्रांच्या मदतीने अखेर चढून आला. पी.टी.चे सरही त्याच्याबरोबर आले. सुनीलला पाहताच सर्वांनी टाळ्यांचा प्रचंड कडकडाट केला. जय भवानी जय शिवाजीच्या घोषणा झाल्या. साऱ्या शाळेचा आवाज तिथे दुमदुमला.

आणि मी किती शत्रू केले? कितींना पाडलं? हऱ्याला लंगडे केले. पहिले येण्यासाठी मित्रांना दगा दिला. सर्वांना एकटं टाकून पुढे आलो आणि जिंकूनही अपराध्यासारखा एकटाच उरलो. मी फक्त नावाला जिंकलो होतो...पण मन जिंकली ती सुनीलने आणि त्याच्या मित्रांनी...

सूर्य डोक्यावर आला होता पण त्याहून उग्र व प्रखर शिवाजी महाराजांचा चेहरा भासत होता. वाटले महाराज क्षणभर बाहेर येऊन माझा कडेलोट करतील. बक्षिसाची घोषणा करण्यासाठी सर एका चौथऱ्यावर उभे राहिले. सरांनी आजचा विजेता म्हणून माझे नाव पुकारले.

मी गर्दीतून पुढे निघालो. टाळ्या वाजल्या. पण त्या क्षीण होत्या. केवळ वाजवायच्या म्हणून वाजवल्यासारख्या. घोषणा नाही....कुणाचाच उत्साह नाही....हऱ्या पायाला पट्टी बांधून दूर सावलीत बसलेला...मी ढकललेली, पाडलेली पोरं माझ्याकडे हसत बघताहेत असे मला भासले.

सरांनी मला हात देऊन वर चौथऱ्यावर घेतले. खिशातून नोट काढली आणि हात पाठीवर टाकून शाबासकी दिली. पुन्हा बळेबळे वाजलेल्या गरीब टाळ्या! मला ते बक्षीस कमी आणि शिक्षाच जास्त वाटायला लागली....मी बक्षीस घेताच...सरांनी पाठ थोपटताच...आणि हऱ्या आणि सुनीलकडे पाहताच मलाच न कळत मी रडू लागलो. माझ्या

डोळ्यातल्या अश्रूंना बांध फुटला. कोणालाच ही प्रतिक्रिया असेल असे वाटलेच नाही. सगळेच अवाक् झाले.

सरांनी विचारले, ''अरे काय झाले? तूच जिंकलास ना...मग रडतोस कशाला?''

मी रडत रडतच म्हटले, ''सर मी नाही जिंकलो, हरिदास जिंकला. मी त्याला पाडले...तो माझ्यामुळे हरला. आणि हे बक्षीस खरे तर सुनीलला द्या सर...आज तोच खरा विजेता आहे.''

सरांनी मला जवळ घेतले. माझ्या खांद्यावर हात ठेवला आणि विजेता म्हणून सुनीलला बोलावले.

आता खरा टाळ्यांचा कडकडाट झाला. पुन्हा सुनीलचे मित्र त्याला उचलून घेऊन आले. हऱ्यानेही आनंदाने टाळ्या वाजवल्या. आता सर्वजण माझे कौतुक करीत होते. अभिनंदन करीत होते. मी पाडलेली मित्रमंडळी माझे अभिनंदन करीत होते.

माझ्या डोळ्यातून वाहिलेल्या पाण्याने माझे पहिले येण्याचे पाप धुवून गेले. मीही त्या ढगासारखा निरभ्र झालो. मन हलके झाले. हऱ्याने माझ्या खांद्यावर हात टाकला आणि आम्ही रायगड बघायला निघालो. आता शिवाजी महाराज माझ्याकडे बघून मंद स्मित करताना भासले.

* * * * *

प्रकरण ६ वे

शाळेचा मुख्य हॉल हे त्या दिवशी सर्व शाळेतील हालचालींचा केंद्रबिंदू बनून गेला होता. हा हॉल म्हणजे दोन वर्ग जोडून मोठा केलेला वर्गच. फक्त त्याला एक चौथऱ्यासारखे स्टेज बनवले होते. शाळेचे महत्त्वाचे सारे कार्यक्रम याच हॉलमध्ये भरत. वक्तृत्व स्पर्धा, ड्रॉईंग स्पर्धा, वक्त्यांची भाषणे...आज तिथे बक्षीस समारंभ होता. दरवर्षी हा ठरलेला कार्यक्रम असे.

वर्षभरात खेळात, चित्रकलेत, नृत्य-गायन-वादन स्पर्धेत पहिले आलेल्यांना या दिवशी बक्षीसे दिली जात. त्यात बऱ्याच स्पर्धा होत्या. निबंध स्पर्धा, काव्यवाचन, गणिताच्या, सामान्यज्ञानाच्या...या स्पर्धांमध्ये विजेते असणाऱ्यांचा कोणातरी नावाजलेल्या व्यक्तीच्या हस्ते सत्कार व्हायचा...त्यांना बक्षीसे दिली जायची. त्यामुळे आमच्यासारख्यांना असा दिवस काय उपयोगाचा? एकतर आम्ही कशातच भाग घेत नसायचो. यांच्या स्पर्धा त्यांच्यासाठीच होत्या. त्यात आमच्यासारख्यांचे काही घेणे-देणेच नसायचे. जर झाडावर चढायची, नदीत बुडी मारुन तळ गाठायची, पतंग काटायची, भोवरा फोडायची, चक्कार पळवण्याची, फुलपाखरे पकडण्याची, म्हशीवर बसून फिरण्याची, गोट्या खेळण्याची, नदीत मुटका मारण्याची, विटीदांडू, लंगोरच्या, सूर-पाट्या, मारामाऱ्या अशा काही स्पर्धा शाळेने घेतल्या असत्या तर आमचे शालेय जीवन सार्थकी लागले असते.

पण शाळाही अशीच असते. सर्व नावडत्या गोष्टींनी भरलेली आणि आवडत्या गोष्टी बाहेरच ठेवलेली. एका अर्थाने तेही बरे...कारण गोट्या खेळायचा जर अभ्यास असता तर कुणीच गोट्या खेळल्या नसत्या. पतंग अभ्यासक्रमात असता तर तोही कंटाळवाणा झाला असता. पोहणे अभ्यासात असते तर पोहण्यातली मजाच गेली असती. शाळा ही पाढे पाठ करा,

सनावळी सांगा, व्याख्या, प्रमेये, सिद्धांत अशा जालीम गोष्टींनी गच्च भरलेली कंटाळवाणी गोष्ट असणे हीच शाळेची रचना असावी.

अशा आजच्या दिवशी गावातले सारे रिकामटेकडे मान्यवर शाळेत जमतात. पप्पूला त्यामुळे त्याचा ठेवणीतला टाय घालावाच लागतो. सर्व शिक्षकांना पाहुण्यांच्यामुळे त्यातल्या त्यात चांगली साडी किंवा ड्रेस घालावा लागतो. त्यादिवशी सारे शिक्षक मुलांशी आहे त्यापेक्षा जास्त सौजन्याने वागतात. मग ही वेळ आमच्यासाठी मस्ती करायला साडेतीन महुर्तासारखी असते.

त्यादिवशी तो हॉल काय सुंदर सजवला होता! शाळेतल्या मुली साऱ्या गावातली फुले तोडून आज शाळा सजवण्यात गुंतल्या होत्या. सर्वत्र सुंदर सुंदर रांगोळ्या काढण्यात आल्या होत्या. शाळेच्या गेटसमोर मोठ्ठी रांगोळी काढली गेली होती. पप्पूच्या ऑफिससमोर एक, दीप प्रज्वलनाच्या समईभोवती एक अशा एकाहून एक सरस रांगोळ्या काढलेल्या होत्या. वर्गांना झेंडूचे हार घातलेले...मुख्य नोटीसबोर्डावर सुभाषितं रंगवलेली....'कष्टाविन मिळते फळ कुणा', 'विद्वान सर्वत्र पुज्यते', सुंदर अक्षर हा सुरेख दागिना असतो'. अरे ही सुभाषित आहेत की आम्हाला चिडवायची घोषवाक्य! अखेर आमच्या आवडीचे एक सुभाषित एका वर्गात बोर्डावर लिहिले होते,

'वरवरच्या शोभेपेक्षा अंतरंग शुद्ध हवे!'

या साऱ्या समारंभाच्या वातावरणाचा आमच्यावर काहीच परिणाम होत नव्हता. 'नर्मदेचे गोटे' असे मगर सर म्हणायचे त्यात तथ्य वाटायचे. अशावेळी हे समारंभ आपल्याला खिजवण्यासाठीच आहेत...आपल्याकडून टाळ्या वाजवून आपलीच हुर्ये उडवल्यासारखी! एखाद्या ब्रम्हचारी माणसाला लग्न समारंभात मिरवत ठेवल्यासारखे. त्यात विजयी कसं व्हायचं...स्वप्ने साकार कशी करायची यावर वक्ते आम्हा लहान पोरांचा अंत पहायचे... अरे आम्हाला नाही जिंकायच! कशाला आग्रह करता? नाही व्हायचं मोठ्ठं...काय म्हणणं आहे तुमचं? स्वप्न साकार...नका मोडू झोप आमची...

तुम्हीच ती पहा आणि पुरी करा...कशाला नको त्या गोष्टीत स्फूर्ती तयार करता...!

आम्हाला खेळू द्या, पोहू द्या, बागडू द्या, आवडतं ते करु द्या. जेव्हा क्रिकेटमध्ये आमच्यातला कुणी हॅट्रीक काढतो...किंवा अफलातून कॅच घेतो...शतक काढतो तेव्हा कुठं असता तुम्ही? आम्ही जेव्हा सुंदर किल्ला बनवलेला असतो...गणपतीचे डेकोरेशन करतो...आकाशकंदील तयार करतो...तेव्हा तुम्ही बघत नाही, कौतुक करत नाही. पण पाढे पाठ नाही केले की आमची सालटी काढता मारुन मारुन...पाठांतर पहायचे तर गाण्याच्या भेंड्या विचारा...पिक्चरची नावे विचारा...पण त्या स्मरणशक्तीला अर्थ नाही...जाऊ दे शाळा कधी सुधारायची नाही....

आजच्या दिवशी असेच इकडून तिकडे फिरताना मस्त वाटत होतं. अभ्यास नाही, त्रास नाही, शिकवणे नाही. कार्यकर्त्या विद्यार्थ्यांची धांदल चालू होती. कुणी रांगोळी घेऊन धावत होते...कुणी फुले घेऊन. काहीजण सरस्वतीच्या मूर्तीला सजवत होते...काही कचरा साफ करीत होते. शिक्षक मुलांना मदत देत होते. प्रत्येकजण घाईत. आम्ही पाचजण उदासपणे सुतकात असल्यासारखे निरर्थक फिरत होतो. थोडेफार रेंगाळून नदीकडे खेळायला जावे अशाच बेतात फिरताना पोफळे बाईंच्या नजरेस पडलो आणि अपशकून झाला.

''काय बिनकामी फिरताय रे? इकडे या.'' आम्ही निमूटपणे सामोरे गेलो.

''हे बघा, तुम्ही शिस्त कमिटीत आहात. वर्गात मागे उभे राहून साऱ्यांना शांत ठेवायचे...विशेष म्हणजे तुम्ही शांत राहीलात तरी निम्मी शिस्त लागेल. जा, हॉलमधे मुलांना ओळीने बसवा. आज पळून गेलात तर शुद्धलेखनाची पंचवीस पाने लिहायला लावीन...जा हॉलमधे..मी आलेच.'' पोफळे बाईंनी आमचा पुरता पोपट करुन टाकला. एकतर पळून जाण्याची कल्पनाच आता शक्य नव्हती, कारण पंचवीस पाने शुद्धलेखन म्हणजे पंचवीस वर्षे काळ्यापाण्याच्या शिक्षेइतकीच भयानक.

कारण ती पांढरी पाने आमच्या सुंदर अक्षरांनी काळी करणे ही एक आम्हाला काळ्यापाण्याइतकीच भयानक शिक्षा होती.

आम्ही गुपचूप समारंभ हॉलकडे निघालो. शिक्षा झालेल्या कैद्यांसारखे. कारण आता दोनेक तास तरी आमची भट्टी लागणे नक्की झाले होते. गुणवंत-नामवंत-यशवंत पोरांचा सत्कार सहन करणे आले...टाळ्या वाजवणे आले...स्फूर्तिदायक भाषणे ऐकणे आले आणि तेही गोंधळ न करता...मूकपणे. हे काळेपाणीच नाही का? आम्हाला शिस्तपालनात टाकणे म्हणजे दलितांच्या गळ्यात जानवे अडकवल्यासारखे.... नास्तिकाला हरीपाठात डांबल्यासारखे. शिक्षकांनी आमची अशी गोची केली... आमच्याच तंगड्या आमच्या गळ्यात अडकवल्यासारखी आमची अवस्था झाली.

सर्व पोरं एकदाची कोंबून बसवली. हॉल दाटीवाटीने गच्च भरून गेला. प्रमुख पाहुणे यायला नेहमीप्रमाणे वेळ होणार होता. जसजसा वेळ जाऊ लागला, गोंधळ वाढू लागला. शिक्षकांनी सांगूनही पोरं काही ऐकेनात. सारा हॉल आवाजांनी घुमून जाऊ लागला. शेवटी शिक्षक वैतागले आणि त्यांनी दरवाजे बंद करुन बाहेर जाणे पसंत केले. दरवाजे बाहेरुन बंद झाले. हॉल पोरांच्या हवाली झाला...मग काय? राष्ट्रसंघच बाहेर गेल्याने दोस्त राष्ट्र शत्रुराष्ट्रांवर तुटून पडली. कागदी बाण क्षेपणास्त्रासारखे उडू लागले. खडूंचे बॉम्ब कोसळू लागले....छोटे छोटे खडे मारले जाऊ लागले. बॉम्ब संपल्यावर पोरांनी दप्तरातून पट्ट्या काढल्या. तलवारीसारखे वार बसू लागले. शेवटी अश्मयुगातील टोळ्यासारखे हातापायांनी बदडाबदडी चालू झाली. मोठा गिल्ला झाला...आरडाओरड...किंचाळ्यांनी कानठळ्या बसवण्यासारखा आवाज निघू लागला. मार खाल्लेली गरीब बिचारी पोरं सुटकेसाठी जिवाच्या आकांताने ओरडू लागली. पण सुटकेचा धावा करणाऱ्यांसाठी दरवाजे बंद झाले हाते. ही अपार बालहिंसा भिंतीवर लावलेली महात्मा गांधींची तस्वीर गालातल्या गालात हसत पहात होती.

अचानक सारे दरवाजे धाडकन उघडले. शिक्षकांची लगबग चालू

झाली. प्रमुख पाहुणे आले असावेत. हॉलमधील गोंधळ पाहून काही शिक्षक आत धावले आणि समोर दिसेल त्याला बदडून काढले. सगळीकडे मारझोडीचा परिणाम झाला. शांतता प्रस्थापित झाली. पण या शांततेची किंमत मात्र भलत्यांनाच चुकवावी लागली. मंचावर पाहुण्यांचे आगमन झाले. पप्पू टाय लावूनच आला होता. आजचे पाहुणे तसे तरुण वाटत होते. पप्पूचे चमचे स्टेजवर विराजमान झाले. घुले पुढे पुढे करु लागला.

मग सर्वांचे सत्कार...प्रमुख पाहुण्यांचा पप्पूच्या हस्ते....पप्पूचा प्रमुख पाहुण्यांच्या हस्ते...मगर सरांचा चिकट्यांच्या हस्ते. फोटोग्राफर त्याचे बूड आमच्या समोरून साऱ्या स्टेजभर दाखवत फिरत राहिला...प्रत्येकाचा फोटो कमरेत वाकून काढत राहिल्याने प्रेक्षकांना त्याच्या बुडाशिवाय काहीच दिसत नव्हते. सर्वांचा फोटो नीट आला पाहिजे एवढीच काळजी. मग नेहमीप्रमाणे संस्थेची माहिती, रटाळवाणी, तीच हजारवेळा ऐकलेली...मग प्रमुख पाहुण्यांचा परिचय. आम्ही निष्क्रियपणे कोपऱ्यात उभे! चालू द्या काय चालायचे ते!

आणि जेव्हा खऱ्या बक्षीस वितरणाला सुरुवात झाली तोपर्यंत बक्षीस घेणाऱ्यांनासुद्धा उत्साह राहिला नव्हता आणि न मिळालेली बहुजन विद्यार्थी प्रजा रयतेप्रमाणेच गांजून-पिडून गेलेली होती. जेव्हा बक्षिसाची वेळ आली तेव्हा आधी विद्यार्थ्याचे नाव पुकारले जाई आणि तो करंडक घेण्यासाठी मंचाकडे जाई. एका विद्यार्थ्याला लांब उडीत बक्षीस मिळाले तर मागून कुणीतरी आवाज टाकला 'हे माकड...माकड!' मोठा हशा झाला. तो पोरगा चेहरा पाडून खाली बसला. तो आवाज आमच्याच ग्रुपमधून आला असावा म्हणून साऱ्या शिक्षकांनी आमच्याकडे पाहिले...नंतर एकाला चित्रकलेत बक्षीस मिळाले. तो एका बाईंचाच मुलगा होता की पुन्हा आवाज आला 'वशिला...वशिला' पुन्हा मोठ्ठा हशा आणि पाठोपाठ टाळ्या. मग गणितात पहिला आलेला आला आणि आरोळी आली 'क्लास...क्लास'. बक्षीस घेणाऱ्यांचा सन्मान होतोय का अपमान काही कळेना. प्रमुख पाहुणे चकीत होऊन गेले आणि मुख्याध्यापक

हतबल. बक्षीसांची चुकामूक...अदलाबदली...सगळा घोळ! त्यामुळे शिस्त शिस्त म्हणून ओरडणारे आज बेशिस्त ठरले होते...आयोजन कोलमडून पडले होते.

शेवटी वेळ आली वर्षातला उत्कृष्ट विद्यार्थी ठरवण्याची. यावेळी सर्वजण उत्सुकतेने शांत झाले. आम्ही खुणवा खुणवी केली. आता येणाऱ्याची खैर नव्हती. सर्वांना चिडवण्याची घाई झाली होती कारण शाळेचा गुणवंत विद्यार्थी म्हणजे पुस्तकी किडा...सारखा अभ्यासात गाडलेला..सरांचा लाडका म्हणजे आमच्यासाठी खलनायक...'शाळेचा गुणवंत काय?' बघतोच तुझ्याकडे म्हणून आम्ही अस्तन्या सावरुन बसलो होतो. स्वतः मगर सर माईकवर आले. सगळ्यांचे कान आतूर झाले. सर्व स्टाफ...सर्व मुले...प्रमुख पाहुणे....सर्वाधिक आम्ही. कारण आता मोठ्ठा फटाका फोडायची तयारी झाली होती. मग सरांनी मोठ्ठा गॅप घेतला आणि त्यांनी नाव घेतले. त्यांनी नाव उच्चारताच आमची अस्थे गळून पडली...सगळे शांत झाले...सर्व शिक्षकांनी, पोरांनी टाळ्या पिटल्या...सर्व सभागृहावर नजरा फिरल्या...ज्या आदर्श विद्यार्थीनीचे त्यांनी नाव उच्चारले ती माझी सख्खी बहिण होती. आमच्या चाकातली हवा निघाली. पण एकदम ट्यूब पेटली. आज बहिण आजारी असल्याने आली नव्हती.

मगर सरांनी पुन्हा नाव घेतले...सभागृहात शांतता...सर्व नजरा कुतूहलाने इकडून तिकडे पहात होत्या. मग माझी अजून एकदा ट्यूब झपकली. म्हणजे आता बक्षीस घ्यायला उरला कोण...मी!

आणि मी हात वर करून ''आलो आलो'' ओरडलो. गर्दीच्या मधून मी घाई गडबडीने मंचाकडे निघालो. पण साऱ्या सरांचे...बाईंचे चेहरे मला पाहून पडले. मगर सर तर डोळ्यानेच येऊ नकोस म्हणत होते...घुले मला धरायची आज्ञा मिळायची वाट पहात होता...पप्पू सुद्धा अस्वस्थ झाला. साऱ्या पोरांची मात्र जाम करमणूक झाली. माझ्या गँगने टाळ्या, आवाजांचा जल्लोष केला. ज्यासाठी एवढा आटापिटा केला तोच

साऱ्यांना पाण्यात गेल्यासारखा वाटला.

माझे अपवित्र हात त्या मोठ्या करंडकाला लागणार...एक 'ढ' विद्यार्थी आज मंचावर बक्षीस घेणार...हुशार विद्यार्थ्यांचे तर चित्त खवळलेले असेल. आत्तापर्यंत छोटे छोटे करंडक मिळालेल्यांना तर हा त्यांचाच अपमान वाटला...आम्ही एवढी मेहनत करून हे बक्षीस मिळवले आणि हा कानामागून येऊन तिखट...रोज मार खाणारा...सगळ्यांच्या शिव्या खाणारा...कुसंगतीचा मठ्ठ पोरगा...आदर्श विद्यार्थ्याच बक्षीस घेणार....!

सकाळपासून राबणाऱ्या बाई-सरांना, त्यांच्या कार्यकर्त्यांना तर सगळी मेहनत पाण्यात गेल्यासारखी वाटली. पण माझ्यासारख्यांना व त्या सभागृहातील जास्तीत जास्त पोरांना मी बक्षीस घेतोय याचे जास्त कौतुक वाटले. माझ्या नावाच्या जयजयकारात मी स्टेजवर उडी मारून प्रमुख पाहुण्यांचा समोर ताठ मानेने उभा राहीलो... त्यांना हे बक्षीस कुणाचे हे कळालेच नव्हते. त्यांनी करंडक माझ्या हातात दिला आणि माझी पाठ थोपटली.''किप इट अप... अभिनंदन... अशीच प्रगती कर... शाळेचं नावं काढ...'' मी त्यांचा आशिर्वाद घेतला.

पप्पूच्या पाया पडायला गेलो तर ते करंट बसल्या सारखे दूर झाले... मगर सर चेहरा पाडून निघून गेले... टाळ्यांचा कडकडाट होत होता. घुले पळून जात होता... त्याला थेट मिठीच मारली... घुले जाम घाबरला... मी त्याला साथ देतोय कळाले तर काय होईल? माझ्या कचाट्यातून तो जे सुटला तो दिसेनासा झाला.... सारे बाई सर... मागे सरकले मी स्टेजवर तो करंडक घेऊन विजयी वीरासारखा वावरलो. कुस्ती जिंकलेल्या मल्लासारखा... गदा हातात धरल्यासारखा....सर्व बाजूंना पोझ देत.. माझ्या मित्रांनी खाली उतरताच मला उचलून घेतले... दरवाजाच्या फुलांच्या माळा तोडून मला घातल्या....कधीच बक्षीस न मिळालेल्यांचा लोंढा आपोआप माझ्या मागे माझ्या विजयाच्या घोषणा देत आला. बक्षीस मिळालेले पराभूतासारखे कोपऱ्यातून निघून गेले...

मग आख्या मैदानावर विजयी फेरी निघाली. साऱ्या मैदानाला एक

चक्कर मारली. सगळी पोरं इकडचे तिकडचे हार तोडून आणून मलाच घालत होती. ही मिरवणूक गेटच्या बाहेर जल्लोष करीत रस्त्यावर आली... आम्ही पळून जाताना ज्या दत्तुच्या दुकानात दप्तरे ठेवायचो तिथे गेलो. दत्तुला माझ्या हातात करंडक, मागे नाचणारी मित्रमंडळी बघून विचित्र वाटले. त्याने विचारले ''पळून जाण्याचे पण बक्षीस काढले की काय तुमच्या शाळेनी?''

दत्तुला काही सांगणे शक्य नव्हते... तिथून बाजारपेठेतून...फिरून-माझी वरात घरी पोहचली... ओट्यावर विजयी सभेसारखे मी धन्यवादाचे चार शब्द बोललो.

''मित्रहो, असा दैदिप्यमान दिवस आपल्या आयुष्यात उगवेल असे स्वप्नातही वाटले नव्हते. खरंतर एकमेव अभ्यास सोडला तर आपण कशातच कमी नाही. पण शाळेला हे कळणार नाही. आजच्या दिवशी नियतीने आपल्याला हा करंडक घेण्याचे भाग्य दिले. आपण असेच पुढेही वागत राहू, आपले आदर्श कार्य असेच चालू ठेवू. तुम्ही सर्वजण माझ्या पाठीशी असेच उभे रहा.''

माझ्या भाषणावर टाळ्यांचा कडकडाट झाला. सभा संपली. मुलं पांगली, मी गळ्यातले हार वगैरे काढले. गुपचूप घरात शिरलो... आजी झोपली होती... बहिण आजारातून उठून पुन्हा अभ्यासात मग्न होती. हळूच मागून जाऊन मी तिचे डोळे झाकले...ती नेहमीसारखीच माझ्यावर डाफरली.

''मुर्खा... काही उद्योग नाही का? चल हट बाजूला, अभ्यास करु दे'' मी एकदम करंडक तिच्या समोर धरला तिने एक नजर पाहिला आणि लगेच म्हणजे ''मला माहीत होत ते! '' बाई बोलल्या होत्या... त्यात काय विशेष.. मिळाला ना आता.... चल ठेऊन दे तिकडे... मला मेरीट चुकवायची नाहीए... अभ्यास करु दे !''

क्षणात तो करंडक पोरका झाला. मला तो करंडक एस.टी. स्टॅन्डवर सापडलेले अनाथ बालक वाटू लागले. एवढा वेळ बिचारा मिरवला आणि

क्षणात अनाथ झाला. मी पुन्हा त्याला कवटाळले– 'बिचाऱ्या, मी तुला घ्यायला योग्य होऊ शकणार नाही रे! आणि देणारे ही तुला योग्य हातात पडू द्यायचे नाहीत. आपली ही अशी दोघांची कायमची ताटातूट ठरलेली.' दिवाळीत अजून एक भांडे घासायला वाढले. बंद पडलेल्या स्टो शेजारी मी त्याला ठेवला.

✳ ✳ ✳ ✳ ✳

प्रकरण ७ वे

सुभानाना वारला.

ही अत्यंत धक्कादायक बातमी मला घरात समजली तीसुद्धा नेमके शाळेत जायच्या वेळेस. आजोबांना ही बातमी त्यांच्याच एका मित्राने ओसरीवर सांगताना मी ऐकली. इतक्या दिवसात मी ओळखत असलेली एकही व्यक्ती मरताना माझ्या पाहण्यात आलेली नव्हती. बऱ्याच मोठ मोठ्या लोकांच्या मृत्युच्या बातम्या पाहील्या होत्या. टि.व्ही.वर मरताना बऱ्याच लोकांना पाहिलं होतं. पेपरात निधनाच्या बातम्या ऐकल्या होत्या. काही अंतयात्रा दुरून जाताना दिसल्या होत्या. पण सुभानाना रोजच्यां पाहण्यातला...रोज आमच्याशी भांडणारा...अगदी कालच त्याच्याशी भांडण झाले होते. संध्याकाळी आम्हाला शिव्या घालणारा जिवंत सुभानाना...रात्रीत वारला. मला मृत्युचे औत्सुक्य इतके वाटले...आश्चर्य वाटले...वाईटही वाटले. पण त्याहून काहीतरी वेगळे वाटू लागले. आत्ताच्या आत्ता सुभानानाला पहाणं वाटू लागलं. मेल्यावर माणूस कसा दिसतो ते पहावे वाटले. सुभानाना खरंच मेलाय? ते कसं ठरवतात? माणूस झोपेतून उठतो मग मेल्यावर का उठत नाही? सुभानानासारखा खवचट माणूस असा सहज कसा मरेल? त्याने मारणाऱ्याला शिव्या का नाही दिल्या? रंग्या कुत्र्याला त्याच्या अंगावर का नाही सोडले? संभा का नाही आडवा आला त्या मारणाऱ्याला? मला असंख्य प्रश्न पडले आणि ती सारी परिस्थिती स्वतः जाऊन पहावी वाटू लागली.

मी शाळेसाठी घाईने उरकून तालमीत निघालो. तिथे सारे जमतील, त्यांना सर्वात आधी बातमी सांगू आणि शाळा बुडवून सुभानानाला बघायला जाऊ. घाईघाईत दप्तरात वह्या, पुस्तके कोंबली. दप्तर पाठीवर टाकले आणि तालमीकडे धूम ठोकली. तालमीत सारेच माझ्या आधी जमले होते आणि त्यांना बातमी माहित झाली होती. त्यावरच त्यांची

चर्चा चालू होती. लगेचच आमचे शाळा बुडवायचे आणि सुभानानाला पहायचे ठरले. आज शाळा बुडवण्याचे कारण खरोखर महत्त्वाचे होते. स्वतःलाही आज पटत होते की आजतर शाळा बुडवलीच पाहिजे.

दत्तूच्या सायकल दुकानात पोहोचलो. दत्तूही दुकान बंदच करीत होता. आम्ही घाईघाईने दप्तरे दुकानात ठेवली आणि शाळेच्या मागच्या बाजूने लपत छपत स्टॅण्डच्या दिशेने जाणाऱ्या रस्त्याला लागलो. रस्त्यावर बरेच लोक पायी चालले होते. सुभानानाचे घर स्टॅण्डच्या मागे असलेल्या मळ्यात होते. सारी रहदारी तिकडेच निघालेली दिसत होती. गर्दी असली की बरे असते....शाळेतून पळून आल्याचे भांडे लपवता येते. एकदम खाकी पॅन्ट, पांढरा शर्ट अशी शाळेची पक्की ओळख असलेली खूण म्हणजे तुरुंगातल्या कैद्याच्या वेषात बाहेर वावरण्यासारखे! सहज लक्षात यायचे की पोरं शाळा सोडून पळून आलेली आहेत.

गर्दीत सामील होऊन आम्ही निघालो होतो. आता पहायचे होते सुभानानाला. जिवंतपणी सुभानाना आमच्यासाठी मृत्युइतका भितीदायक होता. खरं म्हणजे आज भितीचा मृत्यू झाला होता.

सुभानाना आमच्या सुंदर नंदनवनातील विषारी कालसर्पासारखा होता. म्हणजे नंदनवन त्याचेच होते पण तो त्याचा पहारेकरी होता. नदीच्या वरच्या बाजूला ते नंदनवन होते, म्हणजे सुभानानाची बाग! नदीच्या पाण्यावर त्या भल्यामोठ्या बागेत फळ-फळावळांची अक्षरशः लडच्या लड लागली होती. पेरु, डाळींब, चिक्कू, अंजीर, सिताफळे, काकड्या, कलींगडं, बोरं, कवठं, आंबे, जांभूळ...त्यात कधी कोवळा मका, हरबरा, ओल्या शेंगा, गाजरं...एवढा सारा माल म्हणजे अलीबाबाची गुहाच. त्यात शिरून फळं खायचा मोह पाखरांसारखाच आम्हालाही का होऊ नये?

निमंडोहाला लागूनच सुभानानाची बाग सुरु व्हायची. पोहून दमल्यावर, तोंड सुकल्यावर त्या फळांकडे लक्ष न जायला आम्ही काय संन्याशी होतो कां? समोर रसरशीत फळे आणि आम्ही भुकेले जीव...पण मधे उभा असे तो सुभानाना म्हातारा...त्याच्या बागेतल्या फळासारखा...पुरता पिकलेला,

कधी गळून पडेल याचा नेम नाही असा, पण थोडाही गोडवा नसलेला, आतूनच पुरता किडलेला! साऱ्या बागेभोवती बाभळीच्या काट्यांची भिंत उभी केलेली. कुणा प्राण्यालाही जाणे शक्य नाही. वर राखणासाठी एक राक्षसी काळा शिकारी कुत्रा...रंग्या. हा रंग्या आमच्यासारख्या पोराचा एकच घास करून टाकील एवढा आडदांड. त्यात भर म्हणजे अजून एक काळाकभीन्न रखवालदार राक्षस संभा! हा काळ्या तुळतुळीत पत्थरासारखा चकाकत्या अंगाचा बागेतला गडी-हा यमाच्या दरबारात राखणदारी करायला असतो असला रांगडा गडी.... उग्र तांबरेले डोळे.. पिवळे धम्मक काळवटलेले दात आणि रानडुक्करासारखे शरीर...हे सारे कर्दनकाळ आणि धड चालता न येणारा सुभानाना.... यांना चुकवून-फसवून त्या बागेत शिरणे आणि फळे तोडून आणणे म्हणजे नागाच्या डोक्यावरचा मणी मिळवण्यासारखेच अवघड. पण आमच्या शौर्याची हीच तर परीक्षा. अशा दुपारी-शाळा बुडवून... त्या काट्यांच्या खालून सरपटत जाऊन फळे तोडून शर्टात बांधून...पुन्हा निमंडोहापर्यंत यायचे आणि करंजीच्या गर्द सावलीत त्या फळांचा फडशा पाडायचा म्हणजे आमचे स्वर्ग सुख...शाळेतल्या हुशार पोरांची आम्हाला या ठिकाणी भलतीच कीव यायची...कुठे शाळेतली ती पोरं मास्तरांना सहन करीत बसलेली...पाढे शिकत बसलेली... अक्षर सुधारत कुथतायेत.. आणि आम्ही नदीकाठी आमच्या कर्माची, धाडसाची गोड फळे चाखत बसलेलो... मानेवर तलवार लटकत असताना मिळणारा आनंद, सुख हे आयत्या सुखापेक्षा किती मौल्यवान असते ते इथे समजायचे.

सुभानानाने आम्हाला बोलावून प्रेमाने जर ही फळं दिली असती तर कदाचित ती इतकी गोड लागलीच नसती.... पण सुभानानांच गोड वागणं या जन्मी शक्य नव्हतं. त्याचा आमच्यावर जाम डुख होता. आम्ही त्याच्याच बागेतील फळे खाऊन त्याच्या साली, बिया गुपचूप त्याच्या शाळे समोरच्या चौकातल्या गेटवर आणून टाकायचो ... त्याला खुले आव्हान... चल खाल्ली फळे काय करशील? मग ह्या बिया- साली

बघून सुभानाना चवताळून उठे आणि त्या लोखंडी गेटच्या पुढे एक मोठा उंच स्तंभासारखा दगड होता- त्याला आम्ही सुभानानाचे सिंहासन म्हणायचो, त्यावर उभा राहून शिव्या द्यायचा. ''तुमच्या आईला XXX बापाचा माल वाटला का रे XXX मरमर आम्ही मरायचे आणि तुम्ही XXX हातात गावला ना XXX चटणी घालतो XXX तुमची आई XXX...

त्याच्या समोर रस्त्याच्या ह्या बाजूला शाळेच्या भिंतीवर पाय साडून आम्ही एकत्र बसून त्या शिव्या शांतपणे ऐकायचो... त्या शिव्या सुद्धा शिकण्या सारख्या होत्या... फारच मनोरंजक. सुभानाना असा शिव्या द्यायला लागला की त्या रस्त्याने कुणी बाई माणूस फिरकत नसे. कानाचा विटाळ होईल इतक्या घाण शिव्या मोठ्याने द्यायचा. त्याचा रंग्या कुत्रा शांत त्याच्या शेजारी बसून शिव्या समजून घेताना दिसायचा. संभा आमच्याकडे नजर रोखून पहात रहायचा. असा प्रकार दोन-चार दिवसांनी व्हायचा. फळ खायची... साली फेकायच्या आणि शिव्यांची मेजवानी ऐकत शांत बसायचे...असं किती वेळा झाले याला मोजमाप नव्हते. ह्या चिडवाचिडवीत...शिव्या गाळीत असे दिवस जात होते.

कालच अशाच साली बघून सुभानानाने अशाच शिव्या दिलेल्या. अजून ती शिवी कानामधे तशी घुमते आहे आणि एकदम सुभानाना वारला... जत्रेत बोंबलणारा कर्णा एकदम वायर तुटल्यासारखा शांत झाला. सुभानानाची तार तुटली होती. कर्णा शांत झाला. सुभानानचे सिंहासन मोकळे झाले. राज्य खालसा झाले. विचार करता करता सुभानानाचे घर कधी आले तेच समजले नाही. विचार करता करता चालत चालत सुभानानाचा शेतातला वाडा आला.... मोठ्ठा वाडाच. शेतातल्या बैलगाडीच्या पांदीतून वळणे घेत रस्ता त्या वाड्यासमोर थांबला होता. पांढऱ्या कपड्यांची मोठी गर्दी वाड्यासमोर लांबूनही दिसत होती. आम्ही पाच जण लपत छपत पोहचलो. गर्दीत कुणी ओळखीचें भेटू नये ही भिती, पण सुभानानाचं प्रेत पहायचंच होतं. ते शव वाड्यातल्या आतल्या खोलीत ठेवलेले होते.

त्या दरवाजापर्यंत गर्दीत ढकलत ढकलत पोहचलो. समोर संभा गुडघ्यावर हनुवटी टेकून अनाथासारखा बसला होता. आता सेनापतीच गेला. संभाचा राकट-राक्षस चेहरा फारच केविवाणा- दिनवाणा झाला होता--त्या पलीकडे रंग्या बांधलेला.... वाड्याच्या समोर कुणी दिसले तरी हा डरकाळ्या फोडायचा.... ऐकणाऱ्याच्या छातीत धस्स व्हायचे. पण आज त्यालाही प्रसंग कळाला असावा. आम्ही थोडी धिटाई दाखवून संभाच्या समोर गेलो. संभाने तशातही वर मान करून पाहिले. राखेखालचा जिंवत निखारा दिसावा तसे त्याचे डोळे बोलले. ''कार्ट्यांनो झाल ना तुमच्या मनासारखे!'' हे शब्द आम्हाला मनानेच ऐकू आले. विल्याने पुढे होऊन संभाची पाठ थोपटण्यासाठी हात पुढे करताच संभाने त्याचा हात झिडकारला. आज आम्ही वाड्यात संभापुढे उभे आहोत हे स्वप्नात देखील शक्य वाटले नसते.

वाड्याच्या आतल्या खोलीत सुभानाना पहुडले होते. तिथूनच रडल्याचा आवाज- धूपाचा दरवळ... लोकांची ये जा दिसत होती. त्या गर्दीला चिटकून-हळू हळू एकेक जण सरकत त्या खोलीपर्यंत पोहोचलो. फटीतून आत गेलो आणि पहिल्यांदा सुभानाना दृष्टीस पडले. तसाच झोपल्यासारखा देह आणि कपाळावर आठ्या तशाच... नाकात कापूस कोंबलेला... डोळे आणि शिव्या देणारे तोंड उघडेच...क्षणभर वाटले आता अंगावरचे पांढरे कापड झिडकारून... फुले उधळून-- सुभानाना उठतील आणि पुन्हा ''तुमच्या आईचा XXX'' म्हणतील. पण सुभानाना आज चिडू शकत नव्हते, रडू शकत नव्हते.

फुलांमधे झाकलेले शव हे दृष्य आयुष्यात पहिल्यांदा पहात होतो. मृत्यू ही जाणीवच पहिल्यांदा होत होती. माणूस शेवटी मरतोच आणि तो असा- इतका ढळढळीत पुरावा असणारं सत्य माझ्या समोर होते. स्तंभीत होऊन हे सारे दृष्य आणि त्याचा अर्थ लावीत आम्ही तिथेच आपापल्या जागी उभे होतो. एक माशी केव्हाची सुभानानाच्या चेहऱ्यावर लहान मुलीसारखी एकटीच लपाछपी खेळत होती. आता कपाळावरच्या

आठ्यांमधून पळत-- डोळ्यांवर आली... हळूच डोळ्यांवरून नाकाच्या डोंगरावर चढली. तिथे दोन्ही हात वर करून तिने विजय साजरा केला असावा- मग त्या डोंगरावरुन घसरत ती नाकाच्या बाजूने नाकपुड्या जवळ आली...दोन्ही दरवाजे बंद होते. मग ती खाली विहिरीसारख्या तोंडात गेली...मला वाटले ती पार पोटात गेली की काय? मग एकदम बाहेर आली. मग कधी गालावर...कधी मानेवर ती धावत...पळत राहिली. मग कानावर गेली...कानातही गेली. मग ती गंमत पाहताना कुणीतरी ओरडले, ''ती पोरं हकला रे बाहेर...'' तसे दचकून आम्ही बाहेर पडलो. थोड्या वेळात अंतयात्रा निघाली. शेकडो लोक मागे...फुलांनी सजवलेले सुभानानांचे प्रेत...मागे रडणाऱ्या काही स्त्रिया...सारी मूक यात्रा. संभा आणि बिल्लाही खालच्या मानेने निघाले. सारा गावच लोटला असेल. आम्ही मागे मागे...

अंतयात्रा नदीकडे निघाली. नदीच्या पात्रात खडकांवरच्या एका उंच सपाटीवर आधीच लाकडाची चिता रचली होती. काय काय घडतयं याची उत्सुकता मनात! ते प्रेत सोडवले...मग काही विधी झाले. आम्ही माणसांमधून जागा काढत त्या चितेच्या फार जवळ पोहोचलो. अजूनही सुभानाना असेच पडून, निर्विकार! आता जळणार याची जराही भीती नाही. सगळे शोक करतायेत पण कुणीच त्यांना जिवंत करायचा प्रयत्न करीत नव्हते. काहीतरी करून ते जिवंत होतायेत का ते पहायला हवं होतं. पण सर्वांनी पराभव मान्यच केलेला दिसत होता. उलट एकदाचे ह्यांना जाळले की आपण सुटलो असंच त्यांच वागणं वाटत होते. आणि सुभानाना स्वतः मात्र काहीच प्रयत्न न करता निवांत पडून होते. त्यांनाही कदाचित ह्या लोकांत रहायचे नसावे. तिथल्या झाडाखालून लोकांच्या गर्दीतून आम्ही तो अंतयात्रेचा देखावा पहात पाचही जण उभे होतो. त्या झाडाखाल लोक सुभानानाबद्दल बोलत होते. ''नानाने नानान नाद केले. बाया ठेवल्या. काही मारल्या. लोकांच्या जमिनी हडपल्या. पैशाचा वाईट नाद. पण नुसता पैसा दाबला. कधी नवं धोतर घातलं नाही का कुणाला

साधा चहा पाजला नाही. पैशासाठी झिजून मेला आणि मागे एवढी संपत्ती राहीली. लोकांच्या तळतळाटाने त्याला मुल झालं नाही. सगळ्या पंचक्रोशीतला हलकट माणूस मेला. बरं घालं.'' मी ती चर्चा ऐकून पुरता स्तंभित झालो. सुभानानाला आपण मरणार हे माहीत नव्हतं का? मग तो थोडसुद्धा चांगल का नाही वागला? एवढा पैसा जमवून त्याने लोकांना का दुखावलं? आज कुणीच सुभानानाला चांगलं म्हणत नाही, मग सुभानानाने कमावलं काय? सुभानानाला कुणाचीच पर्वा नव्हती. नाहीतर एवढ्या बिनधास्त शिव्या त्यांनी का दिल्या असत्या?

डोक्यात वाकडे तिकडे विचार उरलेच नाहीत, नुसते प्रश्नचं! आणि विधी संपले. सुभानानाच्या प्रेताला अग्नी दिला. ती चिता पेटवली आणि धडधड जळू लागली. लाकडांच्या फटीतून दिसणारे सुभानाना जळताना दिसू लागले. मी त्या फटीतून आत काही दिसतयं का ते शोधत होतो. पण आता चिता सर्व बाजूंनी पेटली होती. लाकूड जळण्याचे आवाज...आणि वेगळाच दर्प यांनी ते नदीपात्र भरून गेले होते. शेजारुन नदीचे पाणी संथ वहात होते. त्याला या साऱ्या घटनेसाठी थांबायला वेळ नव्हता. वरच्या बाजूला निमं डोह निश्चिंत पडला होता. निवांत असल्याने त्यावर काळीकुट्ट सावली पडल्यासारखे वाटत होते. हळूहळू लोक निघू लागले. घाट चढून लोक आपापल्या घरी जाऊ लागले. आम्ही निमं डोहाच्या बाजूला सरकलो. हळूहळू सारेच लोक अदृश्य झाले. ती चिता, तिचा आवाज एवढेच मागे राहिले...आता फक्त चिता जळत होती आणि आम्ही पाच जण दूर नदीच्या बाजूने जाणाऱ्या पाऊलवाटेवर उभे होतो.

वर पाहिले तर सुभानानाची बाग मागेच दिसत होती. सारी बाग... सारी फळे! कालपर्यंत सुभानाना आपली आपली म्हणत होते, आज बाग कोणाची? आता त्याचा रक्षक कोण? आता शिव्या घालणार कोण? संभा आणि रंग्याला सांभाळणार कोण? आम्ही पाचही जण निस्तब्ध. एवढे शांत यापूर्वी कधीच झालो नव्हतो. सगळ्यांच्या मनात त्या आगीसारखे भलभलते प्रश्न उठत होते आणि पुन्हा नष्ट होत होते. त्यातून दुसरा प्रश्न

...तिसरा...चौथा. पुन्हा नष्ट...पुन्हा पहिला प्रश्न. आम्ही नकळत एका खडकावर बसलो. आता नदीत आमच्या आणि त्या जळणाऱ्या सुभानाना खेरीज कोणीच उरलं नव्हतं. अंधारातून आलेल्या त्या नदीपात्रात काळेपाणी – त्याचा वाहणारा संथ आवाज...उंचच्या उंच झाडांच्या पानांची सळसळ ...आणि चितेच्या जळणाचा फडफड करणारा आवाज. नदीच्या पात्रात त्या चितेची सावली पडलेली...जणू नदीच पेटलीय या आगीने असा भास होत होता. गज्या म्हणाला, ''चल आता जवळ जाऊन बघू.'' चेत्या घाबरु नकोस म्हणाला. विल्या तर निघालाही. मग सगळेच बुडं झटकून त्याच्या मागे निघालो. चिता आता अर्ध्याच्यावर जळून गेली होती. खालचे लालबुंद निखारे एकेक लाकडाचा घास घेत होते.

आम्ही वरुन काही दिसते का पहात होतो. विल्या ओरडला, ''ते बघ डोकं...'' खरच त्या आगीत मडक्यासारखं गोल काहीतरी लालाबुंद जळत होतं. त्याचा आकार डोक्यासारखा होता. त्यात डोळ्याच्या दोन खोबणीतून आग पेटल्यासारखी दिसत होती. सुभानानाचा चेहरा लालबुंद निखाऱ्यात जळताना स्पष्ट दिसत होता. जणू आमच्याकडेच पहातोय. आणि तो चेहरा...! अचानक कलींगड वरुन पडल्यावर आवाज होतो तसा ठो..ठो...आवाच झाला. जणू सुभानानाने शेवटची शिवी दिली आम्हाला बघून वाटतं! त्या आवाजाने आम्ही सगळेच्या सगळे जागीच उडालो आणि जे धूम ठोकून धावत सुटलो ते निमं डोहाच्या आमच्या नेहमीच्या खडकापर्यंत कुणीही मागे...इकडे तिकडे वळून पाहिले नाही. थेट मुक्कामी...त्या नेहमीच्या खडकावर जमल्यावर सर्वांनी सुटकेचा निश्वास टाकला. घाबरुन, भेदरुन आम्ही आमच्या जागेवर पोहोचलो. मनातून भेदरलो असलो तरी त्यापेक्षा महत्त्वाची काहीतरी भावना मनात उचंबळून येत होती. आम्ही सगळ्यांनी मृत्युला इतक्या जवळून पाहिलं होतं पण त्याचा अर्थ आम्हाला लागत नव्हता.

माणसे मरतात अशीच नकळत, सहज. सगळेच मरणार आहोत... आपण सगळेच...कधीतरी असेच...आपल्यालाही सुभानाना सारखे

जळायचे आहे. सगळ्या गोष्टी अशाच राहणार...इथेच...सुभानानाची बाग...फळे इथेच राहिली तशी.

म्हणजे आपण जे जे मिळवतो त्याला काही अर्थ नाही...ते नेता येत नाही. पैसा...घर...गाडी...पुस्तकं...ज्ञान...मार्क...वह्या...परिक्षेचे निकाल...हुशारी...पहिला नंबर...शाळेतला मान...बक्षीसं...हे सारं इथेच राहणार. याला काही महत्त्व नाही. कितीही मोठा असो का छोटा...फक्त गाडगंभर राख...जळतानाही कुणाची सोबत नाही...मग काय करायचं? काहीच मिळवायचं नाही? काही प्रयत्नच करायचा नाही? सारं व्यर्थ समजायचं?

नाही तसं नाही. जे मन सांगेल तसंच जगायचं...बिनधास्त मस्तीत, हसत खेळत...कशाचीच फिकीर करायची नाही...कुणालाच घाबरायचं नाही...कशानच दुःखी व्हायचं नाही...कधीच रडायचं नाही...कुणासाठी तडफडायचं नाही. अभ्यास...मार्क...पहिला नंबर...सण ..पाढे, कविता, धडे...सारं निरर्थक...नुसतं हुंदडायचं...खेळायचं...मजा करायची...मरताना मृत्युला हसायचं..

आम्हाला त्या संध्याकाळी जगण्याचा नवाच अर्थ सापडला होता. मृत्युची सावली गायब झाली होती. सुभानाना आम्हाला खूप मोठा धडा शिकवून गेला होता. अंधार पडला होता. झाडांच्या मोठ मोठाल्या सावल्या नदीच्या पाण्यात मिसळल्या होत्या. एकटा सुभानाना जळत होता. आम्ही नवा रस्ता सापडल्यासारखे आनंदात घरी निघालो होतो. आज शाळा बुडवली नसती तर एवढा मोठ्ठा धडा शिकायला मिळाला नसता.

* * * * *

प्रकरण ८ वे

शाळा सुटल्याची घंटा मला इतकी आवडायची की ती कानात साठवून ठेवू वाटायची. त्या घंटेबरोबर आमची सुटका व्हायची. पिंजऱ्याचे दार उघडले जायचे. संध्याकाळ आता आमची असायची. शाळा सुटली की कधी क्रिकेटचा सामना रंगे....कधी लिंगोरच्या...कधी कब्बडीचा डाव पडे तर कधी गोट्यांचा. कधी पतंग उडवणे असे तर कधी विटीदांडू...सूर पारंब्या. अंधार पडला की इस्टापल्टी. रात्री चोर पोलीस...केवढी मज्जा!

त्यामुळे शाळेची सुटण्याची घंटा म्हणजे मजा करायची नामी संधी...

अशीच एका संध्याकाळी घंटा झाली. पण आज शाळेच्याच मैदानावर काटे आळीशी मॅच ठरली होती. दुपारच्या सुट्टीत ९वी अ मधील काटे आळीच्या कॅप्टनशी बोलणी झाली होती. दुपारनंतर सर्व तास मॅचची कागदावर तयारी करण्यातच गेले होते. कुणी कुणी थांबायचे. कुणाला घ्यायचे. कुणाला बॉलींग द्यायची. कुणाला वगळायचे हे सारे ठरत होते. मागच्या बाकावर असल्या अर्थपूर्ण गोष्टी घडायच्या. सर-बाई आपल्या शिकवतायेत नेटाने.चालू द्या. त्यामुळे आम्ही त्या दिवशी जायची घाई करीत नव्हतो. शाळा सुटली. ढापण्या पोरं-पोरींना जायची लई घाई. हुशार पोरांना क्लासला जायची घाई. कुणाला गाण्याचा क्लास तर कुणाला तबल्याचा...चित्रकलेचा...तर कुणाला बासरीचा. आम्हाला अशी वळणे आम्ही लावूनच घेतली नव्हती आणि सक्तीने जर घरच्यांनी क्लास लावलाच असता तर तो बंदच पडला असता. शाळेतला सात तासांचा वैताग कमी असायचा की नवा विकतचा त्रास घ्या. कधी गृहपाठ करणेही आमच्याच्याने व्हायचे नाही. दप्तर घरात फेकायचे ते दुसऱ्या दिवशीच उचलायचे. मार खाऊ...अंगठे धरु...ग्राऊंडला फेऱ्या घालू, पण संध्याकाळ खेळल्याशिवाय जाऊ द्यायची नाही हेच एकमेव पवित्र काम!

त्यादिवशी वर्ग रिकामा होत होता. आम्ही चौघे पाच जण आता निघणार तोच मगर सर वर्गाच्या दारापुढे हजर. आम्ही चपापून एकमेकांकडे पाहिले. मगर सरांना कुठेही पाहिले तरी आम्ही पोलीसाला पाहून चोराने चपापावे तसे चपापायचो. कारण आम्ही सराईत खोड्या बहाद्दर. नक्की कोणत्या अपराधाबद्दल आज धरले जातोय कोण जाणे? मगर सरांना बघताच आमचे अवसान गळाले. आज काय घडले? कुणाची खोडी काढली? कुठल्या सरांच्या तासाला गोंधळ घातला? कुणाला मारले? आज तर असं काही घडलं नव्हतं. आजचा दिवस सहजच गेला होता. या आठवड्यात पळूनसुद्धा गेलो नव्हतो.

तरी मग सर आडवे येणे...! चोराच्या घरी पोलीस उगाच येत नसतो. काहीतरी चौकशी असणारच. सारा वर्ग निघून जाईपर्यंत मगर सर बाहेरच थांबले. सारेजण गेल्यावर मग शांतपणे आत आले आणि हसून म्हणाले, ''काय रे...शाळा फार आवडली का तुम्हाला? घरी जाऊ वाटेना का काय? घेऊ का एक तास स्पेशल तुमच्यासाठी?'' मगर सर जाम खुषीत होते. ''नको सर...तुम्ही एकदा शिकवलं की सारं लक्षात राहतं...पुन्हा शिकवायची गरजच काय?'' मी बोललो. अजूनही मगर सरांच्या येण्याचा अर्थ लावता येईना. सर अजून जवळ आले आणि त्यांनी माझ्या खांद्यावर हात ठेवला. झाडावर कुऱ्हाड ठेवावी तसं मनात धस्स झालं. ''तुम्ही बाकीचे जा लवकर...चला...तुमच्या मित्राशी खास बोलायचेय आज...जा...आज मारणार नाही...घाबरु नका...सोडतो त्याला थोड्या वेळात.'' विल्या, गजा, चेत्या, गण्या मनात शंका घेऊन निघाले. मी डोळा मारुन मॅच सुरु करा म्हटले मी आलोच...तरी सर्वांच्या मनात भीती होतीच. आज सरांना काहीतरी झालयं. ते चौघे व्हरांड्यातून बाहेर पडले असतील तसा सरांनी मला शिक्षकाच्या खुर्चीत बसवले आणि ते टेबलला टेकून माझ्या अगदी पुढ्यात उभे राहिले.

''नंदूशेठ...काय म्हणतोय अभ्यास?'' ''सर...अभ्यास...अभ्यास सर सुरु करायचाय अभ्यास...आमची आता तीच चर्चा सुरु होती'', मी

गडबडून म्हणालो. सर हसले. ''अभ्यासाची चर्चा तुम्ही करणार? अरे असा दिवस उजाडला तर सूर्य पश्चिमेकडूनच उगवेल. पण तुम्हाला अभ्यासाचे महत्त्व कळायला पाहिजे. आयुष्यात पुढे जायचे...मोठे व्हायचे तर अभ्यास केलाच पाहिजे. अभ्यासापेक्षा महत्त्वाचे शाळेतले वर्तन. शाळा म्हणजे मंदीर...पवित्र मंदीर...'' मगर सर सुविचारांचे पुस्तक उघडून बसले होते आणि आता लक्षात यायला लागले की सर मोहिमेवर होते. त्यांची मोहिम म्हणजे आम्हाला सुधारणे ही होती. कारण शाळेला आमची डोकेदुखी झाली होती. एवढे मारून-धोपटून आम्ही काही सुधारायचे नाव घेत नव्हतो. भीती हा शब्दच आमच्या शब्दकोशात नव्हता. जनाची तर लांबच मनाची लाजही आम्ही कोळून प्यायलो होतो. आता आम्हाला सुधरवण्याचा गांधी मार्ग घेऊन मगर सर साक्षात पुढे सरसावले होते.

''हे बघ पोरा, ही मजा आयुष्यात कामाला येत नाही. सगळ्या गोष्टी अशा लाईटली घ्यायच्या नसतात. आयुष्य हसण्यावारी नेऊन तुम्हाला काहीच मिळणार नाही. माझी तळमळ तुम्ही सुधारावी म्हणून आहे. तुम्ही चांगले विद्यार्थी आहात...समजदार आहात.'' मगर सरांच्या हिटलरचा आज थेट साने गुरुजीच झाला होता. पण मगर सरांनी असे किल्ल्यावर पांढरे निशाण लावणे मला आवडले नाही. एकदम पंचवीस पावलांचा रनअप घेणारा फास्ट बॉलर...अंगावर धावून घास घेतल्यासारखा उग्रावतारी फास्टर...एकदम दोन पावलांचा स्पिनर होऊन पायात घुटमळावा? मला माझ्या प्रतिस्पर्ध्याचा पराभव सुद्धा नको वाटायला लागला. मगर सर म्हणजे आमचे आदरस्थान असते तसे युद्धस्थान होते. मगर सर नसते तर शाळा बेचव झाली असती. त्यांचे आम्हाला आव्हान वाटायचे. मगर सरांची खोडी काढायला हिंमत लागायची. कारण त्यांचा हात जितका दणकट होता त्यापेक्षा त्यांचा कडकपणा भेदक होता. मगर सरांपुढे उभे राहणे म्हणजे निमं डोहात सूर मारण्यासारखे असे. त्यांनी जुगलबंदी सोडून तहाची भाषा करावी...मला कळेना की सरांना काय झालेय?

''बघ वर्गात किती चांगली पोरं आहेत. अभ्यासू...सुसंस्कारीत...

५३

सभ्य. शाळेला त्यांचा अभिमान वाटतो. किती व्यवस्थित राहतात ती सर्वांशी. अभ्यास वेळच्या वेळी...सर्वांशी नीट वागणे...गृहपाठ वेळेवर करतात...सरांशी–वर्गातल्या मुलांशी नीट वागतात. तुम्ही या मुलांसारखे का होत नाही? अविनाश, सागर, नितीन, मिलींद...ही किती गुणी मुलं आहेत.

सरांनी ही नावे घेतल्यावर मला पोट धरुन हसू आलं. आता आमची गँग असती तर आम्हाला हसून हसून लोळायची पाळी आली असती. ज्या पोरांची आम्हाला किव यायची, ज्यांना आम्ही बिघडलेले, ढापणे, चमचे म्हणून हिणवायचो ती पोरे सरांनी उदाहरणासाठी निवडली होती. त्या बिचाऱ्यांना माहितही नसेल की मगर सरांनी आम्ही त्यांच्यासारखे बनावे असा प्रस्ताव मांडला असेल. ''सर तुम्हाला ही पोरं भारी वाटतात. अव्या, नित्या, मिल्या, संत्या ही पोरं...ही आमच्यापेक्षा चांगली वाटतात... का?''

''असे काय चांगले नाही त्यांच्यात? कविता, पाढे पाठ. वर्गात पहिल्या नंबराने पास होतात...कुणाशी भांडण नाही, तंटा नाही...'' मगर सर आपल्या मानसपुत्रांवर फारच प्रेम करीत होते...त्यांना नावं ठेवलेली सरांना आवडलं नसतं. पण आता सरांनी माझ्या समोर काही मार्गच ठेवला नव्हता. ज्यांची कीव करावी अशा पोरांना आम्ही आदर्श मानावं? सरांनी मोठीच रिस्क घेतली होती. ''सर, तुम्ही म्हणता ही पोरं चांगलीच आहेत. पण फक्त वर्गात...अभ्यासात...परिक्षेत! पण शाळा सोडली तर बाहेर त्यांना काय येतयं सर?'' मी मुद्देशीरपणे सरांना पटवू लागलो.

''पण शाळेच्या बाहेर काय असते? विद्यार्थी हा शाळेतच घडला पाहिजे. तो शाळेशीच संबंधित असायला पाहिजे. शाळा हीच त्याची कर्मभूमी असायला हवी. शाळेच्या बाहेरच्या कोणत्याच गोष्टींशी विद्यार्थ्याचा संबंध येता कामा नये.''

मगर सर आपल्या मुद्द्यावर ठामच होते. त्यांचा दृष्टीकोनच बदलला पाहिजे असं मला वाटू लागलं. मला आता रिस्क घेणं भाग होतं. ''सर,

तुम्ही ज्या पोरांचे उदाहरण देताय ती पोरं काही कामाची नाहीत. त्यांना झाडावर चढायला येत नाही...तर सूरपारंब्या ते काय खेळणार? त्यांना पोहायला येत नाही, ते निमं डोहाचा तळ काय गाठणार? ह्यांना मांजा, पतंग, काटाकाटी यातलं काय कळणार? क्रिकेटमध्ये ह्यांना कोणी फिल्डिंगलाही घेणार नाही. हातातला कॅच ह्यांना सापडायचा नाही...कधी मारामारीत पडत नाहीत...गुपचूप मार तरी खातील नाहीतर सॉरी म्हणून माघार घेतील. दोन तडाखे खायची तयारी नाही का द्यायची तयारी नाही. गोट्यांमध्ये नेम नाही...आंबे चोरायला येत नाही...ह्यांना काहीच येत नाही. सायकल शिकायला पण यांना भीती...हे कधी हात सोडून सायकल मारणार? काही येत नाही सर ह्यांना.''

मी सरांना भडकावत होतो. मला वाटत होतं की एवढं बोलल्यावर सर माझं थोबाड फोडतील आणि मला सोडतील. मुख्य म्हणजे माझा नाद सोडतील. सरांच्याही कपाळवरच्या आठ्या बदलल्या होत्या. चेहरा आकसला होता. त्यांनीही हात उगारला होता. पण त्यांच्यातला साने गुरुजी काही हिटलरला मोकळा सोडत नव्हता. मनात त्यांनी दहा पर्यंत मोजले असावेत. थोडा वेळ डोळे मिटून त्यांनी पुन्हा उघडले. स्वतःला शांत केले आणि होईल इतका मृदु सूर लावत ते म्हणाले, ''काय मूर्ख विचार आहेत हे? झाडावर चढण्याचा, पोहण्याचा, नेम मारण्याचा, क्रिकेट खेळण्याचा, पतंग उडवण्याचा काय फायदा आहे? काय मिळतं हे करून? याला मार्क आहेत का? यामुळे तुम्हाला नोकरी मिळणार आहे का? काय फायदा काय याचा?''

''सर या गोष्टी महत्त्वाच्या नाहीत कारण शाळेला त्या महत्त्वाच्या वाटत नाहीत. पण ह्या गोष्टी महत्त्वाच्या आहेत कारण बाहेरचं जग शाळेच्या नियमांवर चालत नाही. शाळेतल्या अभ्यासाचा शाळेतच उपयोग. बाहेर या शिकवण्याचा शून्य उपयोग...''

''म्हणजे शिकण्याचा काही फायदा नाही...आम्ही सारे शिक्षक उगाचच शिकलो ना? शिकलो नसतो...तुझ्यासारखा पतंग उडवत बसल्याने,

गोट्याचा नेम असल्याने...क्रिकेटमध्ये चांगला बॉलर असल्याने... पोहण्यामुळे आम्हाला नोकऱ्या नाही मिळाल्या. चांगला अभ्यास केला... चांगले मार्क पडले म्हणून चांगले करियर घडले. करियर आधी करा मग काय खेळायचे ते खेळा.''

''सर तुमचे...साऱ्या सरांचे करियर झाले ना? मग तुम्ही का खेळत नाही? तुम्हाला काहीच का आवडत नाही? आम्हाला चांगलं माहीत आहे की तुम्ही आम्हाला अभ्यासाला का बसवतां?'' मगर सरांनी भुवया उंचावून मलाच प्रतिप्रश्न केला, ''अभ्यास करून काय नुकसान बिकसान होतं का?''

मी आता भरात आलो होतो. आज मगर सरांना पुरतं ऐकवायचं हे मनात पक्कं केलं आणि सुरुवात केली. ''सर अभ्यास करून आम्ही पण तुमच्या हुशार मुलांसारखे शेळपट होणार. आमची ताकद, हिंमत सारी कमी करायची असेल तर आम्हाला पण अभ्यासालाच जूंपा. आम्हाला पण गुलाम बनवून टाका. पुढे-पुढे करायला, मन मारायला, दुसऱ्याच्या ताटाखालच मांजर व्हायला शिकवा. स्वतःचे विचार मारायला शिकवा. दुसऱ्याचे विचार आमच्यावर लादायचे आणि तेच आदर्श कसे हे आमच्यावर बिंबवायचे म्हणजे तुमचे शिक्षण.'' मगर सर आतून पुरते पेटले असावेत, पण तरी त्यांनी स्वतःला अजून सांभाळलेले दिसत होते. मला तर वाटलं होतं की एवढ्यावर बॉम्ब फुटेल, पण आज सर साने गुरुजींचे बेरींग सोडतच नव्हते. मी पुढे पुन्हा सांगायला सुरुवात केली. ''पण सर त्याहून महत्त्वाचं...पंधरा ऑगस्ट, स्नेहसंमेलन, सव्वीस जानेवारी...बक्षीस वितरण... सगळ्या मुख्य कार्यक्रमाला कोण येतं? शाळेचे शिक्षक अभ्यास करून घडले. पण शाळेचे अध्यक्ष कोण आहेत? चोपडा शेठ! ते काय शिकलेत? ते तर भाषणात अभिमानाने सांगतात मी चौथी नापास आहे. त्यांचे गावात काय कामधंदे आहेत सर्वांना माहित आहे. आपले मुख्याध्यापक सर एवढं शिकूनही त्यांच्या पुढे पुढे करतात. ही चमचेगिरी शिकायची का अभ्यासात?''

ह्या वाक्यावर सरांमधला हिटलर साने गुरुजींचा पुतळ्याच्या ठिकऱ्या ठिकऱ्या उडवून जागा झाला. सरांनी त्या खुर्चीतून मला ओढले आणि मुस्कटात...पाठीत...डोक्यात सगळीकडे मार मार मारले. ''कार्ट्या सुधरायचा नाहीस तर नाहीस...कुणाबद्दल काय बोलावे याचे भान नाही. फार शहाणा झालास का? नालायकांनो, वेगळा प्रयोग म्हणून तुमच्याशी बोलायला गेलो, पण तुमची लायकी नाही...सुधारण्याची पात्रता नाही. चल चालता हो वर्गातून..''

आता मला मगर सरांबद्दल पहिल्यापेक्षा जास्त आदर वाटला. हे त्यांचे खरे रुप समोर आले तेच आमचे खरे आवडते रुप. मगर सर फास्टर बॉलर सारखेच राहिले पाहिजेत. सरांना भिल्यामुळेच तर मजा यायची.

शोलेत गब्बर नसता तर कुणीच शोले पाहिला नसता!

मी ग्राऊंडवर धावलो. पोरांनी धास्तीने मॅच कॅन्सल केली होती. त्यांना माझीच काळजी होती. मगर सर इतका वेळ काय कांगावा करीत असावेत, त्यांनाही शंका आली. कारण मगर सर म्हणजे थोडक्यात कार्यक्रम...मारहाण...फटकेबाजी...

* * * * *

प्रकरण ९ वे

इतिहास विसरणारे इतिहास घडवू शकत नाही आणि इतिहास घडवणारे इतिहास सहज स्वीकारत नाही तर त्याचा चेहराच बदलून टाकतात. इतिहासाचे चिकटे सर बोलायला लागले की वर्गात वीररस वहायला लागायचा. ते इतिहास शिकवायचे...वर्गात ते इतिहास जगायचे.

इतिहास हाच एकमेव कसा श्रेष्ठ विषय आहे हे ते साऱ्या वर्गाला पटवून द्यायचे. कुणी दुसरे सर दारावरुन जातानाची चाहूल आली तरी त्यांच्या आवाजाची ऐतिहासिक पट्टी खाली यायची नाही. सर वर्गात प्रवेश करीत तेच एखाद्या ऐतिहासिक नाटकात प्रवेश केल्यासारखे. सरांना परवानगी दिली असती तर ते शिवाजीसारखा पेहराव करून...डोक्यावर टिळकांची टोपी घालून...कमरेला टिपू सुलतानाची तलवार लावून...पायात संत रामदासांच्या खडावा घालून...इंग्रजांच्या स्टाईलमध्ये मार्च करीत वर्गात आले असते. पण त्यांना याची जाणीव होती की ते इतिहासाच्या भरजरी वस्त्रांची वर्गातल्या वर्गात जरी अदलाबदल करीत असले तरी अंगातला शर्ट आठवडाभर बदलत नसत. कारण आपण जीवन शिक्षण मंदीर शाळेतले माध्यमिक शिक्षक आहोत याची कडवट जाणीव त्यांना होती. इतिहास घडवण्याची जबाबदारी आपल्यावर न येता मठ्ठ मुलांना शिकवण्याची जबाबदारी येऊन पडल्याचे दुःख त्यांना व्हायचे. पण एकदा का शिकवायला लागले की इतिहास त्यांच्या अंगात शिरे आणि दुबळे, पातळ शरिराचे हडकुळे गुलमे सर झेंड्यासारखे फडफडायचे. त्यांच्या गळ्यातले स्वरयंत्र रुद्राक्षासारखे खालीवर व्हायचे. त्यांची जेमतेम पाच फुटाची उंची आणि फुगली तरी जाणवणार नाही अशी छाती...तरी ते पराक्रम करण्यासाठी आतूरच असल्यासारखे दिसायचे.

वर्गात वातावरण पेटवायला त्यांना आवडे. एकदम मोठ मोठ्याने बोलून ते वर्गात एक तणाव निर्माण करीत. मग त्या इतिहासाचे वर्णन

करीत. एखाद्या प्रसंगाचा धड्याशी संबंध नसला तरी त्यांना हवा असेल तो प्रसंग ते मनानेच जोडत. तानाजी सिंहगड चढतोय ह्या धड्यात ते आर्य चाणक्याची प्रतिज्ञा आणत आणि चाणक्याच्या बाणेदारपणाचे वर्णन एकदम प्रचंड आवेशात करीत. तानाजी लांब राही आणि सर मौर्यकालीन गोष्टीत वर्गाला घेऊन जात.

सरांच्या ह्या शिकवण्याने हुशार मुले गोंधळून जात. त्यांना कुठच्या काळचा तुकडा कुठल्या काळाला जोडलाय हे कळायचे नाही. आम्हाला मात्र मजा वाटायची. नुसते ऐकायला काय जाते? त्यात सरांचे भाषण... त्यांचा आवाज...त्यांचे ऐतिहासिक शैलीतले बोलणे...नाटक बघतोय असे वाटायचे. सर स्वभावानेही मृदु होते...आमच्याशी ते गोड गोड बोलायचे. मुसळे सरांच्यानंतर गुलमे सरच आमच्याशी बोलायचे. पण गुलमे सर मुद्दामच मुलांमध्ये आपणही हीट आहोत हे दाखवण्यासाठी झटत. सर्वांशी गोड बोलणे हे त्यांचे धोरण होते. ते सर्व मुलांशी मित्र असल्यासारखे बोलण्याचा प्रयत्न करीत.

''मुलांनो इतिहास समजला तरच जीवन समजते. म्हणून म्हणतो इतिहास सर्वात श्रेष्ठ...''

''पण सर, इतिहास तर मेलेल्या माणसांचा असतो ना? मग कशाला मेलेल्यांची आठवण काढायची?''

''मेलेल्यांचा नाही...अमर झालेल्यांचा अभ्यास असतो इतिहासात. मेलेले इतिहास जमा होतात. अमर लोक इतिहासातून जिवंत राहतात.''

''इतिहास पराक्रम शिकवतो ना सर? मग इतिहासाची परिक्षा... मारामाऱ्या...लाठीयुद्ध...बुकलाबुकली अशी का नाही ठेवत?''

''अरे मारामाऱ्या करायला आपण काय टोळ्या आहोत का? तुम्ही पराक्रम करायचा तो अभ्यासात.''

''म्हणजे इतिहास वाचायचा आणि सनावळ्या पाठ करायच्या. युद्ध कुठे घडली...कशी घडली याची फक्त उजळणी करायची...नावं पाठ करायची आणि पेपरात उगाळायची एवढाच का इतिहास तर...?''

''पराक्रम म्हणजे काय रे?''

'पराक्रम म्हणजे धाडस...हिंमत...झाडावरून नदीत सूर मारणे म्हणजे पराक्रम...त्यांच्या गल्लीत जाऊन त्या गल्लीतल्या आडदांड पोराला बडवणं म्हणजे पराक्रम...मारामारीत माघार न घेणं म्हणजे पराक्रम...वर्गातून पळून जाणं हा गनिमीकाव्याचा पराक्रम...सुभानानाच्या बागेतून फळं काढणं म्हणजे पराक्रम. इतिहासात हे सारं का नसतं? इतिहासात पैकीच्या पैकी मार्क पडणारे तुमचे हुशार हिरो...मारामारी म्हटलं की शेपूट घालतात... अंगात हिंमत नाही म्हणून बाई-सरांच्या पदराआड लपतात नाहीतर घरच्यांना घेऊन येतात आमची तक्रार करायला...ह्यांना काय माहित इतिहासाचा अर्थ...''

सर अशावेळी गप्प होत आणि विषय बदलत. सरांची मतं स्पष्ट नव्हती. त्यांना इतिहास आणि स्वतःचं महत्त्व जपायचं होते. वर्गाबाहेर सर फारच गरीबासारखे दिसायचे. ज्वलंत इतिहासाची उदाहरणे द्यायचे. मोठमोठाल्या पराक्रमांची जंत्री घ्यायचे आणि संध्याकाळी रॉकेलचं डबडं घेऊन सुंदरलालच्या दुकानापुढे रांगेत उभे राहायचे. आम्हीही रांगेत असलो तर सरांना डबा द्यायला सांगून नंबर आल्यावर घरपोच डबा देऊन यायचो. सर बायकोलाही फार घाबरत होते. त्यांच्या घरात डबा देताना सहज लक्षात यायचे. बाहेर जो पराक्रम जमत, झेपत नव्हता, सर तो वर्गात बोलण्यातून उभा करायचे. वर्गात ते त्यांच्या पराक्रमाच्या अतृप्त इच्छा पूर्ण करून घ्यायचे.

पण एके दिवशी त्या भुंग्याने सारा घात केला. सरांना वर्गातल्या पराक्रमापासून दूर जावे लागले. सर वर्गातही गरीब होऊन गेले. चिकटे सर परत कधीच ऐतिहासिक गरजले नाहीत. भुंग्याने खरंच त्यांची अशी परिक्षा घ्यायला नको होती. त्या दिवशी असाच इतिहासाचा वर्ग रंगला होता. सर तूफान मुडमधे पानिपतचा जाज्वल्य इतिहास रंगवून सांगत होते. पोरंही तल्लीन झालेली...एकावर एक किस्से बाहेर येत होते. पानिपतच्या वर्णनाने सारे मंत्रमुग्ध झाले असताना...दत्ताजी, जनकोजी, महादजी,

६०

भाऊ विश्वासराव पराक्रमाने झुंजत असताना एक भुंगा खिडकीतून आत आला. आता शाळेच्या वर्गात असे काही किडे मकोडे यायचेच. खिडकीतून तो काळा मोठा भुंगा आत आला आणि छोट्याश्या हेलीकॉप्टरसारखा गुण-गुण-गुण करत इकडे तिकडे झोकांड्या खाल्ल्यासारखा उडत होता. अचानक त्या परकीय आक्रमणाने सर पुरते दचकले. त्या भुंग्याने साऱ्या वर्गात एक फेरी मारल्यावर तो सरांच्या दिशेने आला. सर केविलवाणे होऊन आता हा काय करतोय म्हणून मागे मागे सरकू लागले. तो थेट सरांच्या दिशेने गेल्यावर सर एकदम कोपऱ्यात गेले. भुंगा शांतपणे त्यांच्याच डोक्यावर गेला. सर अंगाची वळकटी करून भ्यायलेल्या लहान मुलासारखे दोन्ही हात डोक्यावर दाबून कोपऱ्यात स्वतःला दाबून घेऊ लागले. भुंगा त्यांच्याच कानाजवळ गेल्यावर एकदम किंचाळून ते मुलांमध्ये धावले. सरांची एवढी तारांबळ बघून मुलांना हसू आवरत नव्हते. ते मुलांमध्ये ओरडत धावल्यावर साऱ्या वर्गात हास्याचा स्फोट झाला. सरांचे एवढे घाबरलेले, भेदरलेले रुप पोरं नव्यानेच पहात होती. त्यांना आश्चर्य वाटले, पण सरांच्या लहान मुलासारख्या वागण्याने सर्वांना हसू दाबणं शक्य झाले नाही. सर शेवटच्या बाकापर्यंत धावत आले आणि भुंगा बरोबर त्यांच्या मागे. शेवटच्या बाकाकडे सर आश्रितासारखे आले. गण्याने सरांना पाठीशी घातले आणि त्यांची वही घेऊन तो बेंचवर उभा राहिला आणि बॅडमिंटनच्या रॅकेटने फूल मारावे तसा तो भुंगा बरोबर दरवाज्याकडे मारला. तो भुंगा एकदम खाली पडला आणि पुन्हा गण्याकडे उडत आला. गण्याने सावध होऊन दुसरा फटका मारला, तो भुंगा वर्गाबाहेर! परत काही भुंगा दिसला नाही का त्याचं काय झाल कळलं नाही.

वर्गावरचं परकीय आक्रमण गण्याने धाडसाने परतवून लावले होते, पण सर अजून गण्याच्या मागेच लपून होते. गण्यानं सरांना धीर देऊन उभं केले. ''सर गेला तो भुंगा…बघा सर तो गेलाच…'' सर हळूहळू सावरले. त्यांनी पुन्हा फळ्याकडे कूच केले. स्वतःला सावरल्यासारखे केले…केस व्यवस्थित केले…पुस्तक समोर धरुन सर पुन्हा पानिपत

सोडून शिवाजी महाराज शिकवायला लागले. ''शिवाजी महाराज पराक्रमीच नाही तर लोककल्याणकारी होते...रयतेचे प्रश्न सोडवणे हे त्यांचे प्राधान्य काम होते.'' साऱ्या वर्गात एक विचित्र शांतता पसरली होती.

सरांना अपमानाने हालवून टाकले होते. साऱ्या पोरांसमोर झालेल्या फजितीने त्यांना आतून मोडून टाकले होते. रोज वीररसाची बरसात करणारा त्यांचा आवाज कापरा झाला होता. हातातले पुस्तकही हातासोबत थरथरत होते. त्यांचे खरे भित्रे रुप साऱ्या वर्गासमोर उघडे पडल्याने ते फारच अस्वस्थ झाले होते. मधूनच ते वर्गाकडे पहात. पोरं भेदरुन त्यांच्याकडे पहातच नव्हती. वाचता वाचता त्यांचा आवाज जड होऊ लागला. ते चिडल्यासारखे वाटायला लागले. आवाज चिरत चिरत वर गेला. वर्गावर दशहत पसरली.

सरांनी एकदा गण्याकडे रागाने बघितले. गण्या मनातून हादरला. सर वाचत होते. ते एका ठिकाणी एकदम थांबले. ''उभा रहा रे! सांग अफजलखानाचा वध शिवाजीने कोणत्या किल्ल्यावर केला?''

गण्या उभा राहिला. पण त्याला उत्तर सापडेना. संत्याने मागून त्याला सांगितले, ''प्रतापगड..''

गण्या उत्तरला, ''सर प्रतापगड.''

सरांच्या हातून गण्या सुटला. पुन्हा सरांनी प्रश्न केला, ''कोणत्या साली? कोणत्या साली वध केला?'' सरांचा आवाज प्रचंड मोठा झाला होता. गण्याचे धाबे दणाणले...गण्यासोबत आम्ही सारेच मनातून पुरते दचकलो. हे उत्तर आख्ख्या शाळेत कुणाला आले नसते. आम्ही आख्खे पुस्तक गुपचूप चाळले पण ते साल कुठे सापडेना. सर तरातरा चालत आले आणि गण्याला बडवायला सुरुवात केली. मघाच्या हिरोगिरीचा आता गण्याला हिशोब पुरता करायचा होता. सरांना त्यांच्या अपमानाचा बदला घ्यायचाच होता. तोही गण्याकडून वसूल करायचा होता. गण्याला पुरता बदडल्यावर सर शांत झाले. भुंग्याचा वचपा गण्यावर निघाला. सरांना त्यांच्या अपमानाची भरपाई झाल्याचे समाधान झाले. सर पुन्हा

शांतपणे धडा वाचू लागले.

"प्रजेवर अन्याय होऊ नये यासाठी महाराज दक्ष रहात. प्रजेला ते पोटच्या पोरासारखे सांभाळत. आपल्या ताकदीचा वापर त्यांनी कधीच अन्याय करण्यासाठी केला नाही. दुर्बलांना ते विशेष सांभाळीत. " सर शिकवत गेले. थोड्या वेळात बेल झाली आणि वर्ग सुटला. या घटनेनंतर सरांनी कधीच वीररसाने कुठलाच धडा शिकवला नाही. ते एकदम सरळ एकाच सुरात शिकवून मोकळे व्हायचे. भुंगा ओंडक्याला बीळ पाडताना होतो तसा एकसुरी आवाज फक्त येत रहायचा.

प्रकरण १० वे

शाळा ही खूप शिकवणारी होती. वर्गातले शिकवणे हे उपयोगाचे कधी वाटतचं नसायचे. कारण वृत्त. अलंकार शिकून काय फायदा होणार होता? आपण बोलताना कुठं लक्षात असते 'वृत्त-अलंकार-व्याकरण'. पण बोलायला-लिहायला शिकण्यापेक्षा हेच नको ते शिकायला लागे. तीच स्थिती गणिताची.

जशी सगळ्या वाईट गोष्टीत एखादी चांगली गोष्ट असतेच किंवा इंग्रजीच्या सरांनी सांगितलेली एक म्हण 'Darkest cloud has Silver lining.'

तशी शाळेत एक व्यक्ती होती. सारेच सर मारकुटे आणि कंटाळा आणणारे होते. मगर, पोफळे बाई, गुलमे, वेताळे, तोबल्लवाड सारे एका माळेचे मणी...या साऱ्यात एक सर होते ज्यांची कुणाला सर नव्हती. 'मुसळे सर'.

मुसळे सर चित्रकलेचे सर होते, त्यामुळे त्यांचा तास आठवड्यातून फक्त चार वेळा असे. पण या तासाला जी मजा यायची ती कुठल्याही तासाला यायची नाही. सर वर्गात आले की वर्गात वाऱ्याची झुळूक आल्यासारखे वाटे. चेहऱ्यावर रुंद हास्य, चालण्यात एकदम भेटायला आल्याची उत्सुकता, मिष्कीलपणाची छटा, आणि अघळपघळ बोलणं-वागणं. विषय चित्रकला, म्हणून अंगी नाना कळा. वागायला शिक्षकासारखे बिलकूल नाही. बाकीचे शिक्षक एक घट्ट चिलखत घालून आलेल्या सैनिकासारखे वाटायचे. पोरांना धमकावून त्यांना भितीखाली ठेवणे त्यांना आवडायचे, नाही त्यांना तसे करावेच लागे. कारण त्यांचा स्वतःचा विषय त्यांना नीट समजावून सांगता यायचा नाही. त्यामुळे शिकवताना त्यांची गोची व्हायची. त्यांची गोची पोरांच्या लक्षात यायची. मग मास्तर लोकं पोरांवर डाफरायची. त्यांना काहीतरी अवघड प्रश्न विचारुन वर्गात

दहशत निर्माण करायला जवळपास सर्वच शिक्षकांना आवडे. शिकवताना वर्गात ऑपरेशन थिएटर निर्माण झाले पाहिजे, पोरं घाबरलेली असली पाहिजेत असे त्यांना वाटे. वर्गात कुणी हसायचे नाही. हसणे म्हणजे मूर्खपणा, छछोरपणा, वाह्यातपणा, ह्यामुळे शिकण्याची हानी होते. शिकणे म्हणजे चेहरा अती गंभीर करणे, इकडे–तिकडे, एकमेकांकडे न पहाणे, विनाकारण गंभीर रहाणे, थोडक्यात वर्गात दगड होऊन जाणे. आणि वर्गात शिकवलेले अंगावरून पाणी वहात जावे तसे निमूट वाहून द्यावे. त्या खालच्या नर्मदेतल्या गोट्यांसारखे निर्विकार रहाणे म्हणजे शिक्षण! काही सर शिकवताना काहीतरी पांचट विनोद करायचे....आणि सगळे शिस्तीत हसायचे. जणू हसणेही सक्तीचे आणि चावी पिळल्यावर खेळणे चालते तसे!

वर्गात हसते खेळते वातावरण म्हणजे मुसळे सरांचा तास! इतरांच्या ग्रीष्म ऋतुनंतर आलेली वळवाची सर! पावसाच्या सरींचा गंध! अचानक घराचे पडदे सरकवल्यावर घरात प्रकाशाची झालेली पखरण! इतर साऱ्या शिक्षकांना असं का होता येत नव्हतं. त्यांना हसरा चेहरा ठेवायला कोण का नाही शिकवत? त्यांना पोरांशी गोड बोलायला कुणी बंदी घातली असावी का? पोरांना बदडून काढण्याची सुपारी दिली होती का? त्यांच्यावर खेकसण्याची तंबी दिली होती का ट्रेनिंग? हंटरघेऊन वर्गात आल्यासारखे सारे रिंग मास्टर! ह्या लोकांना पप्पूने बिघडवले असावे. तोच ह्या टोळीचा सरदार होता. तो तर नुसता आग्यावेताळ होता. आम्ही पोरं मजेत म्हणायचो की हा वेताळ आहे शाळा सुटली तरी ऑफीसच्या अंधाऱ्या खोलीत काम करीत राहतो आणि अंधार पडल्यावर बाहेरच्या पिंपळाच्या झाडाला उलटा लटकतो...सगळ्या मास्तरांना घाबरवतो. पण ह्या पप्पूला बिघडवला तो चोपडा शेठने! चोपडा शेठ हा साऱ्या गावातला हलकट माणूस असे सारेच म्हणत. गावातल्या रॉकेलचा काळाबाजार हाच करायचा.

आमच्या रेशन कार्डावरचे रॉकेल हाच चोपडा काळ्याबाजारात विकायचा. आम्ही चार लिटर रॉकेलसाठी दोन दोन तास रांगेत उभे

रहायचो. एक गडी ठेवून जे काम दहा मिनिटात झाले असते त्यासाठी सारी रांग दोन दोन तास ऊन्हात चोपडा शेठच्या दुकानापुढे उभी रहायची. त्यात अचानक रॉकेल संपल्याचा बोर्ड लागायचा. लोक मनातल्या मनात शिव्या देत निघून जायचे. तेच साखर आली की तासात गायब! हा चोपडा हा गावातला सर्वात बदमाष माणूस. तो आमच्या संस्थेचा अध्यक्ष. पपू त्याचा मोठा चमचा. चोपडा शेठच्या हस्ते शाळेतले सारे समारंभ पार पडायचे. त्यांचा ऑफीसात मोठ्ठा फोटो लावलेला होता.

शिवाजी महाराज, टिळक, फुले, आंबेडकर, गांधी अर्ध्या फोटोत. चोपडा शेठचा पूर्ण सहा फुटी फोटो ऑफीसात मुख्याध्यापकाच्या खुर्चीमागे लावलेला. त्याच्या खाली लिहिलेले 'स्वातंत्र्य सैनिक'. प्रत्येकाच्या स्वातंत्र्याचा घास घेऊन हा चोपडा स्वातंत्र्य सैनिक. पप्पूला लायकी नसताना खुर्चीवर बसवला म्हणून तो चोपडा शेठच्या ताटाखालचे मांजर आहे असे सारे म्हणत. पण पपूचा शाळेत भारी दरारा. पप्पू नुसता दिसला तरी पिसाळलेले कुत्रे समोरुन आल्यासारखे सगळे पांगत. त्याला सामोरे जाण्याची कुणाचीही हिंमत नव्हती. शाळेत टाचणी पडली तरी त्याचा आवाज पप्पूला कळवला जायचा. त्याचे बरेच चमचे होते. मगर सर आणि घुले शिपाई तर खास. बाकीचेही सर नेहमी पुढे-पुढे.

एकदा एका कार्यक्रमाला गणपतीच्या फोटोसमोर नारळ फोडण्यासाठी पप्पूने नारळ आपटला, पण तो हातातून सुटला आणि घरंगळत मुसळे सरांच्या पायापर्यंत गेला. नारळालासुद्धा योग्य जागा कळाली असावी. तो नारळ पप्पूने खरच मुसळे सरांसमोर फोडायला पाहिजे होता. शिक्षक कसा असावा याचे मूर्तीमंत उदाहरण मुसळे सरच होते. तर तो नारळ आणायला साऱ्या चमच्यांची घाई. पप्पूला खूष करायची एकही संधी कुणी सोडायचे नाही. मुसळे सर कधीच पुढे पुढे करताना दिसले नाहीत. उलट या चमच्यांपासून चार हात दूर! जे शिकवायला एकदम बाद होते तेच पप्पूच्या फार जवळ होते. तेच नेहमी स्टेजवर दिसत. कुठल्याही कार्यक्रमाला पुढे-पुढे करत आणि सगळ्यात चांगले शिकवूनही मुसळे सर बाजूला

कोपऱ्यात असत. तरी ते कधीच उदास, नाराज दिसले नाहीत. उलट छानपैकी या गाढवांच्या गर्दीत घोड्यानं रुबाबात रहावं तसं त्यांचं वागणं वाटायचं. शिक्षकांना वाटत असतं की आपण वर्गात फार उच्च विचार व्यक्त केले म्हणजे आपल्याला मुलं महान समजतील...आपणही फार मोठमोठाले ज्ञानाचे डोस पाजणारे शिक्षक म्हणवून घेऊ. पण त्यांच्या वागणुकीने त्यांच्या बोलण्यातला व्यर्थपणाच जास्त ठळक व्हायचा. त्यांची चोरी उघडी व्हायची.

मुसळे सर ज्या दिवशी शाळेत आले तो दिवस मनात घर करून राहिला. सर पहिल्याच तासाला आले ते हातात काही पुस्तक नाही, वही नाही, नोट्स नाही, फक्त रंगीत खडू आणि डस्टर. वर्ग नवीन सरांना पाहून थोडा धास्तावलेलाच असतो. आता हा फटाका नेमका कसा वाजतोय याचेच कुतूहल असते. सर चिडके असतील का रागीट, मारके असतील की फक्त तोंडानेच शिव्या देणारे असतील अशी उत्सुकता प्रत्येक नवीन शिक्षकाबद्दल असते तशीच याही वेळेस वाटली.

सर वर्गात आले आणि मुलांचे अभिवादन स्वीकारून फळ्याकडे गेले. ओळख नाही, नाव गाव सांगणे नाही, विचारणे नाही, विषयाची ओळख नाही, स्वतःची टिमकी नाही. सर्वांचे लक्ष फळ्याकडे. सरांनी फळ्यावर वेगवेगळ्या रेषा काढल्या. कुणाला काही अर्थ लागेना. मग त्यांनी त्या रेषांच्या मधून एक वेडीवाकडी रेष काढली. एकदम एका सुंदर स्त्रीचा चेहरा दिसू लागला. वर्ग अचंबीत झाला. नकळत सर्वांनी टाळ्या वाजवल्या. पुन्हा त्यांनी ती रेष लांबवून खालच्या बाजूने वळवली तर एका साधूचा चेहरा झाला. त्या सुंदर स्त्रीचे केस त्याच्या जटा झाल्या. वर्गात आनंदाची चमत्कारिक लाट पसरली. पुन्हा टाळ्या पडल्या. मग सरांनी अजून दोन तीन ओळी बदलून फळ्यावर स्वतःचे नाव उमटवले. ''सागर मुसळे हे माझे नाव''. सर्वांनी सरांच्या कलेला टाळ्यांच्या कडकडाटात सलामी दिली. ''मुलांनो मी तुमचा ड्रॉईंग मास्तर...चित्रकलेचा तास माझा.'' मुलांशी थेट बोलणे. अगदी सहज सरांनी सर्वांना नावे

विचारली. पण प्रत्येक नावाचा अर्थ सांगून वर्गात भरपूर हशा पसरवला. तो तास कधी संपला कळलचं नाही. तेव्हापासून मुसळे सर साऱ्या वर्गाचे आवडते सर झाले.

वर्गाच्या बाहेर कोणत्याही सरांना भेटणे म्हणजे अशक्य गोष्ट. वर्गापुरतेच सर असत. वर्गाबाहेर सरांबरोबर एकप्रकारचा तुटकपणा आणि दरारायुक्त अंतर होते. मुसळे सर मात्र वर्गाबाहेरही भेटले की थांबून गप्पा मारीत. आमच्या गँगला तर सर खूपच आवडले. एकतर विल्या चांगली चित्रे काढायचा. त्याच्याकडे त्याने काढलेल्या चित्रांचा एक गठ्ठाच साचला होता. एकदा सरांनी त्याला चित्रे घेऊन घरी बोलावले. सर्वांनाच या म्हणाले. कोणत्याही सरांच्या घरी जायची पहिलीच वेळ. त्यामुळे सरांनी घरी बोलावल्यावर आम्ही पुरते हरकूनच गेलो होतो. खरंच घरी जायचं का? सरांनी सहज बोलावलं असेल पण तसं जायचं नसतं. शेवटी रविवारी सकाळी जायचं ठरलं.

विल्या त्याची चित्रे घेऊन आला आणि आम्ही सकाळी सरांच्या घराजवळच्या चौकात जमलो. मनात धाकधूक होतीच. सर नाथाच्या देवळाजवळ एका वाड्यात वरच्या मजल्यावर रहात होते. आम्ही त्या वाड्यात जाऊन सरांचे घर विचारुन सरांच्या घरी पोहोचलो. सरांचे लग्न झालेले नव्हते. ते एकटेच रहात. आम्ही घरात पोहोचलो. सरांनी आम्हाला कॉटवर बसायला सांगितले. सरांची खोली म्हणजे कलाकाराची तालीमच वाटत होती. एका भिंतीवर सरांनी विवेकानंदांचे मोठ्ठे आणि सुंदर चित्र काढले होते. खाली कोपऱ्यात सरांची छोटी सही. दुसऱ्या भिंतीवर रविंद्रनाथ टागोर. घरात मोजकीच भांडी. एका कपाटात नुसती जाडजूड पुस्तके मांडलेली आणि एका स्टॅण्डवर सर एका मुलीचे चित्र काढत होते. ते अजून अर्धवटच होते. पण ती मुलगी फार सुंदर वाटत होती.

चित्राचे ब्रश, रंगाच्या डब्या, वेगवेगळे कागद. सरांनी विलासची चित्रे पहायला घेतली आणि सरांना ती फार आवडली. प्रत्येक चित्राचे, त्याच्या रंगाचे सर आम्हाला कौतुक सांगत राहिले. आपण सरांच्या घरात

आहोत आणि सरांशी बोलतोय, तेही आमच्याशी बोलतायेत ह्या गोष्टीचे अप्रूप वाटत होते. सरांनी बराच वेळ गप्पा मारल्या. आमच्या एकेक करामती सर्वांनी सरांना सांगितल्या. सर मनापासून एकेका गोष्टीवर हसले. सर म्हणाले मलाही पोहायला घेऊन चला, मीही येत जाईन तुमच्याबरोबर! क्रिकेट मॅचलाही बोलवा. मीही चांगला खेळतो.

थोड्या वेळाने हवेत तरंगत असल्यासारखे आम्ही सरांचा निरोप घेऊन घरी निघालो. तेव्हा गज्या म्हणाला, ''तुम्ही एक गोष्ट पाहिली का? सरांच्या मांडणीवर मी सिगरेटचे पाकीट पाहिले.'' ''सिगरेटचे...हो मीही पाहिले. पण त्यात काय? सर मोठे आहेत...तुझे बाबा नाही का बिडी ओढत...?'' आम्हाला काय म्हणायचे होते ते एकमेकांना कळले होते. ''पण सरांना सिगरेट ओढताना कुणीच पाहिले नाही...आपले बाकीचे मास्तर लोक वर्गाबाहेरच तंबाकुचे बकाने भरुन वर्गातून पिंका मारतात...आणि सरांना लपवायचेच असते तर त्यांनी पाकीट वर दिसेल असे कशाला ठेवले असते...तेही लपवूनच ठेवले असते.'' मग सर एके दिवशी खरच पोहायला आले आणि पहिल्याच सूरामधे निमं डोहाचा तळ गाठून आले.

सरांना आमच्या समोर कपडे बदलताना बघून आम्हालाच लाजल्यासारखे झाले. एके दिवशी त्यांनी पिशवीभर भेळ आणली. पोहल्यावर झाडाखाली मस्त भेळ खाल्ली. खूप मजा आली त्या दिवशी. सर क्रिकेटही भारी खेळायचे...गज्याच्या बॉलींगवरही ते मस्त शॉट मारायचे. एकदम सॉलीड! सर आमचे मित्रच झाले होते. वर्गातही सरांचा तास भारी मजेचा! घरी चित्र काढायला द्यायचे आणि त्यांच्या तासाला ते छान गोष्टी सांगत. त्यांनी सांगितलेली गोष्ट म्हणजे मेजवानीच! ते गोष्ट सांगताना चित्रपट पाहतोय इतके सुंदर वर्णन करीत. त्या गोष्टीच्या दुनियेत वर्ग असा तल्लीन झालेला असे.

अशा कितीतरी गोष्टी सरांनी सांगितल्या. कितीतरी विनोद सहज बोलता बोलता करायचे. साऱ्या वर्गात हास्याची कारंजी उडायची. कुणावर

रागावलेले आम्ही कधीच पाहिले नाही. त्यांचे बोलणे...वागणे...शिकवणे साऱ्यामुळे ते मुलामध्ये खूप आवडते होते. हुशार मुलांनाही ते आवडायचे. आमच्या मागच्या बाकांवरच्या मुलांसाठी तर ते देवच होते. इतर कोणत्याही सरांनी आमच्या विश्वात कधी डोकवायची संधी घेतली नव्हती ती सरांनी घेतली. आम्हाला नावे ठेवण्या ऐवजी ते आमच्यात मिसळायचे. आमचे मित्र असल्यासारखे वागायचे. सर्वांना मदतीचा हात द्यायचे.

गजाच्या आजीला दम्याचे औषध सर पुण्यावरुन घेऊन आले आणि त्याचे पैसेही घेतले नाहीत. गण्याला फीसाठी ५० रु. दिले. ते परत घेतच नव्हते. गण्याच्या वडिलांनी दहा दहा रुपये करून बळेबळे सरांना दिले. स्वतःच्या घरी ते मुलांना मोफत चित्रकला शिकवित. नेहमी हातात कुठलेतरी पुस्तक आणि त्यात गढून गेले सर! इतर सर-बाईंसारखी टिंगल-टवाळी करीत बसणारे ते सर नव्हतेच.

त्यांनी आमच्या ग्रुपला नाव दिले होते 'अफलातून'. आमचा केवढा गौरव! पण असे चांगले सर इतरांना कसे आवडणार? मुसळे सरांनी डोक्यावर घेतलेली पोरं म्हणून आमचा उल्लेख जो तो करायला लागला. ''सर ढिले वागतात पोरांशी आणि त्यामुळे पोरं शेफारतात...'' ''अशा गोष्टी सांगून काय घडणारं पोरं? वर्गात विनोद, हशा, टाळ्या...वर्ग आहे का नाटकाचे थिएटर?'' ''गंभीरपणाच नाही या माणसात !'' ''सिगरेटी फुंकतो...वाया गेलेला माणूस हा!'' सरांच्या बद्दल या साऱ्या गोष्टी शाळाभर पसरल्या होत्या. सगळ्या काट्यांना फुलं उमललेली पहावत नव्हतं. कुठल्याही सरांना त्यांची सर येणे शक्यच नव्हते.

सर शाळेतल्या विद्यार्थ्यांचे सर्वात आवडते सर राहिले. सगळ्या मुलांना ते हिरो वाटत. बाकीचे सारे सर म्हाताऱ्यासारखे...चिडणारे, रागावणारे, डाफरणारे, मारकुटे. मुसळे सर म्हणजे तरुण, डॅशिंग तरीही विचारांनी खोल आणि खूप प्रेमळ! बाकीच्या कोणत्याच सरांबरोबर मुसळे सर जास्त रमत नसावेत. कारण बाकीचे सारे सर त्यांच्यापासून तुटकच रहात. बाकी सरांना त्यांचे चांगले वागणे बघवत नसावे. चांगल्या

गोष्टींना लवकर संपण्याचा शापच असतो.

एक दिवशी सारे चित्रच पालटले. मुसळे सर नेहमीसारखे वर्गात आले आणि त्यांच्यामागून मगर, पोफळे बाई आणि दुर्गाडे सर आले आणि शेवटच्या बाकावर बसले. तिघेही काहीतरी वहीत लिहीत होते. सर शिकवायला लागले. सरांवर त्या दिवशी ताण जाणवत होता. सरांनी त्या दिवशी पहिल्यांदा वही काढून काही व्याख्या लिहायला दिल्या. फळ्यावर चित्र काढून त्यातल्या काही तांत्रिक गोष्टी सांगितल्या.

एकही विनोद नाही, किस्सा नाही, गोष्टी नाही. काहीतरी वेगळे घडतेय हे लक्षात आले. म्हणजे सर कसे शिकवतायेत हे पहायला मगर, दुर्गाडे आणि पोफळे बाई आल्या होत्या. उलट त्यांनीच सरांकडून कसे शिकवावे हे शिकायला पाहीजे होते. ते सरांची परिक्षा घ्यायला आले होते? हा मोठा विनोद होता. पण त्यामागचे कारस्थान आमच्या लक्षात आले नव्हते. सरांना काहीतरी अडचण दिसायला लागली. त्यानंतर सर वर्गात गंभीरपणे शिकवू लागले. आमचे त्यांच्या रुमवर जाणे बंद झाले. सर खेळायला यायचे बंद झाले.

काहीतरी घडले होते. एके दिवशी मला, गण्या, गजा, विल्या, चेत्या आम्हा कुप्रसिद्ध पाचांना मगर सरांनी ऑफीसात बोलावले. अचानक वर्ग चालू असताना का बोलावले असावे? आम्ही थोडे चिंतेत पडलो... आपले काही चुकले का काय? तशा चुका हजार होत्या, पण आज नेमक्या कशाची झाडाझडती आहे हे कळायला मार्ग नव्हता. त्यात एकदम पाचांना का बोलावलं असावं? मगर सरांना स्मशानात लाकडं फोडायचं काम द्यायला हवं होतं. वाईट कामाला नेहमी पुढे! मगर सर दिसले की कुणावरतरी वाईट वेळ येणार एवढे नक्की! आम्हाला ऑफीस शेजारच्या खोलीत नेलं, बसायला खुर्च्या दिल्या.

आमच्या समोरच्या टेबलवर मधे मगर सर, बाजूला पोफळे बाई आणि दुसऱ्या बाजूला दुर्गाडे सर बसले. हे आम्हाला नुसतं नवीन नाही तर घाबरवणारं होतं. वर्गात काहीही विचारले असते तर आम्ही सांगितले

असते. पण हे असे खास बसवून...समोर सर, बाई बसून असं काहीतरी कारस्थानाच्या स्वरात विचारलेलं...हे सारं मनातून हादरवणारं होतं. मुसळे सरांना त्रास देण्याचा हा उद्योग आहे हे पहिल्याच प्रश्नातून कळले.

''तुम्हाला कोणते सर वर्गात जास्त आवडतात?''

''मुसळे सर'' आम्ही एकामागून एक बोललो.

''का?''

''ते खूप चांगले शिकवतात. मारत बिरत अजिबात नाही...''

''तुम्ही त्यांच्या घरी किती वेळा गेला होता?''

''बऱ्याच वेळा. सर बोलवायचे...आणि नंतर आम्हीपण आपणहून जायचो.''

''सर तुमच्याबरोबर खेळायला, पोहायला यायचे?

''हो, सर मस्त पोहतात, खेळतातही मस्त. बाकी कुणी सर आमच्याबरोबर नाही खेळत.''

''सर सिगरेट पितात का?''

या प्रश्नावर आम्ही उडालो. एकमेकांकडे पाहू लागलो. गडबडल्यासारखे झाले. सरांच्या हे लक्षात आले. ''सरांना तुम्ही सिगारेट ओढताना पाहिले आहे का?''

''नाही सर. कधीच नाही. पण काही सरांना शाळेत तंबाकू खाताना पाहिलेय...'' सर आता गडबडले. त्यांनी एकमेकांकडे पाहिले, मग अजून इकडचे तिकडचे प्रश्न विचारुन आमच्या चक्क एका कागदावर सह्या घेतल्या. सरांनी सही करा म्हटल्यावर सही का? कशाला? विचारायची हिंमत झाली नाही. आम्ही सह्या करुन बाहेर आलो.काहीतरी भयानक घडतेय असे वाटले. मुसळे सरांना शाळा काढून टाकणार असे स्पष्ट वाटू लागले. सरांवर जळणाऱ्या कारस्थानी शिक्षकांचेच हे काम असणार. सरही दोन दिवस शाळेत दिसले नव्हते. शाळा सुटण्याची वाट पहात त्या दिवशी दोन तास वर्गातच बसून राहिलो. शाळा सुटल्यावर सगळेच सरांच्या घरी गेलो तर सरांच्या घराला कुलूप! आम्हाला अजूनच संशय आला.

काहीतरी घडतेय...सरांना धोका आहे. आपण काहीतरी केलं पाहिजे. पण काय ते कळेना. सरही कुठे गेलेत ते कळेना! आम्ही घरी बॅगा ठेवून पुन्हा तालमीत भेटलो. गजाची शाळेतल्या शिपाई धुमाळशी ओळख होती. धुमाळला गाठायचे ठरले. आम्ही सारे धुमाळच्या घरी पोहोचलो. धुमाळ खालच्या आळीत पार नदीजवळ रहायला होता. आम्ही घराबाहेर थांबलो. गजा धुमाळच्या घरी गेला. थोड्या वेळात धुमाळ आणि गजा आले. धुमाळ गुपचूप मागे या म्हणाला. मग आम्ही मारुतीच्या देवळामागे जमलो. धुमाळ काय सांगतोय याची अफाट उत्सुकता लागली.

''सरांविरूद्ध एक निनावी पत्र आलंय ऑफीसमधे. कुणी लिहिले काही कळायला मार्ग नाही. त्या पत्रात सरांविरुद्ध बरेच आरोप केलेत..''

आता आम्हाला सारा उलगडा झाला आणि सरांची एकदम काळजी वाटू लागली. धुमाळच्या सांगण्याने आपल्यावरच काहीतरी मोठे संकट आलेय असे वाटले. सरांच्या शत्रूने असा डाव साधला होता. बाकीच्या सरांचेच हे काम असणार.

''पत्रात बरेच आरोप केलेत. सर तुमच्यासारख्या बिघडलेल्या मुलांना डोक्यावर घेतात, त्यांना घरी बोलावतात, त्यांच्याबरोबर पोहायला, खेळायला जातात. मुलांना शिस्त लावण्याऐवजी ते मुलांना बिघडवण्याची कामे करतात. वर्गात गंभीर वातावरण करण्याऐवजी विनोद आणि टाळ्या पिटवून फक्त मनोरंजन करतात. चित्रकला त्यांना शिकवताच येत नाही. ते चित्रकला सोडून भलत्याच गोष्टी सांगत बसतात.'' आम्हाला एकेक गोष्टीचा उलगडा व्हायला लागला.

''अजून काही आरोप पण आहेत. सर सिगारेटी ओढतात. पोरांना पण सिगरेटी ओढायला सांगतात. शिक्षकांशी हुज्जत घालतात.''

या गोष्टी ऐकून आमच्या रागाचा लाव्हा यावा तसा डोक्यात आगीचा डोंब उसळला. 'ह्या मास्तरांच्या आईला XXX' साल्यांनो जळता काय सरांवर? तुम्हाला कुत्रं विचारत नाही म्हणून सगळे त्या चांगल्या माणसाला त्रास देता...! आपण काहीतरी केलं पाहिजे'', विल्या चिडून बोलला.

धुमाळ कळवळून म्हणाला, ''बाबांनो, काही करू नका. वातावरण आधीच फार तापलयं. मुख्याध्यापकांनी सगळ्यांच्या सह्या घेऊन पत्रं जमा केलीत. मुसळे सरांना हे लोक राजीनामा द्यायला लावणार. कुणीच त्यांच्या बाजूने नाही. तुम्हाला मी सांगितले हे कुणाला सांगू नका नाहीतर माझीही नोकरी जाईल. तुम्ही काहीही करून उपयोग होणार नाही. उलट तुम्हाला शाळेतून काढतील. मुसळे सरांना आता कुणीच वाचवू शकत नाही.''

आमचे चेहरे द्यूत हरलेल्या पांडवांसारखे झाले होते. एकीकडे पपू, मगर सर, दुर्गाडे सर, चोपडासकट सगळ्यांना फासावर लटकावं वाटू लागले. शाळेला आग लावावी वाटू लागले. ह्या नालायक लोकांमुळे एका चांगल्या सरांना, आमच्या आवडत्या सरांना शाळा काढून टाकणार आणि कुणालाच सरांच्या बाजूने उभे राहता येणार नव्हते. चांगले शिकवण्याची...चांगले वागण्याची शिक्षा सरांना मिळत होती. इतकी चीड आली होती सर्वांना पण काही करण्याची बंदी!

धुमाळ म्हणाला की असंही बोललं जातयं की जर सरांनी माफी मागितली आणि संस्थेच्या नियमाप्रमाणे वागण्याचे लिहून दिले आणि इतर सरांसारखेच गंभीरपणे शिकवायची हमी ते देत असतील तर संस्था त्यांना माफ करून पुन्हा कामावर घेऊ शकते. म्हणजे मुसळे सरांनी पप्पूचे पाय धरायचे...मगर सरांना हात जोडायचे...साऱ्या सरांना हेच पाहिजे. ते सारे नंदीबैल असल्याने त्यांना यांच्या स्वाभिमानाचा राग येतोय. या साऱ्यांना स्वतःसारखेच सरांना घडवायचेय. मुसळे सरांनी माफी मागता कामा नये. त्यांनी छाती ठोकपणे ह्यांना उडवून लावले पाहिजे. पण मग सरांना काढून टाकले तर! पुन्हा मुसळे सर शाळेत राहणार नाहीत. सरांना नोकरी सोडावी लागेल. सर आपल्यासाठी उरणार नाहीत. आपल्याला सरांचा सहवास मिळणार नाही.

अंधार फार झाला होता. धुमाळ पुन्हा एकदा कुणाला काही सांगू नका म्हणून बजावून गेला. आम्हीही त्याला शपथ दिली आणि आपापल्या

घराकडे निघालो. जाताना पाहिले तर मुसळे सरांच्या दरवाजात अंधारच होता. दुसऱ्या दिवशी सगळे तास व्यवस्थित झाले. नेहमीप्रमाणे शिकवणे चालूच होते. तेवढ्यात चित्रकलेच्या तासाला एकदम मुसळे सर प्रकटले. वर्गात एकदम आनंदी आनंद. सरांना पाहून आम्ही टाळ्या पिटल्या. सर नेहमीच्या हसऱ्या मूडमधे होते. कितीतरी दिवसांनंतर सर वर्गात आले होते. सरांवर कुठलाच ताण दिसत नव्हता. नेहमीप्रमाणे बॅटिंगला उतरलेल्या बॅट्समनसारखे. साऱ्या वर्गात उत्साह पसरला. शाळेतल्या इतर बाई किंवा सरांनी दरवाजात पाय ठेवला तरी मुलांच्या चेहऱ्यावरचे हास्य मावळे...एक प्रकारची तिडीक उठे कारण पुढचा काही काळ आता आपलं डोकं खाणार...बोअर करणार असं वाटायचं. त्याउलट सर वर्गावर येणार म्हटल्यावर साऱ्या वर्गात इंद्रधनुष्य उगवे. एकेकाचा पायगुण.

''चला मुलांनो, खूप दिवस वर्गावर येता आले नाही...चला आज मी माझ्या अत्यंत आवडीची गोष्ट तुम्हाला सांगतो. परत कधी सांगायला मिळेल न मिळेल.'' हे वाक्य सरांनी मनातल्या मनात उच्चारल्यासारखे म्हटले पण आम्हाला ऐकू आले.

मग सरांनी एक गोष्ट सांगायला सुरुवात केली. सरांच्या आवडत्या रविंद्रनाथ टागोरांची 'राँग मॅन इन वर्कर्स पॅराडाइज...'

''एक व्यक्ती स्वर्गवासी झाल्यावर देवाच्या चूकीने तो कामगारांच्या नंदनवनात जातो.'' सारा वर्ग सरांच्या बोलण्याने अलगद पिसासारखा तरंगला...सरांना मुलांच्या मनात घुसण्याची टॅक्ट माहित होती. ''तिथे फक्त कामात व्यग्र माणसे असतात. ते कामगारांचे नंदनवन असते त्यामुळे सर्वांनी कामालाच वाहून घेतलेले असते. कोणालाही वेळ वाया घालवणे आवडत नसते. मशिनीसारखे सर्वजण राबत असायचे. हा कलाकार त्या नव्या जागेत अवघडून जातो. त्याला काहीच काम करता येत नसते आणि सर्वांना त्याचा अडथळा होत असतो.

हा लोकांना धडकतो, दुसऱ्यांच्या कामात धडपडतो...अडथळा ठरतो. लोक त्याच्यावर तो लोकांवर चिडत रहातो. एके दिवशी हा

७५

कलाकार नदीकाठी बसलेला असतो. तिथे तरुणींचा एक समूह पाणी भरण्यासाठी येतो. हा कलाकार त्यातल्या एका तरुणीला बोलावून तिचा पाण्याचा घडा मागतो. ती तरुणी घाबरत त्याला तो घडा देते. तो चित्रकार त्या घड्यावर सुंदर चित्र काढतो आणि तो घडा त्या मुलीला परत करतो. ती मुलगी पहिल्यांदाच त्या चित्राकडे पहात राहते. इतकी निरर्थक पण अत्यंत सुंदर गोष्ट तिने आयुष्यात पाहिलेली नसते. ह्या चित्राचा काय उपयोग? ह्या घड्याचा उपयोग पाणी आणण्यासाठी असताना या चित्राला काय अर्थ रहातो? याच्या असण्या-नसण्याने काय फरक पडतो...

पण मनापासून तिला हे चित्र आवडते. दुसऱ्या दिवशी पुन्हा त्या ठिकाणी त्या मुली येतात. चित्रकार तिथेच असतो. आता प्रत्येक मुलीला त्याच्याकडून घड्यावर चित्र काढून हवे असते. हळूहळू मुलींच्या पाण्याच्या खेपा कमी होतात आणि सर्वजणी चित्रांच्या...कलेच्या अधीन व्हायला लाजतात. कामात कुचराई होऊ लागल्याने साऱ्या नंदनवनात कुजबूज सुरु होते. या गैर व्यवस्थेच्या मुळाशी हा चित्रकारच आहे हे लक्षात येते. सर्व नंदनवनाच्या प्रमुखांची बैठक होते आणि ह्या चित्रकाराला गावातून बाहेर काढून टाकायचे ठरते. पण ज्यावेळीहा चित्रकार गाव सोडण्यासाठी वेशीपर्यंत येतो तेव्हा एक चमत्कारिक गोष्ट घडते. पहिल्यांदा घड्यावर चित्र काढून घेतलेली मुलगी गर्दीतून बाहेर येते आणि त्या तरुणासोबत जायला निघते. सारा गाव स्तंभित होऊन जातो....''

गोष्ट संपली. साऱ्या वर्गात टाळ्यांचा कडकडाट झाला. सर लगेच सिरियस होत म्हणाले, ''विद्यार्थ्यांनो मी तुम्हांला मागे एक चित्र दाखवले होते, 'द लास्ट सपर'...येशु ख्रिस्ताचे अनुयायांसह शेवटचे जेवण. आज माझे तुमच्या वर्गावर हे शेवटचे लेक्चर...द लास्ट लेक्चर..''

वर्गात सुन्न शांतता. कुणाचाच आपल्या कानावर विश्वास बसत नव्हता. प्रत्येकाच्या मनातली भीती आज खरी ठरली होती. तरीही त्यांना काय म्हणायचंय ते स्पष्टपणे सर्वांना समजले नव्हते.

''विद्यार्थ्यांनो मी माझ्या नोकरीचा राजीनामा दिला आहे. कालच!

आज शाळा सुटली की माझीही शाळेतून सुट्टी होणार आहे. शिक्षक असणे किंवा शिकवणे ही नोकरी असते. नोकरीचा अर्थच असतो नोकर असणे... नोकरी ही मालकाच्या मर्जीप्रमाणे करायची असते. त्याला आवडेल तसे वागावे लागते. त्याचबरोबर इतर नोकरांसारखे वागावे लागते. इतर नोकरांचीही तुम्ही त्यांचेच नोकर आहात असे वागावे अशी अपेक्षा असते. ह्यां मधमाशांच्या मोहोळात माझ्यासारख्या फुलपाखराला स्थान नाही. असो. मी पुण्यात नोकरी करणार आहे. माझा तिथला पत्ता तुम्हाला देऊन जाईन. मला पत्र पाठवा. मी तुम्हाला भेटायलाही येत जाईन...पुणे फार काही लांब नाही.

तुम्हाला जाता जाता सांगतो, ''मुलांनो तुम्ही खूप वाचन करा...सारखा विचार करा. स्वतःचे डोके घडवा. स्वतःच्या विचारांचा समूह तयार करा. त्यातून तुम्हाला जगण्याचा मार्ग सापडेल...तोच मार्ग पकडा. आयुष्यात आयुष्यच जास्त महत्त्वाचे आहे. जगण्यासाठी काहीतरी करा, काहीतरी करण्यासाठी जगू नका. मस्त रहा, आनंदी रहा. घाबरुन...भेदरुन जगण्यापेक्षा बिनधास्त जगा. मला तुमच्या वर्गावर शिकवायला खूप मजा यायची. तुम्ही खूप जिवंत मुलं आहात. रसाने भरलेल्या फळांसारखी, मागच्या बाकावरची तर जास्तच...''

''ठिक आहे मुलांनो...येतो मी'', सर फळा पुसायला वळले...वर्गात स्मशान शांतता. पण मला कळले की आता काहीच क्षण उरलेत. मी उठून उभा राहीलो आणि म्हणालो, ''सर तुम्ही जाऊ नका सर. तुम्ही एकटेच या शाळेत चांगले आहात...म्हणून तुम्हाला सर्वांनी मिळून काढले आहे. तुम्ही नका जाऊ सर. आम्ही सगळे शाळा सोडतो...तुम्ही एकटेच आम्हाला शिकवा. नदीकाठी, झाडाखाली टागोरांच्या शांती निकेतन सारखे! असली भुक्कड शाळा आम्हाला नकोच सर!'' सर फळा पुसून मागे वळाले.

''मला कळतयं तुम्हालाही तितकचं वाईट वाटतयं जितकं मला. पण लक्षात ठेवा, आयुष्यात चांगली माणसे, चांगले क्षण, चांगले दिवस,

चांगले अनुभव कमीच वेळा येतात. ती चांगली माणसे मनात जपून ठेवायची असतात. तुमच्यासारख्या चांगल्या मुलांची भेट होणं हा योग होता. तो आता संपतोय. तुम्हा सर्वांना खूप खूप आशिर्वाद…'' आणि सरांचा बांध फुटला. सरांनी रुमालाने डोळे गच्च दाबले. साऱ्या वर्गात अश्रूंचा महापूर आला. साऱ्या वर्गाला रडू कोसळले. आमचे दुःख पावसासारखे डोळ्यावाटे कोसळू लागले होते. त्याला बांध घालता येईना. मनात जमा झालेला सारा ढग पुरासारखा वाहायला लागला. डोळे कोरडे करून सर वर्गातून निघून गेले. मावळणारा सूर्य डोळ्याआड व्हावा अशी ती सरांची पाठमोरी मूर्ती वर्गातून बाहेर गेली. वर्गातील मुले कधी नव्हे इतकी रडताना आम्ही पहात होतो. आजोबा नेहमी म्हणायचे, ''जास्त हसू नकोस, रडशील!'' मुसळे सरांनी आम्हाला खूप हसवले. शेवटी सारे हसू आम्हाला रडून व्याजासहीत परत करावे लागले. सर आम्हाला एक कधीही न विसरता येईल असा धडा शिकवून गेले. ''चांगली माणसे थोडा वेळ असतात!''

पण शाळेतली वाईट माणसे मात्र टिकून होती. मुसळे सर आम्हाला न सांगता…शेवटी निरोपाच न बोलता निघून गेले. पण त्यांना घालवणाऱ्या बाई–सरांची इतकी चीड आली की ह्यांना काहीतरी शिक्षा करायला पाहिजे होती. विल्या म्हणाला रात्री शाळाच पेटवून टाकू. पपूच्या ऑफीसात खिडकीतून रॉकेल ओतू आणि काडी ओढून टाकू…नको राव, हे प्रकरण मोठ्ठ होईल. आणि शाळेने काय केलेय? फक्त पपू पेटेल असं काय करता येईल? मग त्याचं घर जाळू…नको त्याची बायको पोरं जळतील! पण काहीतरी केलं पाहिजे…

पण काय करायचं हे आम्ही ठरवलंच नाही. पण पुढचा आठवडा साऱ्या शिक्षकांना फार फार वाईट अनुभव आले. मगर सरांच्या मोटार सायकलचे सारे सीट कुणीतरी पूर्ण कापून त्यातला स्पंज विस्कटून टाकला होता. सायलेंसरमधे बटाटा घातला होता आणि टाकीत साखर घातली होती…सारी गाडी बाद झाली होती.

घुलेच्या सायकलच्या पुढच्या टायरला कर्कटकने कुणीतरी इतकी भोकं पाडली होती की त्याला दोन्ही ट्युब बदलाव्या लागल्या. पोफळे बाइंची आख्खी बाग कुणीतरी रात्री उपटून काढली. बाईंनी पुण्यावरुन आणलेली फुलांची महागडी झाडे, काश्मीरी गुलाब, मोगरा, जास्वंदी अशी चांगली फुटलेली इतर फुलांची झाडे...एवढेच काय तुळशी वृंदावनची तुळस कुणीतरी 'मेल्याने' उपटून पार उध्वस्त करून टाकली. एवढ्या मेहनतीने केलेली बाग पार सपाट झाली. पोफळे बाई स्टाफ रुममध्ये रडत रडत इतर बाईंना ही हकीकत सांगताना चेत्याने पाहिल्याचं तो आम्हाला सांगून गेला.

दुर्गाडे सरांच्या घरावर अचानक रात्री मोठ मोठाले दगड पडले. पत्र्याच्या घरावर या दगडांनी मोठा आवाज झाला...सरांचे सारे कुटुंब घाबरुन दरवाजा उघडायला धावले...तर घराला दोन्ही बाजूंनी कड्या घातलेल्या. सरांनी प्रचंड आरडा ओरडा केल्यावर शेजारी पाजारी जागे झाले आणि मध्यरात्री हा प्रकार माणसाने केला असावा का भुताने याची चर्चा बरेच दिवस चालू होती.

पण फार अघोरी प्रकार पप्पूच्या बाबतीत घडला. पप्पू म्हणजे भलताच शुद्ध ब्राम्हण. सकाळी सोवळ नेसून तासभर पूजा करायचा. एवढी पूजा करून देव याला अक्कल कशी देत नाही याचे आम्हाला आश्चर्य वाटत असे. पप्पूचे घर म्हणजे बंगलाच. समोर मोठी झाडी-गेट-तुळशी वृंदावन. सकाळी पप्पू पूजा करायला सोवळं घालून बाहेर आला तेव्हा त्याच्या हातात पुजेचं ताम्हण आणि गडू त्याने दचकून खाली टाकला आणि तो मोठ्याने ओरडला. घरातील सारी मंडळी बाहेर आली तर त्या किंचाळ्यांनी सारा परिसर हादरुन गेला...घराभोवती लोक जमले.

मुख्याध्यापकांच्या दारात कुणीतरी मेलेल्या किंवा कापलेल्या कोंबड्यांची मुंडकी-पाय आणून टाकले होते. रक्ताळलेले ते सारे अवयव... शाकाहारी...सात्विक माणसाला भयाकनच वाटणार. त्या धसक्याने सरांचे सारे कुटुंबिय दोन दिवस पुण्याला जाऊन राहिले. शेजाऱ्या पाजाऱ्यांनी ते

तुकडे जमा करून फेकले, रक्ताचे डाग धुतले. पण मनातली भीती कशी जाणार ? मग त्यांनी गोमूत्राने सारे घर स्वच्छ केले. ब्राम्हणांकडून पूजा करून घेतली. पपूच्या चमच्यांनी साऱ्या शाळेला धमकावून...लालूच दाखवून...प्रेमाने बोलून पाहून हे कृत्य कुणाचे असावे याबद्दल आठवडाभर विचारणा केली. पण त्यांना ह्याचा सुगावा लागला नाही. खालच्या आळीच्या रज्जाक भाईने कापलेल्या कोंबड्यांची मुंडकी आणि पाय मुख्याध्यापकांच्या घरापुढे कुणी आणल्या ?

तो सारा आठवडा आज काय घडतयं ह्या भीतीने गेला. साऱ्या शिक्षक मंडळींना हे सारं कोण करतयं हे कळालं नाही. आठवड्याने सारे शांत झाले. एके दिवशी आम्ही पोहताना निमं डोहाच्या तळाशी पाचही जण बुडी घेऊन गेलो. तिथे आम्ही एकमेकांना आपली कामगिरी पुरी केल्याबद्दल पाण्याखाली टाळ्या दिल्या. ही गोष्ट वर बुडबुडाही न येऊ देता पार पाडली.

प्रकरण ११ वे

शाळेत उगवलेला आजचा दिवस हा ऐतिहासिक का काय म्हणतात तसा होणार होता आणि सुवर्ण नाही पण कुठल्यातरी न पुसल्या जाणाऱ्या शाईने लिहिला जाणार आहे हे सकाळी शाळा सुरु व्हायच्या वेळेला कुणालाही ठाऊक नव्हते. पण आज शाळेतून बाहेर पडून दोन तपं झाली तरी त्या दिवशी त्या घटनेचा साक्षीदार म्हणून जे जे विद्यार्थी, शिक्षक उपस्थित राहिले त्यांना हा दिवस विसरु म्हणता न विसरणारा होऊन गेला. काही दिवसांची वेळच अशी साधली जाते...

शाळा नेहमीप्रमाणे भरली होती. प्रार्थनेला उशीरा आलेल्यांना प्रार्थनेची शक्ती शिक्षा मिळाल्याने चांगलीच पटली होती. काल जे शाळेतून पळून गेले होते त्यांना झोडपून काढले गेले होते. थोडक्यात दहशत हा शाळेचा मुख्य गुणधर्म सकाळीच प्रयोगातून स्थापित झालेला होता. गणिताच्या तासाला सर्वाधिक जास्त छळ सुरु झाला होता. गणित-बेरजा-वजाबाक्या चूकल्याने हातावर वळ उठेपर्यंत छड्या बसत होत्या. इतिहासाच्या वर्गात मोगलाई माजली होती. सनावल्या पाठ नसल्याने पोरांचा पानीपत झाले होते. मराठीच्या तासाला वृत्त, अलंकार येत नसल्याने मुस्कटात बसून पोरांची मुस्कटदाबी होत होती. तर भूगोलात राजधान्यांची अदलाबदल आणि अक्षवृत्तांची सरकासरकी झाल्याने मास्तरांनी पोरांच्या चेहऱ्याचा नकाशा बदलून टाकलेला...पण तास बदलला तरी त्रास बदलत नव्हता. गृहपाठ न केल्याने प्रत्येक वर्गाबाहेर दारात गाढवे बांधावीत असे ढ बांधव पायाचे अंगठे धरून दावणीला बांधल्यासारखे वाटत होते. शाळेत शिस्त काटेकोर होती. भावी पिढी घडवण्याचा कारखाना लोखंड घडवण्याच्या थाटात चालू होता.

अशात दुपारची जेवणाची सुट्टी झाली. नेहमीच पळून जाण्यामुळे कधी-कधी तासाला बसणे हाही बदल वाटायचा. तसा त्या दिवशी बदल

म्हणून पळून गेलो नाही.

जेवणानंतर मगर सरांचा मराठीचा तास...मराठमोळा त्रास...मगर सर म्हणजे नुसते मगरीसारखे रखरखीत खडबडीतपणाने बोलणे... बोचल्यासारखे...आवाज टोचल्यासारखा. सांगण्यात कसलाच रस नाही...मधून मधून मुखरस वर्गातून बाहेर पिचकारीसारखा मारायचे. एक अत्यंत कंटाळवाणं बोलणे...रेडिओवर राष्ट्रीय दुखवटा जाहीर झाल्यावर जस संगीत लावतात तसं सुतकी शिकवणं...

जेवणाच्या सुट्टीनंतर भरल्या पोटाने तो तास ऐकणे म्हणजे झोप न लागून देण्यासाठी कष्ट करीत बसण्यासारखे...कारण झोप लागलेली सरांनी जर पाहिली तर ती काळझोप ठरली असती. त्या दिवशी मगर सर वर्गात आले ते थोडे घाईत आणि उत्साहात. नेहमीसारखे मरगळलेले वाटत नव्हते. ते आले, मुले उभी राहिली. सरांनी हसत सर्वांना बसण्याची खूण केली. मग सर नेहमीप्रमाणे सार्वजनिक खाकरले नाहीत, टेबलवर डस्टर आदळला नाही, त्रासिकपणे पोरांवर खेकसले नाहीत. त्यांनी हसून मुलांकडे पहाणे चालू ठेवल्याने काहीतरी भयानक शंका येऊन मुलं शांत झाली. वर्गात चमत्कारिक शांतता झाली. मग खूष होऊन मगर सर म्हणाले,

''मुलांनो, रोज रोज तासाला बसून...शिकून...सारखा अभ्यास करून तुम्हाला कंटाळा येत असेल ना?''

सारी पोरं चकीत होऊन सरांकडे आणि एकमेकांकडे पहातच राहिली. असं काही मगर सर बोलू शकतील याचा स्वप्नातही कुणाला संशय आला नसता.

''तर मुलांनो आज अभ्यासाला सुट्टी देऊ...चला काहीतरी गंमत करु...'' आज मगर सरांना नक्कीच काहीतरी झाले होते. एखादे चांगले भूत सरांच्या अंगात शिरले असावे किंवा नेहमीच्या भूताने त्यांना आज मोकळे केले असावे.

'वह्या मिटून टाका...पण मराठीचे पुस्तक उघडा आणि पान नंबर तेवीसवरील प्रश्न वाचा.''

एका पुढच्या बाकावरच्या ढापण्या चमच्याने ते दोन प्रश्न वाचूनही काढले. ''यश म्हणजे काय? आणि त्यासाठी काय करावे लागते?''

''बोला आहे की नाही मजेदार प्रश्न? अरे यश म्हणजे काय...येईल का सांगता कुणाला? नाही ना...आणि ते मिळवायचे तर दूरच राहिले...'' मगर सरांचे बोलणे उत्तरांची अपेक्षा असलेला हुशार वर्ग शांतपणे ऐकत होता. आमच्याकडून उत्तराची अपेक्षा करणे म्हणजे नागड्याकडे उघड्याने जाण्यासारखे! उत्तर काय असते हाच आमच्यापुढचा मोठा प्रश्न असल्याने हा प्रश्न कसा सोडवावा हाच प्रश्न आम्हाला पडे. प्रश्न विचारुन आपली बौद्धिक पत वर्गात वाढवावी असा विचारही आम्हाला पडत नसे.

एवढा वेळ शांत बसलेले सर मग शांततेचं मडकं फोडून हसत म्हणाले, ''थांबा, थोडस थांबा आणि विचार करा. मी ती गंमत घेऊन आलोच.'' सर बाहेर गेले आणि वर्गात कुजबूज सुरु झाली. ''काय भानगड काढली रे या मगऱ्याने? आज लई गोड बोलतोय...बिघडला का काय हा? कसली डोंबल्याची गंमत...आता छडी घेऊन येईल आणि शिक्षा देण्याच्या जागेवर वळ उठवील.''

आम्ही छडीची भीती धरुन बसलो होतो. पण सर खरंच दोन मिनिटात आले. त्याची कुणीच बापजन्मी कल्पना केली नव्हती. सर आम्हाला एवढी वर्ष म्हणी शिकवत आले होते पण त्या आजवर समजल्या नव्हत्या. पण आज सरांनी जी गंमत आणली होती ती पाहून साऱ्या मराठी म्हणींचा अर्थ कळाला. मंत्रमुग्ध होणे...डोळे फाडून बघणे...डोळ्याचे पारणे फिटणे...स्तंभित होणे. सर जी गंमत घेऊन आले ती खरोखर मोठ्ठी गंमत होती. आम्हाला छडीची भीती होती पण समोर 'गुलछडी' होती.

एक आमच्या वर्गात शोभेल अशी गोरीपान, सुंदरहून सुंदर, गुलाबी रंगाचा फ्रॉक घातलेलं एक सुंदर स्वप्न...अशी मुलगी सर घेऊन आले होते. साक्षात परीच आमच्या मोडक्या तोडक्या वर्गात अवतरली होती आणि याची काहीच कल्पना नसलेला सारा वर्ग पुरता स्तंभित होऊन गेला होता. पोरांची तारांबळ उडालेली पाहून मास्तर भलतेच खूष झाले.

''बसा, अरे बसून घ्या. खाली बसा. अरे मागची रांग...आता बसता खाली का...'' सारा वर्ग स्थिरावला पण त्या गोड धक्क्यातून सावरला नव्हता.

''तर मुलांनो, माझ्याबरोबर आज ही छोटी बाहुलीसारखी मुलगी आली आहे तिचं नाव आहे नेहा गजेंद्रगडकर.'' वा...वा नावही काय सुंदर! आमच्या वर्गातल्या कमला, विमला, साळूबाई सौदामिनी, भामा... या काटेरी करवंदासारख्या शेतात कामात खपून करपलेल्या...ही कधी ऊनही न लागलेली, सफरचंदासारखी लालेलाल!

''ही आपल्या गुरांच्या डॉक्टरांची कन्या.'' त्या रेड्यासारख्या भयानक जीवापोटी हा सुंदर जीव कसा जन्मला असावा? पण कमळ चिखलातच उगवतं असं मगर सर मागच्या तासाला म्हणून गेले होते तेच खरं! ''ही नेहा मुंबईला कॉन्व्हेंट स्कूलमधे शिकायला आहे. तिने सस्केस...'' हा शब्द मास्तरांनी पाच वेळा चुकवून वेगवेगळ्या पद्धतीने म्हणून पाहिला आणि चुकवला.

ससेक्स...सस्किस्क...सेक्सस...सकसेस, मग त्यांनी तो मराठीत म्हटला, ''यश...'' आणि विनोद केल्यासारखे हसले. ''तर मुलांनो आपणा सर्वांना आयुष्यात यश मिळवायचे आहे. त्याशिवाय जीवन व्यर्थ आहे. पण हे यश नक्की असतं तरी काय? आणि ते कुठून कसं मिळवायचं हे कुणी सांगत नाही. तर ही नेहा फार छान बोलते. ती आपल्याला त्या प्रश्नांची उत्तरे सांगेल. तिने या विषयावर शेकडो व्याख्याने दिली आहेत...खास मुंबईच्या मुलीचे विचार तुम्हाला ऐकायला मिळणार आहेत. तर नेहा...गजेंद्रगडकर...'' मास्तर मागे जाऊन थांबले.

आत्तापर्यंत जिच्यावरची नजर हटू नये म्हणून पापणीही लवायला तयार नव्हती तिथे तिचा गोड आवाज ऐकायला सारा वर्ग कानात प्राण आणून तयार झाला.

''मित्रांनो...मैत्रीणींनो नमस्कार...''

तापल्या तव्यावर भाकरी टाकल्यासारखे छातीत चर्रऽऽ झाले.

युगानुयुगे ऐकलेला ओळखीचा आवाज वाटला. ''सूर्याचे प्रखर तेज कुणाला लपवता येईल का? समुद्राची अपार खोली कुणाला मोजता येईल का? हिमशिखरांना ओळख करून द्यायची गरज पडते का? सिंहाच्या गर्जनेला कुणी साद घालायची हिंमत करणे शक्य आहे का? गरुडाची अस्मान भरारी किडा मुंगीच्या नजरेतून सुटू शकेल का? यश म्हणतात ते याला...भव्य दिव्य... आकाश व्यापून टाकणारं...दिपवून टाकणारं.'' एका क्षणात पाचोळा पेटावा तसा वर्ग पेटला. आई शप्पथ...काय शब्द? काय विचार? काय बोलायची पद्धत...काय उच्चार! वर्गातला एकूण एक पोरगा पुरात लाकडं वहावीत तसा तिच्याबरोबर तिच्या प्रवाहात वाहता झाला होता...

ह्या मुलीनं जर आत्ता विहिरीत उडी मार म्हटले असते तर कुणीहीउडी मारता झाला असता. ह्या मुलीला शाळा ठेवून का घेत नाही शिकवायला? अशामुळे शिकायला काय आनंद होईल? तिचे भाषण रंगातच येत चालले होते. अपार कष्ट...निरंतर ध्यास...अपरिमित जिद्द... आणि प्रखर आत्मविश्वास...चिकाटी...प्रेरणा... डोंगरावरुन दगड घरंगळावे तसे मोठमोठाले शब्द ही पोरगी सहज उच्चारत, फिरवीत होती. असलं अफाट भाषण तिने तासभर झोडले. ती काय दिवसभर...महिनाभर...वर्षभर अशीच बोलत राहिली असती तरी कुणी जागचे हलले नसते. पण चांगल्याच गोष्टी नेहमी लवकर संपतात...

''मित्रांनो जाता जाता जुनीच गोष्ट सांगते...'' आणि तिने ससा कासवाच्या शर्यतीची गोष्ट पुन्हा सांगायला सुरुवात केली. हजार वेळा ऐकलेली गोष्ट पुन्हा पुन्हा ऐकावीशी वाटत होती...हवीहवीशी वाटत होती. तो ससा...ते कासव...ती शर्यत...तो आळशीपणा...फळं खात बसणं...गवत खात फिरणं...मजा करणं...आनंदाने झोपी जाणं...इकडे कासव कष्ट करत...धडपडत...घाम गाळत...साऱ्या आनंदाचा त्याग करत कसंबसं त्या रेषेवर पाहोचते आणि विजयी होते...गोष्ट संपते. खरंच या गोष्टीला काहीतरी फाटा फुटून ती अजून लांबावी...हे व्याख्यान कधी

संपूच नये असं वाटत असतानाच व्याख्यान संपले. साऱ्या वर्गाने खणखणीत दाद दिली. एवढ्या टाळ्या आजवर कुणी आमच्याकडून मिळवल्या नव्हत्या. शाळेची कौलंही थरथरली एवढा मोठ्ठा आवाज झाला. मगर सर तर भलतेच खूष झाले. जणू काय त्यांनीच टाळ्या मिळवल्यात अशा खूषीत भलं मोठ्ठं हास्य करीत ते पुढे आले. ''काय मुलांनो आवडली ना गोष्ट?''

''हो हो'' मुलांनी मोठ्ठा जल्लोष केला.

''बरं तुम्हाला कोणाला काही प्रश्न विचारायचेत का? नेहा तुमच्या प्रश्नांची उत्तरे देईल.'' नेहा थकून-दमून सरांच्या खुर्चीत बसली होती. आख्खा वर्गच तिने गुलाम करून टाकलेला..

''विचारा...अरे काहीतरी प्रश्न विचारा...''

माझी ट्यूब अशावेळी पेटली नाही तर ती ट्यूब कसली? इतका वेळ जिला नुसते पाहिले...ऐकले तिच्याशी बोलायला मिळणार या विचारानेच माझा हात यांत्रिकपणे वर झाला. साऱ्या वर्गाचे लक्ष मागे गेले. हुशार पोरांनी कपाळाला हात लावला व ते ऐकमेकांकडे टकमक बघू लागले. मगर सरांच्या चेहऱ्यावर सर्वात मोठे प्रश्नचिन्ह पडले. याला काय कळाले असेल या गोष्टीतले? गेल्या पाच सहा वर्षात एकदाही याने हात वर केला नाही आणि आज केवढा ऊत आलाय? नेहाने हात वर आलेला पाहताच हसून ती म्हणाली, ''शाब्बास, काय प्रश्न आहे तुमचा?

''नेहा मॅडम...'' या उच्चारावर ती जे हसली की माझ्या मेंदूला झिणझिण्या आल्या. प्रश्नच आठवेना. सारं अवसान एक करून आठवलं, ''तुम्ही म्हणाला की शर्यत जीव तोडून जिंकली पाहिजे...पण त्या ससा कासवाच्या शर्यतीत बक्षीस काय होतं?''

ह्या प्रश्नाने नेहाला गोंधळात टाकले. ''बक्षीस...बक्षीसाचा उल्लेख नाही...तरी...'' तिने मदतीसाठी मगर सरांकडे पाहिले. मगर सरही दचकले. साऱ्या वर्गावर त्या लपवाछपवीची लहर पसरली. लगेच सावरुन मगर सर म्हणले, ''अरे शर्यत म्हटली की बक्षीसं आलीच... काहीतरी

चषक, नाहीतर ढाल असेल...ते काही महत्त्वाच नाही...खाली बस. अरे हुशार मुलांनो तुम्ही गप्प का? माझ्या मित्रांनी बेंच खालून माझं हातात हात घालून अभिनंदन केले. पण माझे काही समाधान झाले नव्हते. मी पुन्हा हात वर केला.

मगर सर हुशार मुलांकडून अपेक्षा करीत होते. मला टाळण्यासाठी त्यांना कुणाचा तरी हात वर यायला हवा होता. पण कुणी हात वर करेना.

''काय प्रश्न आहे रे तुझा?'' कटकट केल्यासारखे त्यांनी मला विचारले.

''नेहा मॅडम, जर बक्षीस महत्त्वाचे नसेल तर कासवाने शर्यत जिंकण्याचा एवढा आटापिटा का केला?''

माझ्या प्रश्नाने मगर सर पाऊलभर मागे सरकले. नेहा गडबडली, पण कृत्रिम हसू आणून म्हणाली, ''पहिलं येणं हेच बक्षीस...जगात तुमची वाहवा होते त्यासाठी...''

''पण जगाला खूष करण्यासाठी मरमर मरून पहिलं येण्यापेक्षा स्वतःला खूष करून दुसरे आलेलं काय वाईट?''

या वाक्यावर मागून वळवाचा पाऊस सुरु व्हावा तसा पाऊस सुरु झाल्यासारख्या टाळ्या सुरु झाल्या आणि लाट आदळावी तशा पुढे पर्यंत गेल्या. याचा परिणाम नेहावर झाला. मगर सरही चिडले. एवढा वेळ शिकवलेल्या साऱ्या रांगोळीवर हा गाढव बोळा फिरवतोय म्हणून ते चिडले, वैतागले. माझे मित्र तर हा एवढा विद्वान कधी पासून झाला आणि आपल्याला न कळवताच! म्हणून डोळे विस्फारुन माझ्याकडे पाहू लागले.पुढच्या बाकावरचे हुशार विद्यार्थी हतबल झाल्यासारखे निष्क्रिय होऊन गेले होते. वर्गात पाहुणी होती, नाहीतर मगर सर एव्हाना माझ्या मानगुटीवर बसले असते.

नेहा त्यातून सावरून तयार होत म्हणाली, '' मग तुम्हाला काय म्हणायचे? यशस्वी होण्यापेक्षा मजा करायची...त्याने काय मिळणार आहे?''

‘‘ ससा कासवात कासव आला भले पहिला. पण मजा केली ती सशाने. तो भरपूर खेळला...मऊ मऊ गवतात लोळला...फळं खाल्ली... निवांत झोपला. पहिलं येण्याच्या आनंदापेक्षा स्वतःला आवडतं तसं वागणं महत्त्वाचं...त्यात मोठ्ठा आनंद आहे. जगाला खूष करण्यापेक्षा स्वतःला खूष करणं महत्त्वाचं!'' आणि अचानक सरस्वतीच जीभेवर अवतरल्यासारखं एक वाक्य सहजच नकळत माझ्या तोंडी आले, ‘‘जे प्रवासाचा आनंद घेत नाहीत ते कधीच मुक्कामी पोहचत नाहीत.'' माझं बोलणं थांबलं ..पोरांची टाळ्या पिटायची तयारी दिसू लागलेली असताना... नेहाचा चेहरा मावळत मावळत गेला. तिला हा तिचाच पराभव वाटायला लागला. ती एकाकीपणे सर्वांकडे पाहू लागली...आणि अखेर स्त्रियांचे ठेवणीतले ब्रम्हास्त्र तिच्याकडून बाहेर आले. तिचे दोन्ही डोळे आभाळासारखे भरून आले...आणि ती ते अश्रू पुसत वर्गाबाहेर धावली. वर्गात एक विषण्ण शांतता पसरली. मगर सरांना मला आधी तुडवावे की नेहाला सांभाळावे असा मोठा प्रश्न उभा राहिला. दोन पावलं ते माझ्याकडे आले पण एकदम गर्रकन वळून ‘‘नेहा...बेटा बेटा..'' म्हणून नेहाच्या मागे धावत सुटले.

वर्गात विचित्र शांतता पसरली. एवढ्या सुंदर गोष्टीचे असे काहीतरी होईल अशी कुणाला कल्पना नव्हती. हुशार पोरं माझ्याकडे ‘ब्रम्ह हत्त्या केलेला पापी' अशा नजरेने बघत होती. त्यांच्या लेखी एका क्षुद्र मुलाकडून त्यांच्या कुळातल्या हुशार विद्वानाचा अपमान झाला होता. माझ्या मागच्या बाकावरच्या मित्रांना कधी नव्हे एवढा माझा अभिमान वाटू लागला होता. माझ्यातल्या विद्वतेने त्यांना दिपवून टाकले होते. पण या प्रकरणाचा शेवट अजून बाकी होता आणि तो पप्पूच्या केबिनमधेच होणार असं मला आतून वाटत होतं. मगर सर मला सोडतील असं वाटत नव्हतं.

तसंच झालं...आमच्या शाळेचा एकनिष्ठ शिपाई घुले...संकटासारखा दारात उभा राहिला. अपशकुनी घुले यमाच्या रेड्यासारखा दारात आला. सावली बनून पपूच्या पुढे पुढे करणारा घुले दातात काडी कोरडत वर्गात

येऊन ओरडला, “ कोण रे ते कार्ट...एवढ्या चांगल्या पोरीला रडवलेलं...चल रे मुकाट्यानं ऑफीसात...” दातात आलेला पदार्थ थुंकीत घुले बोलला. मी ताठ मानेने कपडे व्यवस्थित करत निघालो. चला आता सत्काराला जायची वेळ आली होती. पण ही काय पहिली वेळ होती घाबरायला? माझ्या मित्रांनी प्रेमाने निरोप दिला. हुशार पोरांनी 'चांगला चोपला पाहिजे याला' असे हावभाव केले. मुलींना फार सहानुभूति वाटली. दैवी आज्ञेसारखा आता निरुपाय झाला होता. घुलेच्या मागे मी गुपचूप निघालो. घुले मनातून खूषच असणार. आम्हाला चोपले की त्याच्या जीवाला फार समाधान लाभे. ऑफीसकडे चालता चालता घुले हसून माझ्याकडे पहात म्हणाला, “कधी सुधरायचा रे तू?” “तू सुधारून काय झालास, शिपाईच ना?” माझ्या उत्तराने घुले पुरता उखडला.

मी क्रांतीकारकाच्या तोऱ्यात चालत ऑफीसात पोहोचलो. पप्पू तयारीत बसलेला. नेहा रडून रडून खालच्या मानेने हुंदके देतच होती. मगर सर कोपऱ्यात आज्ञाधारकासारखे उभे. पण आज इतिहास भूगोलाचेही चिकटे आणि चिकटे मास्तर आले होते. घुले मला पुढे करून दरवाजातच थांबला. ते पपूच्या केबिनचे आतले थंड-अंधारी भयावह रुप...मी थंडपणे सरांच्या पुढे... नेहाच्या मागे उभा राहिलो.

पप्पू शांतपणे उठला...व्हिलनसारखा हळूवार चालत माझ्या शेजारी येऊन थांबला. “तू कधी सुधारायचा रे? रोज खोड्या...रोज मार..लाज बिज काही राहिली नाही. अभ्यासात मठ्ठ आणि ह्या पाहुण्या मुलीला त्रास दिलास भर वर्गात...”

“नाही सर, मी फक्त प्रश्न विचारला...” माझे उत्तर यायच्या आत सरांनी उजवा हात माझ्या उजव्या गालफडावर जो ठेवून दिला, मी उडून पडलो ते इतिहासाच्या कुशीत! त्या इतिहासाच्या सरांनी भिजलेली घोंगडी उचलावी तसा मला उचलला. सर पुढे आले आणि आता डाव्या गालावर जी मारली, मी इतिहासातून भूगोलाच्या गळ्यात पडलो. त्यांनी सरळ उभे केले. मुख्याध्यापकांनी पाठीत...डोक्यात...थोबाडीत...खांद्यावर नुसता

दांडपट्ट्यासारखा हात चालवला. मी गरमागरम होऊन गेलो. पहिल्या फटक्यानंतर माझी जाणीवच गेली. आजपर्यंतचा हा सर्वात जास्त मार होता.

मग मुख्याध्यापकांनी मला उभेच ठेवून नेहाकडे पाहिले. तिचा हुंदका थांबून तिथे आता हास्य प्रकटले होते. तिचे समाधान झाले होते...मगरसर खूष होते...मग मुख्याध्यापकही खूष झाले. त्यांनी त्यांच्या विस्कटलेल्या केसांमधून हात फिरवला, रुमालाने घाम टिपला. मग संतवाणीत ते म्हणाले,

''हे बघ बाळ सिलॅबस बनवणारे-पुस्तक लिहिणारे फार हुशार माणसे असतात. ही ससा कासवाची गोष्ट किती जुनी...सगळ्या विद्वानांनी मान्य केलेली. तू ती खोटी म्हणतोस. तुझ्यासारखा मठ्ठ विद्यार्थी...ही पारेगी शंभर शाळा गाजवून इथे आली...एवढ्या किरकोळ शाळेत. तू तिला रडवलेस...फालतू प्रश्न विचारुन. चल तिची माफी माग.''

''सॉरी नेहा मॅडम'', मी नकळत शेकहॅण्डसाठी हात पुढे केला. तिलाही काही कळले नाही. तिने हातात हात घेऊन शेकहॅण्ड केला. ''It's OK, It's OK.'' मघाशी बोलणे झालेच होते, आता स्पर्शही झाला. माझा सगळा मार त्या गुलाबी परिस स्पर्शाने पावन झाला. सरांनी जायची परवानगी दिली. मी बाहेर पडलो. मार तर लगेच विसरलो होतो. मला यश या शब्दाशी काही घेणं देणं नव्हतं...ना त्या गोष्टींशी...

पण लक्षात राहिले ते नेहाचे हसणे...तिचे ते डोळे आणि शेकहॅण्डचा गुलाबी स्पर्श.

वर्गात मी हसत हसत प्रवेश केला. माझी गँग माझी वाट पहात होती. त्यांना काळजी होती की मी मार खाऊन निराश होतो का काय? मी वर्गात तो हात ऊंचावून म्हटलं ''ह्या हातांनी नेहाला शेकहँड केलाय, बोला कुणाला ह्या पवित्र हाताने शेकहँड करू?''

सारी मुले मला शेकहँड करण्यासाठी पुढे धावली.

* * * * *

प्रकरण १२ वे

शाळा ही शिकण्याची जागा होती. म्हणजे आपल्याला जे ज्ञान नाही ते शाळा द्यायची. त्यासाठी शिक्षक नेमलेले होते. वह्या, पुस्तके, अभ्यास, परिक्षा होत्या. शाळेची मोठी इमारत, मैदान, फळे होते. दिवसभर शाळेत बसण्याची सक्ती असायची आणि शिकवण्याच्या कढईत वितळवून अभ्यास साऱ्यांच्या कानात ओतला जायचा. ही सारी प्रक्रिया कुणीतरी ठरवून मुले घडवण्याचा एक कारखाना शाळा म्हणून चालत आलेला होता. पण शाळेत आपण जे शिकवतोय हे नक्की काय आहे? आणि कधी कामाला येणार हे काही नक्की कळत नव्हते.

एकदा मुसळे सर आम्हाला वर्गात म्हणाले होते, ''शिकणे म्हणजे विचार करणे...'' आमच्या गँगमधे शिक्षण चालू होते म्हणायचे. कारण रोज काहीतरी घडले पाहिजे हा आमचा सार्वजनिक विचार होता. रोज काहीतरी नवीन गंमत करायची हा आमचा सुविचार होता. पण शाळेत विचार पडायचेच नाहीत असे नाही. मनात काही प्रश्नांचे..विषयांचे तरंग उठायचेच. पाण्यात दगड पडल्यावर मागावून जशी वर्तुळे तयार होत जातात तसे...

अशा विचारंचे तरंग मनात उमटायचेच. त्यादिवशी वर्गात फळ्यावर एक शब्द लिहून ठेवला होता. तो आधीच लिहीला गेला होता. बाकीचे सारे शब्द पुसले गेले होते. सारे शेत कापल्यावरही एखादे कणीस कुठेतरी कोपऱ्यात जास्त सहज दिसते तसा तो शब्द साऱ्या पुसलेल्या शब्दातून उरल्यामुळे जास्त स्पष्ट दिसत होता. तो शब्दही वेगळाच आणि छान वाटला.

''ध्येय!''

मी तो शब्द नीट पाहिला. पण त्याचा अर्थ काही कळेना. मी तो वहीतही लिहीला. तो लिहीतानाही फार धडपडावे लागले कारण तो

जोडशब्द होता. मला मित्र जोडणे सोपे जायचे पण शब्दाला शब्दाचा जोड देण्याचे काम फारच अवघड आणि किचकट वाटायचे. पण तो शब्द माझ्या नजरेत भरला.

मग दिवसभर वेगवेगळे तास झाले. पण कोणत्याच तासाला त्या शब्दाला धक्का लागला नाही. एका तासाला बाईंनी फळा पुसला. डस्टर त्या शब्दाजवळून मृत्यु जावा इतका जवळून गेला पण तो शब्द वाचला. अशाच तऱ्हेने तो शब्द वाचत राहिला आणि मी त्याच्या वाचण्याच्या तऱ्हा बघून खूष होत राहिलो. काही सरांनी आज फळाच वापरला नाही.

देवळाबाहेर पुजाऱ्याचीच चप्पल रेंगाळत रहाते तसे त्याच अक्षरांना दिवसभर मी रेंगाळलेल पाहिले. सर पुढे शिकवत राहिले तरी तो शब्द माझ्याकडे पाहून हसतोय असा भास होत राहिला. माझे लक्ष पुन्हा पुन्हा त्याच्याकडे जात राहिले आणि हा लपाछपीचा खेळ दिवसभर चालू राहिला. त्या दिवशी शाळा सुटली तरी मी मागे रेंगाळलो. दप्तर भरायला मुद्दाम वेळ लावला आणि सर्वांना पुढे जाऊ दिले. सर्व मुले गेल्याची खात्री केली आणि त्या फळ्यापुढे उभा राहिलो.

आता दिवसभर माझ्याशी लपाछपी खेळणारी ही अक्षरे त्यांच्याकडे रोखून पाहिल्यावर लाजल्यासारखी मागे सरकली...मी एक रोखाने त्या अक्षरांकडे पहात राहिलो.

'ध्येय!' त्या अक्षरांना आकार होता. त्यात काहीतरी गमतीदार होते. त्यांना फुलपाखरासारखे पंखही आहेत असे वाटले. मी बाजूचा डस्टर उचलला आणि ती अक्षरे पुसून टाकली. फुलावरुन फुलपाखरु उडावे तशी अक्षरे उडून गेली. त्या खडूच्या पांढऱ्या स्फटीकांमध्ये ती धुळीसारखी उडाली...पण ती फळ्यावरुन थेट बसली माझ्या मनावर! आतमध्ये ती अक्षरे पक्की झाली. आता त्यांना हलवणे, पुसणे शक्य नव्हतं. मग एकदम कुणीतरी हाक मारली. मी जो ओ देत पळालो...

मला असे भास नेहमी व्हायचे. काही शब्द माझ्या स्वप्नात येऊन दंगा घालायचे...काही आकाशात ढगांच्या रुपाने दिसायचे. कधी कधी

झाडांचे आकार अक्षरांसारखे दिसायचे. रात्री आकाशात तारकांच्या ठिपक्यांमध्ये अक्षरे दिसत. पण हे सारं मी कुणाला सांगणार? कुणालाच सांगता येणार नव्हतं आणि कुणाला समजलंही नसतं. माझ्या गँगच्या साऱ्या मित्रांना नेहमी प्रत्येक गोष्ट हसण्यावारी नेण्याची सवय होती.

त्यामुळे त्यांच्यापुढे कुठलीही अशी मनातली गोष्ट सांगणे हास्यास्पदच ठरले असते. माझ्या मनातली ही बाजू कुणालाही सांगण्यासारखी नव्हती. ह्या मनातल्या खोल गोष्टी जणू फक्त माझ्यासाठीच होत्या. त्या गहन कोड्यासारख्या मलाच सोडवत बसाव्या लागत. पण अशाच गोष्टी प्रत्येकाच्या होत्या. प्रत्येकजण स्वतःच्याच मनात अशी कोडी बाळगून होता.

गजाच्या घरात बरीच भांडणे होती. त्याचे वडिल दारु पिऊन त्याच्या आईला मारहाण करायचे...ते फारच भयानक होते. डोक्यावर केसांची टोपलीच पालथी केलीय असे वाटायचे. त्यात तितकीच दाढी...मोठ्ठी दाट. त्यातून त्यांचे हिरवे पिवळे दात आणि सतत लालाबुंद डोळे...ते भयानक होते. तोंडात सतत तंबाकू आणि शिव्या. गज्या घरातल्या भांडणाबद्दल कधीच बोलायचा नाही. त्याला मारहाण झाल्याच्या खुणाही कधी कधी त्याच्या चेहऱ्यावर, अंगावर दिसायच्या. पण तो ''पडलो'' म्हणून सांगून मोकळा व्हायचा आणि विषय टाळायचा...टेन्शनमधे असूनही आमच्यात हसून रहायचा.

चेत्याला ग्रह ताऱ्यांचे वेड होते. त्याच्या दूरच्या भावाने त्याला काही पुस्तके दिली होती. तो रात्री ढगात पहात रहायचा आणि वहीत टिपणे काढायचा. त्याला साऱ्या ताऱ्यांची नावे पाठ असायची. पण ते ऐकताना फार कंटाळवाणे वाटायचे. स्वतःशीच त्याची जुळवाजुळव करायचा.

विल्याला चित्रकलेचे वेड होते. मुसळे सरांनी कौतुक केल्यापासून विल्याचे वेड जास्तच वाढले होते. बघू तेव्हा विल्या चित्रे रंगवीत असायचा.

गण्याही वहीत काहीतरी लिहीत असायचा. तो ते लिहिलेले सर्वांपासून लपवून ठेवायचा. एकदा ती वही मी गुपचूप वाचली तर त्यात काहीही भलतेसलतेच लिहीलेले होते. दगड बोलायचा तर झाड हसायचे...पाणी गाणी म्हणायचे. मला काही कळले नाही. मी वही बंद केली. मला ते वाच म्हटले असते तरी पुन्हा वाचले नसते, पण गण्या तासन् तास ते लिहून काढायचा.

असे सगळ्यांचे आपापले विश्व होते. आमच्या पुरते छोटे....त्यात आम्ही एकेकटे फिरत असू....एकमेकांना त्रास न देता! एकत्र आल्यावर आतला कप्पा बंद होई. आता या शब्दांची गंमतही फक्त मलाच ठाऊक होती. ती कुणाला सांगता येणं शक्य नव्हतचं. तो शब्द मी घरी गेल्यावर पुन्हा वहीत लिहीला...ध्येय!

''ध्येय म्हणजे आपले उद्दीष्ट, आपण कुठे जायचे ते ठरवणे. ध्येय म्हणजे महत्त्वाकांक्षा...स्वप्न...उद्दीष्टे! ज्याच्यासाठी जीवन खर्च करायचे अशी गोष्ट. तुम्हीही प्रौढ होणार...मोठ्ठे होणार...मग तुम्हाला काहीतरी काम करावे लागणार...कुठेतरी नोकरी करावी लागणार किंवा काहीतरी व्यवसाय...धंदा करावा लागणार. तुम्ही त्या व्यवसाय धंद्यात वर जाणार की खाली रहाणार हे तुमचे कष्ट आणि नशीब ठरवणार.'' ध्येय या विषयावर सरांनी वर्गात वाजवलेली कॅसेट पुन्हा जशीच्या तशी ऐकू आली.

ध्येय म्हणजे आपण मोठे झाल्यावर करायचे काम! आणि ते अटळच असते. म्हणजे ध्येय ही मृत्यूसारखी अटळ गोष्ट आहे. खरंच मृत्यु हाही जोडशब्द होता. सारेच जोडशब्द अवघड असतात. जन्मही तसाच...पण आई, बाबा, ताई आणि गुरु...सोपे शब्द. आज्जी, प्रेम, दुःख फारच अवघड. डोक्यात ध्येय शब्दाचा धोंडा डोंगरावरुन दगड सुटावा तसा सुटलाच होता.

आपण मोठे झाल्यावर कोण होणार? काय करायचे हे ठरवावे लागणार.. सारे आत्ताच ठरवावे लागणार? आपल्याला ध्येय हे ठरवल्याशिवाय पुढे

जाताच येणार नाही...

आपण आता आपले भविष्य ठरवलेच पाहिजे. आई-वडिल पुण्यात शिक्षक होते. आजोबाही गावाकडच्या एका शाळेत शिक्षकच होते आणि साऱ्या शिक्षकांच्या गराड्यामुळे शिक्षक ही नेहमी पाहण्यातली गोष्ट होती. त्यात मोजकेच शिक्षक चांगले आणि मारकुटे, बदडून काढणारेच जास्त होते. त्यामुळे शिक्षक हे माझे ध्येय बनूच शकत नव्हते. काहीही व्हायचे पण शिक्षक चुकूनही व्हायचे नाही अशाच विचाराने मी ध्येयाचा पहिला टप्पा लिहायला घेतला.

आपल्याला काहीही होवो शिक्षक व्हायचे नाही. किमान एवढे तरी पहिल्यांदा ठरले. पण त्या दिवसापासून मला प्रत्येकाकडे एका वेगळ्याच दृष्टीने पाहण्याची सवय लागली. शाळेत सगळ्या शिक्षकांचा विचार केला तर लक्षात आले की हे लोक परिक्षेवर परिक्षा पास होत होत शिक्षक पदापर्यंत पोहोचले. एकदा शाळेतल्या गाडीत हक्काची सीट मिळाल्यावर थोड्याच वेळात जशी पेंग येते आणि डोळा लागतो तसा जवळपास साऱ्याच शिक्षकांचा डोळा लागला होता. एस.टी. जाईल तिकडे आपला प्रवास होत राहील अशी त्यांची सरळमार्गी समजूत असावी. वर्गात पोरांना दटवायचे...धमकवायचे...मोठ मोठे उपदेश करायचे आणि बाहेर पपूला घाबरायचे. चोपडा शेठपुढे कापत उभे रहायचे. या शिक्षकांची मला मोठी गंमत वाटे. त्यानंतर थोडे थोडके सोडले तर सारे वर्गात शिकवायला येणे ही एक शिक्षाच असे. चेहऱ्यावर दुःख घेऊन त्याला साऱ्या विद्यार्थी संख्येने गुणूनच बाहेर पडायचे असा त्यांचा अंगी भिनलेला खाक्या. मुल आपली रेवडी उडवत असतील...आपल्या उण्यादुण्यांवर हसत असतील... आपल्या वागण्यातला ढोंगीपणा पोरांना समजत असेल...आपले पितळ उघडे पडलेले पोरांना दिसेल याची काहीही चिंता त्यांना वाटत नसावी. पाठीवर नकोसे झालेले ओझे वाहणाऱ्या, त्रासलेल्या हमालासारखे आमचे शिक्षक...त्यांच्यासारखे व्हावे वाटणे अशक्यच होते...

✳ ✳ ✳ ✳ ✳

प्रकरण १३ वे

माझे निरीक्षण नकळत चालू झाले. मला प्रत्येक मोठ्या माणसाला पाहून याचे ध्येय काय असावे? असा प्रश्न पडायला लागला. प्रत्येकजण काही ना काही कामात असतो. प्रत्येकाला कसली तरी घाई असते. प्रत्येकाला काहीतरी मिळवायचे असते...कुणाची तरी भीती असते. प्रत्येकजण कशातरीसाठी धावतच असतो. मिळवत रहाणे म्हणजेच जीवन. शाळेतली मुलं वेळेवर शाळेत येतात कारण उशीरा आलं की मार मिळणार असतो. मार चुकवण्यासाठी वेळ गाठणं आलं. पहिल्या बाकांवरची मुले अभ्यास करतात. आपली बहीणही अभ्यास करते...तिला व त्यांना मार्क मिळवायचे असतात.

सर-बाई लोक शिकवतात त्यांना पगार मिळणार असतो. माझे आजोबा दुसऱ्या शाळेत शिकवायचे...त्यांनाही पगार मिळायचा म्हणून. आई-वडील पुण्याला शिकवायचे. त्यांच्या नोकरीमुळे त्यांना मला आणि बहिणीला सांभाळता येत नव्हतं. त्यामुळे त्यांनी मला आणि बहिणीला आजी आजोबांकडे ठेवले होते. म्हणजे पुन्हा प्रश्न पैशाचाच होता. पैशानेच तर दुनिया चालत होती...पैसाच महत्त्वाचा असतो.

शाळेच्या बाहेर शेवंताबाई नावाची म्हातारी बोरं, पेरु, चिक्की, चिंचोके, गोळ्या विकायची. सकाळी एका पाटीत साऱ्या वस्तू, जिन्नस आणायची. संध्याकाळी घरी जायची. दिवसभर पोरं तिच्याभोवती गराडा घालायची आणि एक आणा...चार आणे...पाच दहा पैसे देऊन तिच्याकडून काहीतरी खायला घ्यायचे. दिवसभर वैतागलेली...चिडलेली शेवंताबाई पोरांवर खेकसत...ओरडत पैसे गोळा करायची. लहान लहान पोरांवर खेकसून ओरडायची...शिव्या द्यायची. शेवटी पैसे मिळवणे हाच तर तिचा धंदा होता.

पण तसेच काम शाळेच्या आत मुख्याध्यापकांच्या खुर्चीत बसून

आमचा पप्पू करीत होता. तोही म्हातारी इतकाच खडूस होता. यार पैसाच मेन आहे...पैशाला एवढे महत्त्व आहे पण पैसा सगळ्यांकडे सारखा नाही. कुणाकडे तो भरपूर...प्रचंड..अती आहे तर कुणाकडे भाजी भाकरी खायला पैसे नाहीत. कुणी शेतात राब राब राबते त्यांना कमी पैसे मिळतात आणि कुणाला गल्ल्यावर बसून नोटांचा पाऊस पाडता येतो. गल्ल्यावर बसुन नोटांचा पाऊस पाडणारा इसम म्हटल्यावर डोळ्यापुढे आला तो गावातला सर्वात मोठ्ठा व्यापारी...श्रीमंत माणूस म्हणजे सुंदरलालच! गावात सर्वात मोठे धान्य दुकान होते ते त्याचंच. रॉकेलची एजन्सी त्यांचीच. दुकानात चार पाच फोन, माडीचे घर...

सुंदरलालकडेच आमचाही किराणा भरला जायचा. सर्व माल घेऊन आजोबा जेव्हा त्याला नोटा द्यायचे तेव्हा सुंदरलाल त्याच्या गल्ल्याचा ड्रॉवर उघडायचे. तो ड्रॉवर पैशाने गच्च भरलेला दिसायचा. त्यात लाल, निळ्या, हिरव्या, पिवळ्या नोटा भरुन वहात असायच्या. ते नोटांचे दृश्य म्हणजे माझ्यासाठी अद्‌भूत दृश्य होते. त्यात मला कुबेराचा खजिनाच दिसल्याचा भास व्हायचा. कारण इतक्या नोटांनी भरलेली ती जागा म्हणजे खजीनाच नाहीतर काय? खरंच सुंदरलाल काय अफाट श्रीमंत होता.

सुंदरलालच्या श्रीमंतीचे अनेक किस्से, कथा गावात चर्चील्या जायच्या. त्याच्याकडे म्हणे नोटांची पोती भरुन पडलीत. त्याच्याकडे भुयारात सोन्याचे हंडे आहेत. त्याने भिंतीत नोटा दडवल्या आहेत. कुठेतरी छतात दडवल्या आहेत. सुंदरलालची मोठी जमीन होती. त्याच्याकडे एक कार होती. सुंदरलाल लक्ष्मी पुत्रच होता. त्याची हवेली दुकानाच्यावरच होती. माडीवरचे घर. त्यात एक निळसर झुंबर टांगलेले होते. त्याची निळी प्रभावळ रात्री रस्त्यावर पडे. त्या लाईटमध्ये रस्त्यातला काळोख थोडासाच प्रकाशात न्हाऊन निघे.

सुंदरलालच्या घराबाबतही अनेक दंतकथा होत्या. त्याच्या घरात वाघ, सिंह, चित्ते, मोर, काळवीट यांची भुसा भरलेली मुंडकी टांगलेली

आहेत. त्याच्याघरात भिंतीवर खरीखुरी मोठ्ठी बंदूक आहे. घरात जमिनीवर गालीचा अंथरलेला असतो. पांढरा फ्रिज आहे. दिव्याचे पंखे आहेत. मोठ्ठा रंगीत टी.व्ही., पलंग आहे. चांदीची ताटे...सोन्याचे ग्लास आहेत.कपड्यांनी, बुटांनी भरलेली कपाटे आहेत. थोडक्यात सुंदरलालचे घर एक राजवाडाच आहे. हे आम्ही लहान मुले तर फक्त ऐकूनच होतो.

सुंदरलाल ऐश्वर्यात लोळणारा सुखपारायण व्यक्ती होता. घराला पन्नास खोल्या आहेत. पण सुंदरलाल तसा फक्त नावालाच सुंदर होता. डोक्यावर फक्त कानाजवळ आणि मागे केसांचे पुंजके होते. बाकी सारे तुळतुळीत टक्कल. पोटं तर पाणी भरलेल्या फुग्यासारखे ! त्याच्या बनियनला तोडायला टपल्यासारखे...त्याचे ते काळेकुट्ट बनियन आणि त्यालाही बरीच भोकं... डोळ्यावर भिंगाचा चष्मा. सोडा वॉटर बाटलीच्या जाड तळासारखा. त्यातून त्याचे डोळे फारच विनोदी आणि कृत्रिम वाटत. पट्ट्या पट्ट्याचा तितकाच मळलेला पायजमा... त्याची लोबणारी नाडी आणि हसताक्षणी चमकणारे पिवळेधमक दात. केसांनाही जन्मात तेल लावलेले नसावे अशी विस्कटलेले, पिंजारलेले केस. छोटी बुटकी मूर्ती...तुरुतुरु चालत इकडे तिकडे फिरणारी...

त्या किराणामालाच्या कळकटलेल्या भुयारासारख्या दुकानात सतत गिऱ्हाईकांच्या गर्दीत आणि मालाच्या पुड्या बांधणाऱ्या पोरांच्या, गड्यांच्या गर्दीत एका कोपऱ्यात गणपती बसवल्यासारखा पायावर पाय टाकून सुंदरलाल नोटांची थप्पी लावून मोजीत बसे. दुकानात नुसते आवाज घूमत ''दोन किला साखर'', ''पावशेर हळद'', ''चहा पत्ती १०० ग्रॅम'', ''मिठाचे पुडे घे दोन'' आणि त्याच्या सोबतीला सुंदरलालचे खेकसणे- ''अरे बैला, सनलाईट साबण कळत नाही का?''

''हे डुकरा तुला झोपायचा पगार आहे का? माजलेत भडवे... फुकणीच्या...'' काय काय तोंडाला येईल ते शब्द. सुंदरलाला म्हणजे तोंडातून शिव्या आणि शाप ओरडणारे मळकट यंत्रच होते. नेहमी तणतण-तकतक करीत गोंधळ वाढवी. रॉकेलची गाडी आली की साऱ्या गावातली

मंडळी पत्र्याचा पाच लिटरचा कॅन घेऊन दुसऱ्या हातात कळकटून, घडी घडी पडून फाटलेले रेशनकार्ड घेऊन त्याच्या दुकानापुढे उभे रहायचे. ती लंबलचक रांग...भी उन्हात मंडली तळपत रहात. त्यात सुंदरलालला विकृत आनंद मिळे. लोक ओरडत पण सुंदरलाल शांतपणे त्या गर्दीकडे पहात राही.

मग तो रॉकेल द्यायला बसे...

त्याचा पोरांवर, गड्यांवर विश्वास नसे. रॉकेल ही त्याच्यासाठी अमृतसमान गोष्ट होती. रॉकेल वाटप हा गावातला मोठा अध्यायच असे...आणि रॉकेल संपले हा कायम स्वरुपी टांगलेला बोर्ड असे. सुंदरलाल रॉकेलचा काळाबाजार करत असे अशी गावात चर्चा होती.

गावातल्या राजकारणावरही सुंदरलालचे वर्चस्व होते. पण प्रश्न असा पडायचा की एवढा पैसा असूनही सुंदरलाल सुखी होता का? अजून पैसा...मिळाला त्याच्याहून अधिक...नुसता पैसा...पैसाच पैसा. सुंदरलालला मी निवांत कधीच बघितले नव्हते. कधी असा फिरताना दिसलाच नव्हता.

मला वाटायचं ह्या माणसाला कसली आवड आहे? कोणता छंद आहे? एवढ्या पैशाचा उपभोग घ्यायचे ज्ञानही याला नाही. पैशामागे धावणाऱ्या पिसाट माणसासारखा हा सुसाट धावतोय. आमल्याकडे चार आणे आले तर आपल्याला काय घेऊ आणि काय नको असे होते. असला सुंदरलाल गावात पैसेवाला असूनही मला फारच गरीब वाटला.

त्या दिवसापासून माझ्या ध्येयाच्या फोटोफ्रेम मधून सुंदरलालचा फोटा मी काढून फेकून दिला...मी असला श्रीमंत होणार नाही. त्या दिवशी दुपारी मी सुंदरलालच्या दुकानात काहीतरी किरकोळ गोष्टी आणायला गेला. दुकानात दुपारी कुणीही गिऱ्हाईक नव्हते. गड्यांचीही सुट्टी झाली असावी. सुंदरलाला एकटाच बसून जेवण करत होता. त्याने गल्ल्यावरच डबे ठेवले होते आणि दोन दिवस जेवण न मिळालेल्या इसमासारखा तो बकाबक घास गिळत होता. मी असं जेवलो असतो तर आजीने मला

सांडशी फेकून मारली असती.हाताची पाच बोटं एकत्र करून घास घ्यायचा, बोट ओगळायचं नाही…डाव्या हातानेच पाण्याच्या ग्लासला हात लावायचा….तोंडाचा आवाज करायचा नाही. जेवताना एकाच (उजव्या) हाताने जेवायजे…खाली अन्न सांडायचे नाही…प्रत्येक घास चावून चावून गिळायचा मगच दुसरा घास घ्यायचा. पाणी उभे राहून प्यायचे नाही…उजव्या हाताने कुठल्याही भांड्याला हात लावायचा नाही. ताटातले सगळे संपवायचे. जेवताना बोलायचे नाही. आजीचे लेक्चर म्हणजे फारच भयानक. जेवतानाचे एवढे नियम! आजी शाळेत न जाताही सारं कुठे शिकली होती कुणास ठाऊक?

इथं सुंदरलाल एकही नियम न पाळता उलट नेमकं कसं जेवू नये याचं प्रात्यक्षिक करत जेवत होता. मला त्याने त्याच्या खरकट्या हाताने बसायची खूण केली. मी एका पोत्याच्या थप्पीवर बसलो. सुंदरलाल तल्लीन होऊन जेवणाचे मोठमोठे घास घेतच होता. मी त्याचे निरीक्षण करीत होतो. थोडा वेळ शांत गेला.

"तुम्ही कितवी शिकला हो शेठजी?" माझ्या प्रश्नामुळे त्याने एक क्षण माझ्याकडे नजर उचलून पाहिले आणि परत ताटात हात घालत म्हणाला, "शाळा नाही केली बाळा. शाळेत जायला वेळच मिळाला नाही. खूप लहानपणीच दुकानात कामाला लागलो."

सुंदरलाल अजिबात शिकलेला नाही हे ऐकून धक्काच बसला. एवढा श्रीमंत माणूस…शाळेत न गेलेला!

"लहानपणापासून दुकानदारी करत आलो. आमचे वडील मला ह्या गावात दुकान काढून देऊन दुसऱ्या गावी गेले. कळायला लागल्यापासून फक्त दुकानच…"

"पण तुम्ही दुकानाबाहेर कधीच पडत नाही…कायम दुकानातच…"

"पन्नास वय झालंय माझं पोरा. दुकानात जन्मलो, दुकानात वाढलो. दुकानाच्या बाहेर कधी गेलोच नाही. लग्नाच्याच दिवशी दोन दिवस मी नव्हतो. दुकान चालूच ठेवून लग्नाला गेलो. लग्न केल्यावर पुन्हा दुकान.

पन्नास वर्षात कधी आजारी बिजारी पडलोच नाही. कधीच रजा नाही. आधी माल भरायला जायचो पुण्याला. आता फोनवरच काम होतं...आता बाहेर पडायची पण गरज नाही.''

''मग तुम्हाला खेळायला, फिरायला, पोहायला काहीच आवडत नाही?''

सुंदरलाला हसत हसत म्हणाले, ''काही आवडत नाही. मी रात्री झोपताना रेडिओवर गाणी ऐकतो बास आणि उजाडायच्या आत सकाळी चालून येतो...मग बाकी काही नाही. मी क्रिकेट बघत नाही. पिक्चर मला आवडत नाही...पोहायला येत नाही...सायकलसुद्धा येत नाही. कारने फिरायला पण वेळ नसतो. दुकानच आपला भगवान आणि मी त्याचा जन्माचा पुजारी. तुझ्यामुळे आज बऱ्याच वर्षात असं कुणाशी तरी बोललो. हुशार आहेस रे तू...'' मग त्याने हात धुतला. काऊंटरच्या पलीकडेच बसल्याजागी चूळ भरली आणि दुकानाबाहेर तोंडातल्या पाण्याची पिचकारी मारली. मला पाहिजे असलेली गोष्ट घेऊन बाहेर पडलो.

सुंदरलालने माझ्यावर खूष होऊन मला एक गुळाचा खडा दिला. मी आतून फारच खोल खोल विचारात गेलो होतो. त्याच्या दुकानातून मी यंत्रासारखा बाहेर पडलो. हातातला गुळाचा खडा खायला म्हणून मूठ उघडली तर त्या गुळाच्या खड्यात एक मुंगळा मरून पडलेला दिसत होता. गुळामध्ये मुंगळा मेलेला!

खरं तर मुंगळ्याने गुळ खायचा असतो. इथे गुळानेच मुंगळा खाल्ला होता...

* * * * *

प्रकरण १४ वे

आमच्या गँगला आणि आमच्या लहानांमध्ये कुणा मोठ्या माणसाला सामावून घेऊ शकेल असा एकच मोठा माणूस होता तो म्हणजे दत्तू! दत्तू हा एकमेव मोठा व्यक्ती होता...जो आमचा मित्र होता. नाहीतर सगळे मोठे व्यक्ती आमचे शत्रूच होते. आमचे सगळे महत्त्वाचे त्यांच्यासाठी शून्य महत्त्वाचे. आमचे खेळ, आमचे फिरणे, पोहणे, भटकणे, दंगा करणे, मस्ती करणे सगळे वाईट...आणि त्यांचे, मोठ्या माणसांना जे चांगले वाटते ते सगळेच आम्हाला नकोसे...

मोठ्यांना आमचे पटणेच अवघड होते. पण दत्तू हा आमचा एकमेव मोठा मित्र होता. दत्तूचे शाळेसमोरच सायकल दुरुस्तीचे दुकान होते. दत्तात्रेय सायकल मार्ट...दुकानात सायकलीचे निरनिराळे सांगाडे पडलेले असत...दुकानाच्या पुढे चिंचेच्या गर्द सावलीत दत्तूच्या दुकानापुढे नेहमी माणसांची गर्दी असायची. दत्तूचे दुकान ही सगळ्यांच्या जिव्हाळ्याची गोष्ट होती. कारण दत्तू माणूसच अफलातून होता. दत्तूचे दुकान उघडले की त्याच्या दुकानापुढे लोकांचे संम्मेलन भरायचे. लोक सायकली लावून पान...सुपारी, तंबाकुची देवाण घेवाण करीत बसत. ती साऱ्यांसाठी टेकण्याची जागा होती. काम असो की नसो दत्तूच्या दुकानात थोडा वेळ टेकूनच लोक पुढे जात. जशी बंदरात होड्या एखाद्या किनाऱ्याजवळ थोडा विसावून मग पुन्हा पुढच्या प्रवासाला लागतात तसं दत्तूचे दुकान होतं.

एकतर दत्तूच्या दुकानापुढे गर्द सावली होती. त्यामुळे दूध घालून आलेले शेतकरी, भाजी विकून आलेले मळेकरी...औषध घ्यायला रानातून गावात आलेली मंडळी...एस.टी.ची वाट पहात बसलेली मंडळी...काहीच काम नसलेली मंडळी सारीच त्या दुकानापुढे दिवसभरात जमत. दत्तूच्या दुकानापुढे सतत कुणी ना कुणी असेच.

त्या साऱ्या गर्दीत कुणी पेपर वाचत बसायचे, कुणी तंबाकूच्या

पिचकाऱ्या मारत बसायचे, कुणी सायकलचे काहीतरी किरकोळ काम करून घेण्यासाठी बसलेले असायचे. पण ह्या गर्दीत, कोलाहलात, गप्पांमध्येही दत्तू आपले काम करीत असायचा. त्याचे हात सतत काहीतरी करीतच रहायचे. मळलेले कपडे, हातांवर ग्रीसचा काळा थर, त्यातून सायकलची ट्यूब त्या पाण्याच्या हौदात बुडवली की त्यातून हवेचे बुडबुडे दिसायचे. मग त्यात दत्तू एक काडी खोवायचा. मग त्या पिवळ्या ट्यूबमधले लाल 'सुलोचन' त्यावर लावले जाई. ती प्रक्रिया पहाणे एक वैज्ञानिक प्रयोग पाहिल्यासारखा मी दरवेळी पहात असे. पंक्चर काढणे हे मला फार मोठ्या शास्त्रज्ञाच्या बुद्धिचे काम वाटे. दत्तू सायकलचे चाक त्याच्या गोल फिरणाऱ्या एका स्टॅण्डवर बसवून ते गोल गोल फिरवून रिम कुठे आऊट झालीये ते शोधायचा. त्याची ती तल्लख केंद्रीत नजर आणि ते रिम थांबवून स्पोक टाईट करणे हे काम तर अंतराळवीरांच्या ताकदीचे वाटायचे. मोडकी तोडकी सायकल दत्तू सरळ करून चालती करून द्यायचा. त्याच्या ह्या कामगिरीचा मी भक्त होतो. पान्याने नट आवळणे हा सुद्धा मला फार आवडणारा भाग होता.

दत्तू सायकली दुरुस्त करतो ही गोष्ट फारच रोमांचक वाटे. पण ह्या कामाबरोबर त्याचे अजून एक मोठे काम होते...गप्पा मारणाऱ्यांच्या प्रश्नांना समर्पक उत्तर देणं आणि गप्पांना रंगतदार करणं. फार तत्त्वज्ञानी बोलायचा तर कधी एकदम विनोदी... हसवणारं. दत्तूच्या दुकानात आम्ही शाळा बुडवून बसायचो. शाळेतून पळून पोहायला जाण्यासाठी दत्तूचे दुकान फार उपयोगी असे. कारण तिथे दप्तरे ठेवायला जागा असायची. दप्तरे दत्तू ठेवून घ्यायचा आणि मग बिनधास्त मोकळेपणाने पोहायला मिळायचे.

दत्तूच्या दुकानातल्या मोठ्या माणसांच्या गप्पा ऐकणे हा फारच मनोरंजक भाग होता. आम्ही शाळा बुडवली तरी तो आम्हाला कधीही वाईट समजत नव्हता. शाळेत जा...वर्गात बसत जा असे फालतू सल्लेही तो द्यायचा नाही. ''तुम्ही हुशार पोरं आहात, तुम्हाला शाळेची गरजच

काय?'' असे म्हणायचा तेव्हा तो का म्हणतोय हे कळायचे नाही. आम्ही शाळा बुडवून दत्तूच्या दुकानात रमायचो. मोठी माणसे जमायची आणि भारी भारी गप्पा सुरु व्हायच्या. वर्गातल्या ज्ञानात आणि दत्तूच्या सायकल मार्ट मधल्या ज्ञानात फार फरक होता. हे ज्ञान जिवंत आणि उपयोगी वाटे. यात रोजच्या जगण्याचे प्रश्न होते. लोकांच्या व्यवहाराच्या तऱ्हा समजायच्या. लोकांचे खरे प्रश्न समजायचे. त्यांच्या विचाराची दिशा कळायची. कोण कसा विचार करतो याची पद्धत कळायची. गावात काय काय भानगडी घडतायेत याची बित्तंबातमी इथे मिळे. इथे गावाचा ताजा इतिहास अभ्यासायला मिळे.

गावाचा भूगोल इथून तपासता येई. गावकऱ्यांच्या भाषेतले मुळ शब्द इथेच सापडत. अभ्यासातले कठीण शब्द व्यवहारात दिसतही नसायचे आणि व्यवहारातले शब्द अभ्यासात सापडायचे नाहीत. भाषा, इतिहास, भूगोल, हवामान, पिकपाणी, गायगुरांचे रोग, पिकांची पद्धत...साऱ्या चर्चा इथं घडायच्या. त्या गप्पांमध्ये ज्ञानाचा धबधबा वाही. वर्गात लक्ष लावता यायचे नाही. सर बोलायला लागले की भुंग्याने लाकूड कोरायला घ्यावे तसा एकसूरी स्वर ऐकू यायचा आणि आमच्या डोक्यातला भुस्सा बाहेर यायचा. इथे असे काही कंटाळवाणे वाटायचे नाही. काहीतरी अजब चर्चा घडायच्या की दिवसभर ऐकत बसले तरी ऐकण्याची इच्छा व्हायची.

म्हातारी मंडळी भूताखेताच्या गोष्टी सांगायचे. आपला गाव कसा वसला, भैरवनाथ गावात कसे आले, नदीला केव्हा महापूर आला होता आणि सारा गाव पाण्याने कसा वेढला होता...गावात एक खूप गाजलेला खून, त्याची चर्चा तर पुन्हा पुन्हा ऐकायला तितकीच मजा वाटे. पिंगळे वाड्यात आमावस्येच्या रात्री तो खून झाला होता. ते प्रेत भिंतीतच पुरून ठेवले होते. भिंतीतल्या प्रेताच्या भूताने कसा वेड्याला दृष्टांत दिला आणि पोलीसांना त्या वेड्याने ती जागा दाखवली आीण वाड्याच्या मालकाला पोलीसांनी बेड्या घालून नेले. आम्ही ती पाडलेली भिंत कुठे आहे हे

तपासत बसलो होतो. दत्तूच्या दुकानात साऱ्या गावचा इतिहास जिवंत व्हायचा. अनुभवी...वयानं पिकलेली...५०-६० पावसाळे बघितलेली माणसे इथे अशा भूतकाळातल्यागोष्टी सांगायचे की त्या ऐकताना आम्हीही मनाने एकदम इतिहासात फिरुन यायचो.

गायकवाडांच्या वाड्यात एका कोपऱ्यात सोन्याचा हंडा दडलेला होता. हा हंडा प्रत्येक पिढीतल्या एका कमकुवत माणसाला कुणी नसताना एकट्याने गाठून बोलायचा.

"येऊ का बाहेर? येऊ का?" अशा हाका मारायचा. भिऊन काही पिढ्यांनी वाड्याच्या त्या भागात जायचे बंद केले होते. पण काही पिढ्यांनी देवाचा धावा करून, देवपूजा करून त्या वाईट ताकदीला थोपवून धरले होते. पण एके दिवशी एक तांत्रिक त्या वाड्यात शिरला. त्याने वाड्यातल्या गायकवाडांच्या वंशातल्या एका कमजोर व्यक्तीला पकडले आणि त्याला नादाला लावून त्या कोपऱ्यात नेले. हंड्याने पुन्हा प्रश्न केला,

"येऊ का बाहेर?"

त्या वंशजाने ये म्हटल्यावर त्या अंधाऱ्या खोलीतून सोन्याच्या पैशाचा वर्षाव झाला. सारी खोली चकाकत्या सोनेरी नाण्यांनी भरून गेली. मग त्या मांत्रिकाने सारे पैसे पोत्यात भरून बैलगाडीतून घेऊन गेला. तेव्हापासून तो वंशज पिसाळल्यासारखा कुठेही ओरडत फिरायला लागला आणि शेवटी त्याला त्याच अंधाऱ्या खोलीत कोंडून ठेवले. त्याच खोलीत त्या वंशजाचा करुण अंत झाला. त्यानंतर तो मांत्रिकही वेड्यासारखा करत मरुन गेला.

तेव्हापासून गायकवाडांच्या वाड्यात प्रत्येक पिढीत एक वेडसर व्यक्ती जन्माला यायला लागला. त्या वाड्यातला एक मुलगा आमच्या वर्गात होता. तो घुम्यासारखा एकटक कुठेही पहात रहायचा. कुणाशीच बोलायचा नाही. त्याच्या रहस्यात्मक वागण्याचा असा उलगडा झाला. गावातल्या एकेका वाड्याचा, घराचा, व्यक्तीचा इतिहास इथे खुल्ला

समजायचा.

गावचा भूगोलही फारच छान शिकता यायचा. गावातल्या जमिनीचे व्यवहार कुणा कुणात झाले? कोण जमिनी विकतोय? कोण घेतोय? साऱ्या घडामोडींचे मुख्य बातमी केंद्र दत्तूचे दुकान. ह्या साऱ्या गप्पा भलत्याच माहितीपूर्ण असत. रहस्य असे आणि भानगडी असत. आम्हा मुलांसाठी ही चर्चा तशी अर्थहीन असे. कारण जमीन घेणे...विकणे या व्यवहारामागे काय असते ते कळायचे नाही. पण ह्या भानगडीमागे मोठ्या हालचाली व्हायच्या. जमिनीवरुन कोर्ट कचेऱ्या कशा चालायच्या याचे मोठाले अध्याय इथे पारायणासारखे रंगायचे. पोस्टमन लातुरे काका, रिटायर्ड मास्तर बारा, माजी सैनिक, इनामदार, हवालदार दादा, समाजसेवक भालेकर अशा नाट्यमय व्यक्तींनी चर्चेचे गुऱ्हाळदिवसभर चालायचे. कुणी कुणाविरुद्ध फियोद केली आहे? कोण वरच्या कोर्टात चाललेय? कुणाचा दावा लागला आहे. कुणाच्या विरुद्ध साक्षीदार आहे...इत्यादी

या न कळणाऱ्या गोष्टींमधून मोठी माणसे केवढी संशयी आणि घातकी असतात एवढेच समजे. खरंच मोठ्या माणसांना आपल्यासारखे सहज, मजेत का बरे जगता येत नसावं. एकमेकांना समजून, उमजून घेऊन आनंदात राहताच येत नव्हते. उलट एकमेकांना खलास करण्यास सदैव तयार! सतत दुसऱ्याला त्रास देण्याची वृत्ती.

ज्यांच्या शेकडो एकर जमिनी आहेत तेसुद्धा शेजारच्या तुकड्या एवढ्या जमिनीसाठी जीव खात बसायचे. जमीनीसाठी आयुष्याची माती. एवढी जीवतोड त्यांनी शेतीत केली असती तर जगाचे आणि त्यांचे भले झाले असते. ज्या मातीत सोनं पिकवायचे त्याच मातीत हे लोक एकमेकांना गाडत होते. ह्या गावातल्या तुकड्यासाठीची भांडणे पार दूर तालुक्याला रंगत आणि त्या पैशात वकीलांनी माड्या बांधल्या. त्यांनाही भांडणे कशी रंगवायची हे चांगले माहित होते. त्या रंगवण्याचेच त्यांना पैसे मिळत होते.

जमीन हे निमित्त होतं. प्रत्येकाला दुसऱ्याला त्रास द्यायचा हेतू असे.

दुसऱ्याला रडवणे हाच त्यांच्या हसण्याचा छंद होता. पण ज्या जमिनीसाठी त्यांची भांडणे होती त्या जमिनीत रोपटी, झुडपे, रानफुले मजेत वाढत. वेली, झाडे, फळे ऋतुप्रमाणे बहरत...वाऱ्यावर मुक्त डुलत...फुलपाखरे फुलांवर मस्त उडत फिरत...कृमी किटक मस्त रहात. ह्या जमिनींना, इथल्या मातीला, त्यातल्या किड्या कृमींना, झाड वेलींना, फुला फळांना हे माहीतही नसे की आपला मालक कोण? आपल्यावर कुणाच्या केसेस चालल्यात? आपल्यावर कुणाची मालकी आहे? त्यांना जगण्यासाठी यातल्या कशाचीही गरज भासत नसे.

दत्तू सारे लोक गेले की आम्हाला ह्या गोष्टी सांगत असे. त्याचे हे तत्त्वज्ञानात्मक बोलणे फार हुशार माणसाचे चिंतन वाटे. दत्तूला जगावे कसे हे कळले एवढाच अर्थ आम्हाला त्याच्या वागण्याचा वाटे.

दत्तूकडे अफाट ज्ञान होते. सायकल दुरुस्ती सोबत तो मनंही दुरुस्त करायचा. सायकल दुरुस्ती करायला आलेल्याला, काहीतरी दुःखावलेल्या माणसांना दत्तू सल्ला देऊन सायकल सारखाच चालतं करायचा.

लोक आपापली दुःख स्वतःहून त्याच्याजवळ व्यक्त करत आणि दत्तू पंक्चर काढताना लावावे तसे 'सुलोचन' त्यांच्या प्रश्नांवर लावून ज्यांची त्यांची पंक्चर काढून देत असे. दत्तूवर इतका विश्वास होता की लोक आपापली खाजगी दुःखं, मग ती अत्यंत खाजगी असायची किंवा मोठ मोठाल्या व्यवहाराची असो, दत्तूकडे बिनधास्त सांगायचे. सायकलच्या चाकात तेल सोडावे तसे तो प्रश्नकर्त्याला स्वतःच्या सल्ल्याने स्वस्थ करून सोडायचा. काही गंभीर प्रश्न असला की दत्तूच्या दुकानातील कोपऱ्यातील अंधाऱ्या खोलीत जिथे देवाचा फोटो व त्यासमोर लावलेल्या पिवळ्या दिव्याची अंधुकशी लाईट असे, तिथे दत्तूचे आणि इतरांचे संभाषण चाले. त्या आतल्या खास ऑपरेशन थिएटरमध्ये दत्तू एकेका मोठ्या प्रश्नांची उकल करून एखाद्याला त्याचा गुंता सोडवून देई.

बरेच लोक या कारणास्तव दत्तूला महाराज म्हणूनही हाक मारीत. पण यावर दत्तू हसून श्रेय नाकारून टाकी. दत्तू सल्ले देताना प्रत्येकाला

स्वतःला बदलायला सांगत असे. मी त्याचे बारकाईने निरीक्षण करायचो. कुणालाही तो दोष देत नसे. दोष स्वतःकडे घेई. मात्र श्रेय दुसऱ्याला द्यायचे ही त्याची इलाज करण्याची सोपी पद्धत होती. ज्यात काही फार मोठे तत्त्वज्ञान नव्हते. पण इतक्या सहजपणे तो प्रश्नांची गाठ सोडवी... जणू सायकल दुरुस्त करावी तसे तो प्रश्न दुरुस्त करून देई. आमची दप्तरे तो शाळा बुडवताना ठेवून घ्यायचा. मला तरी हे कोडे पडायचे की हा आपल्याला चांगले वागा असे न सांगता शाळा बुडवायला मदत का करतो? ''शाळा ही रोज नित्य नेमाने शिकण्याची जागा असते आणि चांगले संस्कार घेण्यासाठी प्रयत्न केले पाहिजेत'' असे सुविचार सांगण्याविरुद्ध दत्तूचे वागणे होते. तो आम्हाला बिघडायला तर मदत करीत नाही ना...? अशी शंका यायची. दत्तू आम्हाला का मदत करत असावा?

गण्या म्हणायचा, ''त्यात मदत काय? दप्तरे ठेवून घेतली म्हणजे त्यात काय मोठे उपकार आहेत? त्याला काय खर्च आहे? दत्तू शिकलेला नाही त्यामुळे त्याला शाळेचे महत्त्व माहित नसावे.'' पण एवढा शहाणपणा, एवढा समजूतदारपणा ह्या न शिकलेल्या माणसाकडे कसा काय आला? मग शिकलेले लोक इतके सरळ साधे का नसतात? दत्तूला कधीच चिडलेले, त्रासलेले, गोंधळलेले आम्ही पाहिल्याचे आठवतही नाही. साऱ्या गावाच्या सायकलींची आणि मनाचीही दुरुस्ती करून देऊन दत्तू एखाद्या गरीबासारखा संध्याकाळी दुकान बंद करून त्याच्या ट्यूब बुडवलेल्या घमेल्यातील पाणी रस्त्यावर पसरवून निघून जायचा.

त्याची स्वतःची शाळा सुटायची. दत्तू सायकल मार्ट ही मोठी प्रयोगशाळा बंद व्हायची. जगाचे प्रश्न सोडवून हा तत्त्वज्ञानी रिकाम्या हाताने खाली मान घालून त्याच्या घराकडे जाताना दिसायचा. पण एके दिवशी मला दत्तूचा शोध लागला.

त्या संध्याकाळी...म्हणजे सूर्य मावळून गेलेला, दिवाबत्ती झालेली...महानुभवाच्या आश्रमातील घंटानाद सुरू झालेला होता. ...रात्री

त्या आरतीचा आवाज साऱ्या गावभर तवंगासारखा पसरे. आरती झाली की गावातल्या आवाजाची पातळी खाली जाई. एखादी गाडी नाहीतर भुंकणाऱ्या कुत्र्याचा आवाज तेवढा येई. साऱ्या मुख्य गल्ल्यांमध्ये नगर ग्रामपंचायतीचे दिवे पिवळा अंधूक प्रकाश पसरवायचे, त्यातून रस्ता तेवढा दिसायचा.

आजीने मराठे डॉक्टरच्या इथून खोकल्याचे औषध आणायला पाठवले होते. मराठे डॉक्टरचा दवाखाना पार खालच्या वेशीला होता. हातात छोटी रिकामी बाटली घेऊन मी बाहेर पडलो. संध्याकाळी गावातून बाहेर पडायला आणि फिरायला तसेही मला आवडे. पण संध्याकाळी बाहेर जायचे नाही अशी सक्त ताकीद असल्याने रात्री फिरणे जमायचे नाही. पण आज योग आलाच होता. पेठेच्या रोडला रात्रीसुद्धा वर्दळ असे.

दुकानांसमोर लाईट लावलेल्या असल्याने सारा रस्ता प्रकाशाने भरून गेलेला असे. पेठेकडे जायचा अजून एक वेगळा रस्ता होता. तो तालमीपासून काटे आळीच्या रस्त्याला वळण घेऊन सुनसानपणे पेठेला शेवटी वेशीजवळ मिळे. याच रस्त्यावर चेत्याचे घर होते. जर चेत्या बाहेर दिसलाच तर भेटही होईल म्हणून मुद्दाम त्या रस्त्याने निघालो. हळूहळू रमतगमत त्या रस्त्याने चाललेलो. अंधारात त्या पिवळ्या लाईटच्या उजेडात सावली लांब लांब पडे व नंतर हळूहळू छोटी होत जाई आणि मग खांबाखाली, एकदम पायाखाली येई. स्वतःच्याच सावलीला तुडवत तुडवत पुढे जात होतो. मजा वाटत होती आणि अचानक रस्त्यात कुणीतरी आडवे पडलेले दिसले. जवळ जाईपर्यंत माझे त्याच्याकडे लक्षच नव्हते. एकदम जवळच...काही फुटांवर...मी दचकून जागेवरच थबकलो. एक क्षण मागे वळून पळत सुटावं वाटले. पण पाय रुतल्यासारखे घट्ट झाले.

कोण आहे हे? माणूस का माणसाचे प्रेत? जिवंत आहे का जखमी? त्याने रस्त्यात बरोबर आडवी पडी मारली असल्यामुळे रस्ताच अडवला गेला होता. रस्त्याच्या एका टोकाला त्याचा हात टेकलेला होता तर पाय दुसऱ्या टोकाला. चपला पाय सोडून बाहेर विखरुन पडलेल्या. आता

माझा रस्ताच अडला होता. एका बाजूने जाणेही शक्य नव्हते. आधीच भीतिने मी पुरता घाबरलेलो. काय करावे हे न सुचून त्या माणसाकडे पहात राहिलो. तो पालथा पडल्याने त्याचा चेहराही नीट दिसू शकत नव्हता.

पुढच्या बाजूने एक माणूस येताना दिसला. तोही त्या माणसाला आडवं पाहून थांबला. त्याला थांबावचं लागलं. त्या दुसऱ्या माणसाने पहिली शिवी हासडली. दारुड्या जमातीला उद्देशून ती शिवी होती. त्या माणसाने सायकलवरुन उतरुन त्या आडव्या माणसाला उताणा केलं. उताणा झाल्यावर त्याच्या चेहऱ्यावर लाईट पडला आणि मी एकदम म्हणालो, ''दत्तू...अरे हा दत्तू.''

तो माणूस म्हणाला, ''ह्या दत्तूचं रोजचं आहे हे. कुठंही पडतो साला.''

मला तो दत्तू आहे हे कळल्यावर मनातून अपार वाईट वाटले. भीतिची जागा दुःखाने भरुन गेली. बिचारा दत्तू! असा कसा इथे पडलाय? मी एकदम जवळ जाऊन त्याचा चेहरा पाहिला तर तो पूर्ण शुद्ध हरपलेला... डोळे मिटून झोपी गेल्यासारखा. आता दत्तूचं काय होणार? तेव्हा तो दुसरा माणूस म्हणाला, ''चल रे पोऱ्या मदत कर. या गाढवाला घरी टाकून येऊ. इथेच रात्रभर पडून राहिल नाहीतर. घर इथंच जवळ आहे याचं.''

मग त्याने दत्तूला पोत्यासारखं उचलून उभं केलं. त्याचा हात खांद्यावर घेतला. मी चपला उचलल्या. दत्तू थोडा जागा झाला होता. तो त्या माणसाच्या आधाराने पाऊले टाकायला लागला. मी चपला घेऊन मागे. माझ्या मनातली दत्तूची 'प्रतिमा' एकदम वितळून गेली. त्याला एवढा पडलेला पाहून मला त्याची दया आली आणि किळसही...

आमची डुलत डुलत चाललेली प्रभात फेरी मुख्य रस्ता सोडून एका गल्लीत शिरली. त्या अरुंद गलीच्छ गल्लीतून पुढे पुढे चाललो होतो. त्या माणसाला दत्तूचे घर माहित असावे. तो दत्तूसह त्या गल्लीतून सारा भार सांभाळत चालला होता. मला त्यावेळी तो माणूस देवाहून महान वाटला.

एवढं काम करायला कोण तयार झालं असतं. हा तर स्वतःहून सगळं करत होता. त्याला काय घेणं होतं मदत करण्याचं? मग एका घरापुढे तो थांबला. मला उद्देशून म्हणाला, ''ये पोऱ्या त्या देवळीतली चावी घे...हे बघ समोर देवळी आहे बघ. त्या चावीने दाराचे कुलूप उघड.''मी अंधारात चाचपत ती चावी शोधली आणि ते उघडून दिले. अंदाजे हाताने चाचपून लाईटचे बटन शोधून सारी बटने दाबली. एकदम दिवा लागला आणि दत्तूच्या खोलीला आकार आला. त्या व्यक्तीने दत्तूला त्याच्या छोट्याशा खोलीतील अर्धी जागा व्यापलेल्या त्या कॉटवर टाकून दिले. मुडदा पडावा तसा दत्तू आडवा झाला आणि ती व्यक्ती घाईघाईने निघूनही गेली. जाताना दत्तूला शिव्या घातल्या, पण ती व्यक्ती दत्तूवर फार प्रेम करणारी वाटली.

दत्तूच्या खोलीत दिव्याने त्याच्या साऱ्या परिस्थितीवरच मोठा प्रकाश टाकला होता. दत्तूचे भयाण आयुष्य आणि त्यातली पोकळी त्या खोलीत दिसून येत होती. त्या छोट्याशा खोलीत कोपऱ्यात स्टोव्ह, भांडी, कपबशा धूळ खात पडलेल्या होत्या. इथे बरीच वर्षे स्वयंपाक झालेला दिसत नव्हता. गरीबी कपड्यांच्या लक्तरांसारखी घरभर पसरली होती. जमिनीवर कधीची धूळ साठली होती. हे घर बऱ्याच दिवसात झाडल्याचेही दिसत नव्हते. लोखंडी कपाटाची काच फुटलेली, भिंतीचा रंग उडालेला, जुनाट कॅलेंडर तसेच रेंगाळलेले. कोपऱ्यात मोरी...तिथे माठ, बादल्या अस्ताव्यस्त पडलेल्या...वरचा गंजून काळा ठिक्कर पडलेला पत्रा. कॉटच्यावर एका रांगेत काही फोटो होते.

एका पट्टीवर बरेच फोटो रांगेत लावलेले दिसत होते. मी उत्सुकतेने ते फोटो पाहू लागलो. एका फोटोत दत्तूच दिसत होता. एकदम तरुण वयातला, भरगच्च केस आणि मस्त तब्येतीने दत्तू झकास दिसत होता. दुसऱ्या शेजारच्या फोटोत दत्तू सफारीत आणि शेजारी शालू घातलेली बायको...

म्हणजे दत्तूचं लग्न झालेलं होतं? हा मला धक्का होता आणि मग पुन्हा

खोल दुःख झालं. म्हणजे दत्तूच्या स्थितीला हाच फोटो जबाबदार असावा. पण त्या दोघांचेच फोटो होते...कुठे कुठे काढलेले...आणि शेवटचा फोटो नीट दिसेना. ते सर्टीफिकेट होते. त्यावरच्याा अंधूक अक्षरांवरून कळाले की दत्तू १५वी पास झालेला होता.म्हणजे दत्तू उच्चशिक्षित होता. दत्तू चांगला शिकलेला होता...लग्न झालेला होता...हुशार होता..

मग दत्तू असा का?

मी लाईट घालवली. दार ओढून बंद केले आणि माझ्या औषधाच्या कामाला निघालो. मनात रचनाच करता येईना विचारांचा एवढा गुंता डोक्यात कधीच झाला नव्हता.

दुसऱ्या दिवशी सकाळी दत्तू नेहमीप्रमाणे झाडावरच्या गाणाऱ्या पक्षासारखा उत्साही, तरतरीत...मजेत आपल्या कामात दंग. कालच्या घटनेची जरासुद्धा खूण दिसत नव्हती. रोज संध्याकाळी पिऊन सारी रात्र तो वेगळ्याच जगात जायचा आणि सकाळ झाली की पुन्हा या नेहमीच्या विश्वात आपल्या कामात दंग होऊन जाई. पण दत्तू आयुष्यात निराश वाटत नव्हता. त्याला काही दुःख असावं असं कधी दिसलंही नव्हतं. आपल्या आयुष्यातून काहीतरी सुटून गेलय, संपलय असं त्याच्या कोणत्याच वागण्यातून दिसत नव्हतं.

दत्तूची बायको त्याला सोडून गेली होती...का दत्तूनेच तिला सोडून दिले असावे? पण स्त्रीबद्दल त्याला कधी तुच्छतेने बोलताना ऐकले नाही. स्त्रियांबद्दल त्याचे बालणे...वागणे खूपच स्वच्छ आणि साफ होते. मग काय झाले असावे? दत्तूचे शिक्षण झाले होते, पण मग तो शिकवण्याचे काम का करीत नसावा? दत्तू जर वर्गात बोलायला उभा राहिला असता तर त्याने पोरांना दिवसभर खिळवून ठेवलं असतं. साऱ्या शाळेने दत्तूला डोक्यावर घेतले असते. पण मग शिक्षण त्याने वाया का घालवले? दिवसभर जगाला शहाणश करीत राहणारा हा दत्तू एवढा वेडा कसा?

पण मला तो वेड पांघरलेला फार मोठा शहाणा वाटत होता. त्याला सायकल दुरुस्तीसारखं काम किरकोळ वाटतं नव्हतं. त्या कामात तो

कमालीचा आनंद घेत असे. शिकूनही आपण वेगळे आहोत हा भाव त्याच्यापाशी नव्हताच. आमच्या शिक्षकांना चांगली नोकरी,पगार, प्रतिष्ठा, शिक्षण असूनही आनंदी राहता येत नव्हतं. सतत वैतागल्यासारखे, पिसाळल्यासारखे भुंकत असायचे आणि हे काहीही नसताना दत्तू चेहऱ्यावर इंद्रधनुष्यासारखं हसू घेऊन वावरत असतो.

दत्तूची परिस्थिती फाटकी होती तरी तो मनाने राजा होता. काटेरी झाडापेक्षा तो फुलांनी बहरून वहात होता. 'माणसाचे जगणे त्याच्या देण्यावरुन ठरवावे त्याच्या असण्यावरुन नाही.'..धड्यात कुठेतरी सुविचार होता. कधी कधी पुस्तकातही खरं लिहीलेलं असतं.

* * * * *

प्रकरण १५ वे

अजूनही कोण व्हायचं हे काही सापडेना...काय व्हायचं नाही हे मात्र पक्कं होतं चाललं होतं. मला तर वाटायचं की सगळे पर्याय जर संपले तर? आपल्याला काय व्हावे हे ठरवताच नाही आले तर? आपण ठरवलेच नाही आपण कोण होणार तर? कुणास ठाऊक...ही होण्याची, घडण्याची, बनण्याची प्रक्रिया मी प्रत्येकात पहात होतो. पण अजून ते समजण्याची वेळ आली नव्हती.

रविवार आमचा सर्वात बिझी दिवस...आमच्या गँगचा आठवडी सण...मजा करण्यासाठी शाळेने, घरच्यांनी आम्हाला अर्पण केलेला दिवस. मिठाई जशी चाटून...पुसून...एकही कण वाया न घालवता खाल्ली जाते तसा रविवार उजाडण्यापासून झोपेपर्यंत एकही क्षण वाया न घालवता सत्कारणी लावायचो. क्रीकेट मॅच तर रविवारचा मुख्य कार्यक्रम. गावात काही मैदाने रविवारी भरून जात. शाळा आणि हायस्कूलने, मुलांच्या बॉलने कौले फुटतात म्हणून मुलांना मैदानावर खेळायला बंदी घातली होती.

शाळा रविवारीसुद्धा काही कामाची नव्हती. मग मैदाने शोधणे, ती तयार करणे हा एक मोठा उपद्व्याप असे. त्या रविवारी नदीकाठच्या मैदानावर दहावा का काय होता. बरीच गर्दी जमली होती. ते मैदान गेले. काटे आळीचे मैदान त्यांचीच पोरे वापरीत. ते बाहेरच्यांना खेळून देत नसत. स्टॅण्डवरती पोलीस लाईनच्या मैदानाचे तसेच. आमचे हक्काचे मैदान नदीकाठचे होते, पण ते गेले की आम्ही उघडे. पण मैदानासाठी रविवार वाया घालवणे परवडण्याजोगेच नव्हते.

स्टॅण्डच्या पलीकडे नवीन बंधाऱ्याचे आणि पाण्याच्या टाकीचे काम चालू झाले होते. तिथेच नवीन बंगला झाला होता. लांब असल्याने तिथल्या मैदानावर खेळायला कुणी तयार नसणार. फायनल झाले. सगळे

सायकलवर डबल, ट्रीपल बसून त्या मैदानाकडे निघालो. मैदान तर भारीच निघाले. सपाट करून ठेवलेली वर्तुळाकार जमीन आधीच तयार होती. मध्यभागी मोजून आम्ही आमचे पिच तयार केले. बॉलचा टप्पा पडेल अशी टणक जागा बघून स्टंप ठोकले. गडी वाटून झाले आणि मॅचला सुरुवात झाली.

मैदानाच्या एका बाजूला नवीन झालेला बंगला होता. त्याच्या भोवताली झाडे असल्याने त्या मोठाल्या झाडांच्या सावलीत तो बंगला पुरता झाकून ठेवल्यासारखा अदृष्य होता. त्याचे लोखंडी गेट तेवढे दिसत होते. हा सारा परिसर आता खूप बदलला होता. कुठल्यातरी सरकारी योजनेचे काम चालू होते आणि पाण्याची टाकी, बंधारा असे नवे प्रकल्प चालू होते. गावाच्या बाहेर हा सारा प्रकार चालू अदल्याने फारसं कुणाला माहित नव्हतं.

कुणीतरी शहरातले इंजिनीयर आलेले होते आणि तेच या प्रकल्पाचे मुख्य होते. आमच्या मैदानाचा प्रश्न या प्रकल्पाने सोडवला होता. इतके झक्कास मैदान...खेळ रंगत चालला होता. मीच बॅटींग करत होतो. एक मस्त उचलून शॉट मारला. तो बॉल त्या बंगल्याच्या लोखंडी गेटसमोर टप्पा खाऊन बंगल्याच्या झाडीत अदृश्य झाला. पण लगेच खळकण्- असा आवाज आला. म्हणजे बॉल आत जाऊन कुठलीतरी काच फुटली होती...कारण आवाज तर नक्की सगळ्यांना ऐकू आला.

चांगल्या खेळात काहीतरी विघ्न आलं. पण आता पुढं काय घडतयं हीच उत्सुकता! मागे एकदा गल्लीत अशीच एका घराची काच फुटली होती खिडकीची. तर त्यांनी आमच्याकडून पैसे मागून घेतले होते. बॅट आणि स्टंप जप्त केले होते. पैसे दिल्यावर सोडले तो अनुभव होता. आता इथे तर बंगल्याची काच...पोलीसात वगैरे दिले तर काय? आम्ही सारे जमून बंगल्यातून काही प्रतिसाद येतोय का याची वाट पहात बसलो. कुणी आले नाही...काहीच घडले नाही. मग आता बॉल मिळायला पाहिजे होता. मीच शॉट मारला होता. मलाच जाणे भाग होते. मी दबकत दबकत

गेटपर्यंत गेलो. गेटमधून पाहिले...गर्द सावलीची खोल शांतता पसरली होती. मी हळूच गेट ढकलून ते उघडले. आत हळूहळू दबकत शिरलो. सारा संघ त्या खेळपट्टीवर उभा माझ्या हालचालीकडे पहात होता. मी गेट उघडून आत शिरलो.

आतमध्ये बंगल्याभोवती हिरवळीचा सुंदर गालीचा पसरलेला. दरवाजापासून गेटपर्यंत फुलांच्या कुंड्या मांडलेल्या होत्या. बंगल्याचे दार बंदच होते. पण त्या बंद दाराच्या एका बाजूला एक कार उभी होती. त्या उभ्या असलेल्या कारकडे मी मोहीत होऊन पहातच राहिलो. ती निळसर रंगाची कार त्याठिकाणी इतकी सुंदर दिसत होती... हा बंगलाच सारा एखाद्या मोहमयी दुनियेप्रमाणे वाटत होता. ती स्वच्छ आणि डौलात उभी असणारी चकाकणारी कार मात्र मी एकटक पहात पुढे चाललो.

कार म्हणजे मला सर्वात आवडणारी गोष्ट होती. पुण्याला गेल्यावर हायवेवर थांबून कार पहात बसणे माझा छंद होता. एखादी थांबलेली कार दिसली की थांबून त्या कारला प्रदक्षिणा घालत पाहून घ्यायचो. त्यावेळी कार ही फार दुर्मिळ गोष्टच होती.साऱ्या गावात दोन तीन जणांकडेच कार होत्या. त्या गाडीलाही मी असाच सर्व बाजूंनी न्याहाळत बसलो. बॉल आणायला आलोय याचाही थोडा विसर पडला होता. कारला पहात... न्याहाळत एक चक्कर...प्रदक्षिणा रुपात घालून झाली. तो निळसर रंग तर त्या कारला इतका सुंदर दिसत होता. काचांना पडदे बसवलेले. मागच्या काचेला सुंदर पारदर्शी पडदा, साऱ्या सिटांना मखमली सीट कव्हर. मी तल्लीन हाऊन ती कार पाहून घेतली.

एखाद्या स्वप्नात असल्यासारखे वाटले. हाताने स्पर्श अनुभवून जणू मी त्या स्वप्नाचा भास घेत होतो. आईशप्पथ...ह्या कारमधे बसून दूरच्या प्रवासाला जाणे...काय मज्जा असेल राव? काय गंमत येईल...काय नशीब म्हणावं या लोकांच...मी माझ्याच विश्वात हरखून जाऊन तल्लीन झालेलो. तेवढ्यात हाक कानावर आली.

''अरे...ये बाळा...इकडे...इकडे..''

मी एकदम दचकून भानावर आलो. इकडे तिकडे पाहिले. कुणातरी बाईचा आवाज वाटला...पुन्हा तोच आवाज. ‘‘अरे इकडे बघ...’’ मी भांबावून पाहिले आणि एकदम लक्ष गेले. कारच्या मागच्या बाजूला पाहिले. तो आवाज ज्या बाईंचा होता त्याच उभ्या होत्या. त्यांच्या हातात माझा बॉल, ज्याचा शोध घेत मी आलो होतो तो आणि तो बॉल एका हातात घेऊन त्या हसत माझ्याशी बोलल्या, ‘‘तूच मारला ना चेंडू एवढ्या उंच? मी पाहिलेय तुला...’’

मी गुन्हा कबूल करत मान हलवली. माझी आता शिक्षेची तयारी झाली होती. पण त्याही स्थितीत मी त्या स्त्रीकडे पाहिले. एखाद्या चित्रपटातल्या नायिकेसारखी किंवा साबणाच्या जाहिरातीत असते इतकी सुंदर. लक्षात रहाव्या अशा काही गोष्टी तर नजरेत भरल्या...त्यांचा बॉयकट. मी अजून स्त्रीला इतक्या वेगळ्या केशचनेत आतापर्यंत पाहिले नव्हते. त्यांच्या तेजोवलीय चेहऱ्यावरची लिपस्टीक आणि त्यांचा बिनबाह्यांचा ब्लाउज... गाडीकडे मंत्रमुग्ध पाहून झाल्यावर दुसऱ्या या त्याहून सुंदर गोष्टीकडे मी पहात होतो. फक्त आता या सुंदर व्यक्तीकडून किती भयानक शिक्षा मिळू शकते याचा मी विचार करीत असताना त्या हसल्या. त्या हसण्याने जणू जमिनीवर मोती पडावेत असे वाटले.

‘‘मस्त शॉट मारलास बघ त...एकदम गावस्कर...तूही त्यांच्यासारखाच बुटका, काय?’’

मी लाजून लाजून भुगा झालो. एकतर शिक्षेसाठी हात पुढे करावा आणि त्यावर कुणीतरी पेढा ठेवावा असा अनपेक्षित धक्काच होता हा!

‘‘तुझ्या शॉटमुळे ह्या सरकारी बंगल्याची काच मात्र फुटली बघ...’’ त्या कारच्या मागच्या भिंतीवरची काच फुटून खाली गवतावर पसरली होती. ‘‘जाऊ दे. ती सरकार भरून देईल. एक काम कर, तुझ्या साऱ्या मित्रांना बोलव. माझ्याशी मैत्री कराल ना तुम्ही लोक?’’

मी विरघळायचाच बाकी राहिलो होतो. असल्या शब्दांची, त्यांच्या असल्या वागण्याची स्वप्नातही कल्पना नव्हती. मी हरकून गेलो पण नंतर

सावरलो. ''चुकून झालं मॅडम...मी मुद्दमहून नव्हता मारला इकडे...''
माझे शब्द खिशातून गोट्या सांडाव्यात अशा पद्धतीने सांडले.

''अरे चांगला शॉट होता...बरं बोलव सगळ्या मित्रांना. अरे मी
कुणावर रागावलेली नाही. उलट आम्हाला भेटायचयं तुम्हा सर्वांना. जा
बोलवं बरं..''

मी आनंदाने एकच उडी मारून गेलो. गेटवर जाऊन दोन्ही हात
उंचावून, हाका मारून सर्वांना बोलावू लागलो. आता मीच यजमान झालो
होतो. मी बोलवतोय हे पाहून त्यांना दुरूनच मोठा धोका आहे असे
ओळखू आले असावे. काहींनी तर पळून जायचा इशाराच आहे असा
त्यातून अर्थ काढला. ते कोड्यात पडलेले पाहून मी अजून जोरजोराने
हाका मारून, हातवारे करायला सुरुवात केली. तेव्हा त्यांच्या लक्षात
यायला लागले आतण सावधपणे पावले टाकीत सर्वजण माझ्याकडे यायला
लागले.

ते जवळ आल्यावर मीच त्यांचे स्वागत करायला उभा राहिल्यासारखा
त्यांना गेट उघडून आत बोलावले. त्यांना आश्चर्याचा धक्का किती बसतोय
हे पहायचे होते. त्यांना कळत नव्हते की हा काय प्रकार आहे. ते आत
आले...आणि मॅडमनी मला टाळी दिली. पोरं पुरती स्तंभित! बॉलने
काच फुटूनही त्यांना राग नाहीच उलट हे पाहुणे आल्यासारखे खुषीत! मी
मग पुढे होऊन सगळ्यांची ओळख करून दिली. त्यांनी प्रत्येकाला ''तू
काय करतो ? बोलींग, अरे वा रे कपिलदेव'' ''तू किपींग..किरण
मोरे..'' ''तू रे ऑलराऊंडर...बोथम..'' सगळे लाजून गेले. मग त्यांनी
आम्हाला घरात बोलावले. त्यांच्या गड्याने पुढे होऊन दार उघडून
आम्हाला आत बसवले. बापरे! घर कसले तो राजवाडाच! खाली
आरशासारखी गुळगुळीत फरशी...भिंतीवर छान छान चित्रे
लावलेली...खिडक्यांवर रंगवेधक पडदे... काचेचा टेबल...घड्याळ...मधे
मऊ सोफा...गालीचा...वर रंगीत दिव्यांची माळ...कोपऱ्यात मोठा रंगीत
टी.व्ही....त्यावर रंगीत कपड्याची झालर. आम्ही स्वप्न पहावे अशा

११८

विस्फारलेल्या डोळ्यांनी सारं वैभव पहात राहिलो. विश्वासच बसत नव्हता अशा पद्धतीने अवघडून गेलेल्या स्थितीत त्या खुर्च्यांवर बसलो.

विल्या, गण्या सोफ्यावर बसल्यावर तो खोल रुतल्यावर दोघे एकमेकांवर आदळले. आम्हाला हसू आवरले नाही. अशा वातावरणाची कशी सवय असणार? पण त्या मॅडम आमच्याशी इतक्या प्रेमाने वागत होत्या की आम्ही घाबरुनही थोडे स्थिर होऊ शकलो. त्या पडदा सरकवून आत गेल्या. आम्ही अद्भूत नजरेने नुसतेच एकमेकांकडे टकमक पहातच राहिलो.

थोड्याच वेळात रंगीत ग्लासमधून लाल रंगाचे सरबत घेऊन त्यांचा गडी आला...मागून पुन्हा मॅडम. नको नको म्हणून आम्ही आपापला ग्लास उचलला. ते सरबत काय, अमृतच! एवढे चवीला भारी...जन्मात असली चवच घेतली नव्हती. गळ्यातच रहावं कायम...जिभेवरुन सरकूच नये वाटत होते. त्या मॅडम आमच्या समोरच बसल्या आणि मग त्यांनी आमच्याशी गप्पा मारल्या. मग त्यांनी एकेरीच हाक मारली आणि त्यांचे यजमान पडद्यामागून बाहेर आले.

एकदम रवींद्र महाजनीसारखे...फिल्मी हिरोहून रुबाबदार. उंच, मोठे आणि मस्त कपडे घातलेले. ते मॅडमच्या शेजारी सोफ्यावर बसले. त्या दोघांना पाहून गोष्टीतल्या राजाराणीची आठवण झाली. त्या दोघांनी आमची कुठे रहाता? काय करतात वडील? कितवीत शिकता? काय व्हायचे पुढे? अशी आस्थेने विचारपूस केली. आम्हाला असे विचारणे आजवर झालेच नव्हते. मुळात मुलांशी मोठी माणसे प्रेमाने बोलू शकतात हेच आजवर अनुभवलं नव्हतं. तेही ज्यांच्या घराची काच आम्ही फोडलीये ते आमच्याशी एवढ्या प्रेमाने बोलतील यावर विश्वास बसत नव्हता.

यजमानही आम्हाला अभ्यासातलं विचारत होते. ''तुमच्या शिक्षकांची नावे काय? शाळा कशी वाटते?'' आमची बिनधास्त उत्तरे ऐकून त्यांचे मनोरंजन झाले असावे. कारण त्यांना प्रत्येक उत्तरावर हसायला येत होते. आमचा अभ्यास आणि शाळेचा विषय ऐकून, त्याबद्दलची मते ऐकून

त्यांना हसू आवरले नाही. एकेका सरांच्या लकबी, शिकवताना होणारी तारांबळ, त्यांच्या मुलांना घाबरवण्याच्या तऱ्हा, मुलांना मारहाण, शिस्तीच्या नावाखालची धोपटशाही सगळ्यांचे वर्णन ऐकून मॅडम आणि सरांनी आमच्या बुद्धिला दाद दिली. आम्हीही आमच्या सर आणि बाईंबद्दल एवढे खुल्लमखुल्ला कधी आणि कुणापुढे बोललो असतो. मग आमची विचारायची वेळ आली. आम्ही त्यांनाही काही प्रश्न विचारले तेव्हा त्यांची हकीकत समजली.

त्यांचाही आमच्याच वयाचा मुलगा मुंबईत नातेवाईकांकडे शिकत होता. त्याला शाळेमुळे त्यांनी तिकडे ठेवले होते. ह्या गावाच्या टाकीचे, बंधाऱ्याचे आणि पाईपलाईनचे काम करण्यासाठी ते इथे सरकारी बंगल्यात रहात होते आणि काम संपेपर्यंत राहणार होते. त्यांना आम्हाला पाहून त्यांच्या मुलाची आठवण येत होती. त्यामुळेच प्रेमाने त्यांनी आम्हाला बोलावले होते. तो स्वप्नासारखा वेळ संपला....

थोड्या वेळाने आम्ही त्यांचा निरोप घेऊन बाहेर पडलो. तेव्हा त्या घरातून आलो, पण ते सारे घर माझ्या मनात घर करून राहिले. त्यांनी ''पुन्हा येत जा'' म्हणूनही जाताना आग्रह केला. आम्ही घरी जाईपर्यंत त्यांच्या एकेक गोष्टींचे पुन्हा पुन्हा वर्णन करीत होतो. त्या सुंदर लिपस्टीक लावलेल्या, बाही नसलेला ब्लाउज घातलेल्या मॅडम...इतक्या गोड बोलणाऱ्या, हसणाऱ्या, इतक्या गोड स्वभावाच्या...तितकेच रुबाबदार, देखणे साहेब! त्यांच्याही बोलण्या-वागण्याचा ढंग, त्यांची कर्तबगारी, त्यांच्या मालकीचे सारे काही, त्यांचेच सर्व....तो बंगला, त्यातले सुंदर फर्निचर, ते घर...ती कार, आणि इतकं आरामशीर आयुष्य!

माझ्या डोक्यावर, मनावर ह्या साऱ्या चित्रांचा असा परिणाम झाला की त्या चित्राचे रंग फिरुन फिरुन डोळ्यापुढे तांगायला लागायचे. साऱ्या मित्रांच्या गप्पा चाचल्या होत्या. मी मात्र शांत चालत माझे घर येण्याची वाट पहात होतो. माझेच घर पहिले आलं. सर्वांनी मला पोहचते करून पुढची वाट धरली. मी तंद्री हरवल्यासारखा घरी आलो आणि घरात

आल्या आल्या माझ्या घराची स्थिती पाहून मनस्वी चीड आली.

कुठे ते घर...कुठे आपले घर? केवढा पसारा...निरर्थक जुनाट वस्तूंचे गोडावून, गोधड्या...पोती...मोठ मोठाली भांडी. आपले घर किती मागास. आपले जगणेच किती किरकोळ...किती अस्वच्छ... विस्कळीत...पूर्णतः उधळल्यासारख्या पसाऱ्यातले. आपल्या घरात साऱ्या जुनाट गोष्टी...साऱ्या पसाऱ्यासारख्या. आपले स्टोव्ह, धुराने काळी पडलेली भिंत, लोखंडी कॉट, खडबडीत भिंती...आपल जगणं केवढं किरकोळ! खरंच त्या इंजिनीयरांचे घर आणि आपले घर! फक्त आपलेच नाही तर गावातल्या बहुसंख्य लोकांची घरे आपल्या घरासारखीच...

गावात गरीबी असू दे, पण ही गरीबी फक्त पैशानेच नव्हती. गावातल्या साऱ्या लोकांमध्ये आणि त्या इंजिनीयर साहेबांच्या जगण्यात, राहणीमानात जमीन अस्मानाचे अंतर होते.

आपले ध्येय शोधत होतो...ते हेच की.

आपल्याला मोठे व्हायचे ते कुणासारखे तर ह्या अशा इंजिनीयर साहेबांसारखे! आपले घर असायला पाहिजे अशा इंजिनीवर साहेबांसारखे मोठ्ठे...फर्निचर..फ्रिज...कलर टी.व्ही...गालीचा...झुंबर...पडदे असलेले. घरासमोर फुलाची झाडे हवीत. झाडांनी सावलीचे छत्र धरलेले. शांत...सुंदर मोठ्ठे घर, स्वच्छ...सुंदर...प्रसन्न...

दुसरी गोष्ट...आपल्याकडे अशीच कार पाहिजे. आतून मऊ मऊ कुशन असलेली. आतमध्ये टेपरेकॉर्ड असणारी. रुबाबात, मजेत, जोरात धावणारी अशी कार पाहिजेच पाहिजे. तिसरी गोष्ट आपल्याला असाच निवांत वेळ आणि जास्त काम नसलेली नोकरी पाहिजे. आपणही निवांत आरामखुर्चीवर पाय पसरुन गाणी ऐकत कॉफी पित पडायला पाहिजे. उगाच धावाधाव...मारामार...कष्ट...त्रास-ताण असलेलं काम करायलाच नको. कामाची मजा आली पाहिजे. त्याला मान प्रतिष्ठा असली पाहिजे. आपणही साहेब असलं पाहिजे. आणि त्यानंतरची मोठी आणि अंतिम चौथी इच्छा जी मी मनाशी कबुल केली ती म्हणजे त्या मॅडमसारखीच

सुंदर बायको. बायको सुंदर म्हणजे सुंदरच करायची. बॉबकट असेल तर भारीच…नसेल तरी गोरीपान. बिन बाह्यांचा ब्लाउज तर घातलाच पाहिजे. पण अशी लिपस्टीक लावणारी आणि आपल्या हसण्याने जिंकून घेणारी. आपल्याला ही सुद्धा गोष्ट हवीच हवी.

माझे ध्येय ठरले…

प्रकरण १६ वे

माझ्या विचारांचा गुंता सुटलाच. आता डोळ्यात 'मला कोण बनायचं' हे पक्कं ठरलं. मात्र एखादा आत्मसाक्षात्कारच झाला होता. मी आतून पिसासारखा हलका झालो होतो.

रात्री अंगणात आजोबांच्या मांडीवर डोकं ठेवून मी चांदण्या पहात होतो. बहीण शेजारी...आजोबा-आजीच्या गप्पा चालू होत्या. मी विचारात मग्न. मग मी आजोबांना सगळी गोष्ट सांगितली. आजी-आजोबा कौतुकाने सारे ऐकत होते. मी म्हटलं, ''मला इंजिनीयर व्हायचे''. तेव्हा किंचाळून हसत बहीण उठून बसत म्हणाली, ''दाद्या, तू इंजिनीयर होणार? त्यासाठी अभ्यास करावा लागतो. खूप हुशार असावं लागतं. गणितं यावी लागतात. तुला जमणार का हे सारं? म्हणे इंजिनीयर होणार...तोंड बघ आरशात!'' बहिणीचे शब्द मला रात्री तरी जागे करून गेले. अभ्यास...करायची मला चीड होती. ज्याचा मी द्वेष करत होतो. ज्याच्यापासून पळत होतो. जे मला झेपत नव्हतं...जमत नव्हतं. आता या दुश्मनाशी मला दोन हात करायचे होते. न आवडणाऱ्या गोष्टीवरुन चालत जाऊन आवडणाऱ्या गोष्टीपर्यंत पोहचायचं होतं.

आता अभ्यासाला कसं भिडायचं? माझ्यात अजिबात शक्ती नसलेल्या स्थितीत मला माझ्या ताकदवान शत्रुशी लढायचं होतं. किमान मी मला ध्येय वाटणाऱ्या चार गोष्टी मिळवू शकत होतो. फक्त अभ्यासच त्याला मार्ग होता. आपल्याला जे मिळवायचेय त्याला साध्य करायचा एकच मार्ग आहे...अभ्यास.

एका बाजूला माझं विश्व...ज्यात माझे मित्र, माझी सर्वांसोबतची मैत्री, खेळ, मजा, गमती जमती, बिनधास्त बिनघोर आयुष्य...पतंग, गोट्या, क्रिकेट, पोहणे, भटकणे, भोवरा, चक्कार...फळं खाणं, खेळणं, अभ्यासाला हातही नाही, गृहपाठ नाही. वर्गातही शरिराने बसणे...होईल

तितकी शाळा बुडवणे.

दुसरीकडे ह्या सर्वाला सोडून...सर्व आवडत्या गोष्टींचा त्याग करून, एकांतात कोंडून घेऊन बहिणीसारखा गंभीर चेहरा करून अभ्यासात गाडून घेणे, पूर्ण साधू होणे...साऱ्या आनंदाची राख करून ती अंगाला फासून, कंदमूळं, खाणाऱ्या गोसावड्या सारखे राहणे...ब्रम्हचर्य पत्करल्या सारखे भयानक, मुकाट, एकटं आयुष्य! अभ्यास नावाचा कडवट काढा घशाखाली उतरवत तीळ तीळ मरणे. स्वर्ग मिळवण्यासाठी मरायची तयारी ठेवायला लागणार होती.

मला हे दुसरं आयुष्य काय करावं वाटत होतं, पण आता त्याचेच पाय धरुन मला पुढे जगायचे होते. मी अभ्यासाला शरण जायला तयार झालो...सारी सुखे सोडून ब्रम्हचर्य पत्करायला मी तयार झालो. त्या दिवशी मी स्वतःहून पहाटे उठलो. खरतर ऊन येईपर्यंत आणि आजीच्या शिव्या खाल्ल्याशिवाय मी कधी स्वतःहून उठलोच नव्हतो. माझा दिवसच असा सुरु होई.

त्या दिवशी आतूनच आवाज आला ''उठ जागा हो. ध्येय प्राप्तीसाठी प्रयत्न सुरु कर''. आम्ही शाळेच्या एका नाटकात असाच एक संवाद ऐकला होता. माझ्या मनातून हा संवाद मलाच ऐकू आला. थोड्याच वेळात शुर्चीभूत होऊन जेव्हा मी अभ्यासाला पुस्तक हातात धरले तेव्हा बहीण, आजी एकमेकींकडे पाहून हसल्या. जणूकाही मी विनोदीच वागत होतो. डोळे चोळत ते पुस्तक समोर धरुन वाचायला लागलो. घरात हा आश्चर्याचा धक्काच होता. मी अभ्यासाला बसणे ही सूर्य पश्चिमेला उगवण्यासारखी अद्‌भूत गोष्ट होती.

मी डोळे ताणून समोरचे एकेक अक्षर...जे स्वतःहून माझे डोळे मिटण्याचा प्रयत्न करीत होते, त्यांना जागते ठेवण्याचा प्रयत्न करीत राहिलो. झोपेची आणि अभ्यासाची माझ्या जिद्दीशी झुंज चालू झाली. त्यात समजून घेणे किंवा समजणे, त्यानंतर लक्षात रहाणे एवढ्या सगळ्या प्रक्रिया एका बाजूला आणि झोपेशी तुंबळ युद्ध एका बाजूला असा सारा

डाव रंगला.

थोडावेळ मी मुरारबाजी सारखा किल्ला लढवत होतो. पण मानेला ताठ रहाण्याची सवयच नव्हती. मधेच एका क्षणात मी गर्दीत सामील झालो. माझी मान केव्हा गळाली कोणास ठाऊक? मी झोपेविरुद्ध ठार पराभूत झालो. झोप माझ्यावर स्वार होऊन घोरुही लागली. पहिलाच लढा असा भूताला अर्पण करावा लागला.

मग शाळेला जायच्या वेळेलाच जाग आली. पटापट दप्तर भरुन शाळा गाठली. आज ठरवलं की काहीही होवो आज शाळेत जे काही चाललेय ते समजून घ्यायचे. लक्ष द्यायचे. प्रत्येक शिक्षकाच्या तासाला एकूण एक शब्द ऐकून मनात जपून ठेवायचा. सगळं समजले की आपला अभ्यास झालाच. सगळ्या मित्रांच्या तासाला काहीतरी गप्पा, गमत्या चालू असायच्याच पण आपण तसे करायचे नाही. मित्रांना सोडून मी सरांच्या शिकवण्याकडे बारकाईने लक्ष द्यायला लागलो.

मित्र गप्पा मारायला लागले की मी त्यांनाच गप्प रहा म्हणायचो. सर्वांना माझ्या वागण्याचा अर्थ कळेना आणि त्यांना त्याचं मोठ्ठे आश्चर्य वाटले. मीच सर्वात गमत्या करणारा आज अचानक कसा काय गंभीर होऊन गेलाय. मी नक्की गंभीर आहे का हे पण एक नाटक आहे. त्यांना माझ्या वागण्याचा अर्थ कळेना. मी जास्तच गंभीर होऊन वर्गात लक्ष द्यायला लागलो.

दुपारच्या सुट्टीत विल्या, गज्या म्हणाले की चल आपण पळून जाऊ. आज फारच कंटाळा आलाय. पण मी नाही म्हटलं...‘‘तुम्ही जा, मला समजून घ्यायचयं’’.

त्यांची विकेट गेली. ‘‘अरे पळायला नको म्हणतोयस तू...तू वर्गात बसायचे म्हणतोस?...आता अभ्यास करा म्हणशील.’’

‘‘हो, मी अभ्यास सुरु केलाय. यापुढे मी तुमच्यासोबत पळून जाणार नाही. शाळा बुडवणार नाही. संध्याकाळीही खेळणे बंद. रविवारीही नाही.’’

‘‘अरे पण मध्येच कसला काढलाय अभ्यास. परिक्षा तर सहा महिने लांब आहे. आता अभ्यास करणे व्यर्थ आहे.’’

एक क्षण मनात आले ह्यांना सांगून टाकावे...माझे ध्येय आता ठरलेय. मला अभ्यास करून हुशार व्हायचयं. इंजिनीयर व्हायचे...त्यामुळे मला ज्या गोष्टी मिळवायच्यात त्या मिळवूनच रहायचे आहे. पण मी मन आवरले. ‘‘नाही मला अभ्यास करायचा आहे.’’

‘‘कुणी मारलं बिरलं का काय? बहिणीने तुला बिघडवला का काय? काय झालं यार तुला...एकदम आजारी असल्यासारखा का वागायला लागलायस?’’

मी काहीच बोललो नाही. मधल्या सुट्टीनंतर सगळे पळून गेले. मला प्रचंड एकाकीपणा वाटायला लागला. सर शिकवत होते, माझे मन मात्र पोरांसोबत डुंबत होते. मी मन मारून ते शिकवलेले उकळता रस कानात ओतून घ्यावा तसा ओतून घेत होतो. प्रचंड त्रास होत होता. हाच त्रास असतो आयुष्य घडवणारा. टाकीचे घाव ते हेच. यापुढे आपल्याला असेच घाव घेत रहावे लागणार. आपला आनंद संपला. आता यापुढे फक्त दुःख आणि त्रास.

मी विचार करताना डोळ्यातून दोन ठिपके वही वर पडले. संध्याकाळी शाळा सुटल्यावर पुन्हा घरी गेलो आणि लगेच अभ्यासाची तयारी सुरु केली. एक कोपरा घेऊन तो लखलखीत साफ केला. पुजेचा चौरंग, मोठी सतरंजी, डोक्यावर दिवा लावून घेतला. सारी जय्यत तयारी झाली. आता देवाचे नाव घेऊन बसलो. घड्याळात पाहिले, सहा वाजले होते. बघू म्हटलं किती अभ्यास होतोय. आणि घड्याळाचा काटा आणि मी, आमच्यात द्वंद्व युद्ध सुरु झाले. वर्गात शिकवलेलाच विषय उघडून पुन्हा वाचायला घेतला आणि जखमी सैनिक रणांगणावर जसा विव्हळत, कण्हत पुढे सरकत असतो तसा मी एकेक सेकंद घालवू लागलो.

अखेर...अखेर..

रात्री साडेनऊ वाजता आजोबांनी हलवून मला जागे केले. मी डोळे

चोळत उठलो तर समोर भवानी आईसारखी बहीण उभी..हसत.

मी म्हटलं, ''तीन तास...तीस मिनिटे मी अभ्यास करत होतो. बापरे...मी एवढा अभ्यास केला.''

मी विजयी झाल्यासारखा उठलो पण तेव्हा आजोबा म्हणाले, ''अरे तू सहा वाजता अभ्यासाला बसलास पण साडेसहाला लाईट गेली. मीच तुझ्या डोक्यावर पांघरुण घालून तुला झोपू दिलं.''

बहिणीने उड्या मारून टाळ्या पिटल्या. मी तोंड धुवायला निघून गेलो. अपमान गिळण्यापेक्षा जेवण गिळणे महत्त्वाचे होते. माझी अभ्यासासमोर काहीच मात्रा चालेना. अभ्यास मला पर्वतासारखा अघोरी वाटायचा आणि त्याचा अक्राळ-विक्राळ अवतार बघून माझे होते नव्हते तेवढे अवसान गळून जायचे. मी एवढा सरळमार्गी झाल्याचे मित्रांनाही फार आश्चर्य वाटले. पण त्याहून जास्त वाईट वाटले. त्यांनी एकदा शाळेत मधल्या सुट्टीत वर्गाबाहेर मला घेरले.

''अरे काय झालयं तुला? खेळायला येत नाही, पोहायला येत नाही. शाळा बुडवायला नको म्हणतो. शाळा सुटली की अभ्यासाला बसतो. मस्ती नाही, कुणाशी पंगा नाही--दंगा नाही. तू एकदम शाकाहारी का झालास राव? अरे तू आम्हाला हे सारं शिकवलं...आणि तूच एकदम सुधारलेला! तू नाही तर आपली टीम जिंकेना झालीये. चिडाचिडी करायला कुणी नाही, कसं जिंकणार? भांडण करायला कुणी नाही...दादागिरी नाही. आमचं जगणचं बेचव झालं..

का तू असा सुधारल्यासारखं वागायला लागला?

तुला काही राग आलाय का कुणाचा? कोण बोललं कातुला? तुझ्या मनात काय आहे ते एकदा सांगून टाक तरी...आम्ही सगळे बेचैन झालो आहोत. गँगच्या कॅप्टनने गँग सोडली तर कसं होणार? काय झालयं तुला?''

मी काही बोललो नाही. माझ्या मनात काय चाललयं ते त्यांना सांगू शकत नव्हतो. त्यांना ते समजलंही नसतं आणि माझं स्वतःचं असं जे

काही चालू होतं ते फारच वैयक्तिक होतं. त्या विश्वात मी फक्त एकटाच फिरत होतो. ''मी कुणावरही नाराज नाही...पण मी आता पूर्वीसारखा नाही राहणार...मी शाळा बुडवणार नाही...मी क्रिकेट खेळणार नाही...वर्गात दंगा मस्ती करणार नाही...मारामाऱ्या, मस्ती. मस्करी बंद...माझ्यासाठी हे सारं संपलं. आता फक्त अभ्यास..''

मी एकदम मरायला आलेल्या माणसाच्या निर्वाणीचा संदेश दिला जावा तसा संदेश दिला. त्यांना कुणाला मला विरोधही करता आला नाही. ते गप्प बसले. मी शाळेच्या पुढच्या तासाला निघालो.

मित्रांना सोडणं जिवावर येत होतं. त्यांच्यात माझा व माझ्यात त्यांचा जीव अडकला होता. त्यांना वेगळं करणं फारच अवघड होतं. वर्गात बसणं...अभ्यास करणं याहीपेक्षा साऱ्या मित्रांना, त्यांच्या मैत्रीला सोडणं खूप यातना देणारं होतं. पण मी ते केलं...करायचं ठरवलं होतं. खरंच यश मिळवताना जो त्रास होतो तो हाच...कष्टा शिवाय फळ नाही म्हणतात ते असेच... आपल्याला ह्या कष्टाची, त्रासाची, त्यागाची सवय लावायला पाहिजे. ह्या त्रास घेण्यानेच आपला विजय होणार आहे.

मी मन घट्ट केलं. आता काहीही होवो, आपण अभ्यासावरच लक्ष द्यायचे. फक्त अभ्यास. आणि अचानक विधवा झालेल्या नवविवाहिते सारखा मी पांढऱ्या चेहऱ्याने आणि गंभीर वृत्तीने तासाला बसू लागलो.वर्गात शिकवलेलं डोक्यात घुसवून घेऊ लागलो. हळूहळू गांभीर्य माझ्या अंगावर जळमटासारखे पसरु लागले. अंगावर शेवाळं जमायला लागलं.

माझा हसण्या हसवण्याचा धबधब्यासारखा स्वभाव नष्ट झाला आणि एकदम मी डोहासारखा रोगट आणि साचलेला दिसायला, वागायला लागलो. क्रिकेट, बॅट, स्टंप, गोट्या, पतंग, गिलवर, चक्कार, विटीदांडू साऱ्या वस्तू निरुपयोगी होऊन घरात पसाऱ्यासारख्या निर्जीव होऊन पडून होत्या.

मी शाळेतून संध्याकाळी घरी आलो की प्रार्थना वगैरे म्हणायचो आणि हातपाय धुवून अभ्यासाला लागायचो. माझी गँग ओट्यावर

येऊन मला ऐकू जाईल अशी बडबड, गप्पा करायची. बॅट-स्टंप-बॉलचा आवाज करायचे. मुद्दामहून मी ते सारे ऐकून अभ्यास सोडून धावेन...पण बाहेर पोरांच्या गप्पा चालू झाल्या की मी जास्त शांत होऊन अभ्यासात गढून गेल्याचे दाखवी. थोडा वेळ ते वाट पहात. कुणी आत येऊन मला ओढून वगैरे नेण्याचा प्रयत्न करीत नव्हते. कारण आता गँग आणि माझ्यामध्ये एक सख्ख्य नातं राहीलं नव्हतं. ते माझे मित्र असूनही मी त्यांना आता कुणीतरी परका झालो होतो. ते थोडे रेंगाळून निघून जात. मला फार वाईट वाटे. रडायला येई. डोळ्यापुढे क्रिकेटचे ग्राऊंड येई.

ते पिच...ते स्टंप, ती फिल्डिंग लागलेली...आणि त्यात काटे आळीतल्या फास्टर लोकांना आपण फोडून काढतोय आणि आपली गँग टाळ्या पिटतेय...आपण जिंकत चाललोय. एक क्षण वाटे लाथ मारुन या अभ्यासाला मस्त खेळावं. पण दुसरीकडे माझे ध्येय काही मला शांत बसू देत नव्हते. आपण आता जर अभ्यास सोडला तर आयुष्यभर आपण आपले 'ध्येय' गाठू शकणार नाही. आपण इतर लोकांसारखे सामान्यच राहणार..

नाही...मी नाही जाणार खेळायला...

पण अभ्यास काही मला साधत नव्हता. अभ्यासाला सुरुवात केली की थोड्याच वेळात मानमोडी झालेल्या कोंबड्यासारखी मी मान टाकून झोपी जायचा. ना अभ्यास होत होता ना खेळ.

मी माझ्याशीच एक लढाई सुरु केली होती. मायडी माझी गंमत पहात हसायची. मी अभ्यासासमोर कसा हरतोय हे पाहून तिला आनंद व्हायचा. ती अभ्यासाला मांजराने उंदराला खेळवावे तशी खेळवायची. तिच्यासाठी अभ्यास करणे सोपी गोष्ट होती.

माझ्यासाठी मात्र उलट होतं. अभ्यास मला उंदरासारखा खेळवत रहायचा. माझी ससेहोलपट फक्त आजोबांच्या लक्षात आली.

✳ ✳ ✳ ✳ ✳

प्रकरण १७ वे

गणपती बसायचे दिवस होते ते. गणपती बघायला पुण्याला जायला मिळायचे. आठवडाभर पुण्यात रहायला मिळे. गणपती पहायची मजा असे. आणि आठवडा सहज संपून गावाला यावे लागे. पण त्या आठवड्यात वर्षभर पुरेल एवढी मज्जा करून घ्यायचो आम्ही.

गावाकडून मी गणपती पहायला पुण्याला आलो. माझा मोठा मामा टेल्कोमधे त्यावेळी कामाला होता. ट्रक्स-बस दिसली आणि त्यावर टाटा लिहिलेले दिसले की मामाला आम्ही विचारायचो, ''मामा ही गाडी तू बनवली का रे?'' तो म्हणायचा, ''हो मीच बनवली''. आम्हाला खेळण्याची गाडी बनवायला किती त्रास व्हायचा. इथे मामा अख्खी गाडीच तयार करत होता. अख्खी प्रचंड मोठी...

आमचे घर चाळीतले घर...त्यावेळी टेल्को कंपनीपासून जवळ होते. एके दिवशी मामा काही कामासाठी एक छोटा ट्रक चालवत घरी आला. घाईघाईत चहा पिऊन जायला निघाल्यावर मी मामाच्या मागे लागलो, ''मला ट्रकमधून चक्कर मारायची.'' मग मामाने मला चांगले कपडे घालून यायला सांगितले आणि मामा आईला म्हणाला, ''ताई याला घेऊन जातो मी कंपनीत, संध्याकाळी सोडतो जाताना.'' माझ्या आनंदाला पारावार राहिला नाही. आता मला ट्रक बनताना बघायला मिळणार होते. ट्रकमधून फिरायला मिळणार होते.

शाळेत वर्षभर सांगता येईल एवढा अनुभव मी घेणार होतो. मी पटकन उरकून मामच्या सोबत ट्रकमधून निघालो. मामाला ट्रक चालवताना पाहून गंमत वाटत होती. मामा हॉर्न वाजवत होता...स्टेअरिंग फिरवीत होता...मध्येच गियर बदलत होता. गाडी चालवणं माझ्यासाठी फारच कौतुकाची गोष्ट होती. गाडी चालवणारा माणूस मला अजब नशीबवान वाटायचा. एवढी मोठी गाडी एवढ्या वेगाने एक माणूस पळवतोय ही

गोष्टच मला फार अजब, अप्रूप वाटायची. ड्रायवर मला प्रचंड हुशार, करामती, जादूगार वाटायचा.

गाडी एका मोठ्या कमानीखालून एका मोठ्या यंत्राच्या दुनियेत शिरली. सगळीकडे धावाधाव करणारी माणसे...यंत्रांचे आवाज...धुराचा वास...गोंगाट, वरुन साखळीने मोठी लोखंडाची कोष उचलून नेली जात होती. काही कामगार गाडी ढकलून येत होते. कुणी पान्याने नट आवळत होते. कुणी हातोड्याने लोखंडावर घाव घालत होते. सगळी कामे करणारी माणसे काळपट मळलेला ड्रेस घालून कामात मग्न. मोठमोठाली यंत्रे बघून जीव दडपत होता. लोकही यंत्रासारखी कामे उरकत होते. मामा आणि मी त्यातून वाट काढत त्यांच्या केबिनमध्ये पोहोचलो.

मामाला भेटायला एक कामगार आला. मामाने माझी ओळख करून दिल्यावर त्याने माझे गाल दाबून माझे कौतुक केले. मग टेबलावर चहा बिस्किटे आली. मी मस्तपणे त्यावर ताव मारला. मामाचे आणि त्यांचे बोलणे चालू झाले आणि मला एक गोष्ट समजली की ज्यांना मी काम करताना पहात होतो ते सारे लोक इंजिनीयर होते. ते मळखाऊ कपड्यात, काळ्याकुट्ट अंगाचे निर्विकार चेहऱ्याचे गाडीच्या खाली पडून गाडी दुरुस्त करणारे सारे इंजिनीयर...

माझे चहात बुडवलेले बिस्किट तसेच तुटून टपकन चहात पडले. "हे लोक इंजिनीयर आहेत?" मी मामाला विचारले.. "हो" मामाने उत्तर दिले. माझ्या मनातली इंजिनीयरची कल्पना खळकन काच फुटून जमिनीवर विखरुन पडावी तशी पडली.

मी ते गावातले इंजिनीयर पाहून समजलो की आपले ध्येय इंजिनीयर...पण असे इंजिनीयर... हे तर यंत्राचे गुलाम वाटतायेत... बांधकामावरच्या मजूरासारखे...मुकाटपणे घाण्याच्या बैलासारखे मुक्याने काम करणारे ... गलीच्छ रहाणारे...त्यांच्या छोट्या छोट्या कपडे ठेवायच्या...सामान ठेवायच्या जागा केलेल्या. थोड्या वेळात भोंगा वाजला...सगळे कामगार काम सोडून जेवायला आले. त्या कँटीनमध्ये

सगळे घाईघाईत यांत्रिकपणे जेवताना पाहून वाईट वाटले. पुन्हा भोंगा झाला. सगळे कामाला लागले. पुन्हा यंत्रांचे आवाज, धूर, गोंगाट, गोंधळ, हातोड्यांचे घाव, यंत्राची घरघर, कर्णकर्कश आवाज. माझ्या इंजिनीयर होण्याच्या स्वप्नांचा असा चक्काचूर झाला.

ते गावाकडचे इंजिनीयर आणि इथे राबणारे इंजिनीयर...हा फरकच मला साधता येईना. थोडक्यात इंजिनीयर होऊनही आयुष्याचा प्रश्न सुटणार नव्हताच.

एक ध्येय ठरल्याने, ते मिळवल्यानेही आयुष्य पूर्ण होतेच असे नाही. मामा त्याची कामे करीत होता. मी त्या कंपनीच्या वेगवेगळ्या विभागात फिरत होतो. संध्याकाळी पुन्हा एक भोंगा झाला. मी मामासोबत घरी येताना पाहिले...खाली माना घालून चाललेली ती सारी कामगार मंडळी मला पराभूत होऊन निघाल्यासारखी वाटत होती. त्या लोखंडी विश्वातून त्यांची सुटका झाली होती.

मीही त्या कारखान्यातून माझे स्वप्न दुरुस्त करून घेतले होते. दिवसभराच्या ठाकठोकीने, घावांनी माझेही स्वप्न खऱ्या रुपात आले होते.मी गणपतीचे दिवस संपवून गावाकडे निघालो तेव्हा कधी एकदा पोहोचतोय आणि मित्रांना भेटतोय असे झाले होते. आता माझे ध्येय अभ्यास करणे, हुशार होणे एवढेच राहिले नव्हते. अभ्यास माझ्या छातीवर दगडासारखा बसला होता. त्याला पहिलं भिरकावून द्यायचे होते.

पुन्हा त्या कोपऱ्यातल्या अंधारात पुस्तकात खपायला मी जाणार नव्हतो. पुन्हा अभ्यासाशी झुंजायचं नव्हतं. स्वतःलाच छळायचं नव्हतं. हुशार बनण्याचं भूत माझ्या डोक्यावरुन एकदाचं उतरलं होतं. मला ज्या हव्या होत्या त्या गोष्टी मला मिळवायच्या होत्या पण आता रस्ता बदलला होता.

खडबडीचा, त्रासाचा रस्ता आता नव्हता. आता पुन्हा मला मित्रांसोबत मजा करता येणार होती. पुन्हा मला खेळायचं होतं...पोहायचं होतं... पतंग, गोट्यात रमायचं होतं. यापुढे कधीही ध्येयाचा विचार करून

स्वतःला त्रास द्यायचा नाही. स्वतःला वाटेल तसं मोकळं जगायचं. दुसऱ्या दिवशी सर्व गँग शाळा बुडवून नदीवर पोहत होती.

मीही त्यांच्यानंतर शाळेतून सटकलो आणि गुपचूप नदीवर पोहचलो. चूपचाप एका नदीत गेलेल्या फांदीवरुन चालत गेलो आणि धप्पकन मुटका मारला. आपल्याच तंद्रीत पोहत असलेल्या मित्रांना एकदम कुणी उडी मारली याचा धक्का बसला असणार. मी मुटका मारून जो तळाला गेलो...त्यांनी ओळखले... ''अरे नंद्या आला...'' सारी गँग तळाला मला शोधायला...खाली तळाशी आमची ठरलेली गळाभेट. सगळ्यांना प्रचंड आनंद झाला. आपला रस्ता चुकलेला मित्र पुन्हा सरळ वळणावर आला होता. मीही मित्रांना सोडून पस्तावलो होतो.

मित्रांनी यापुढे मी कधीच असा 'सुधारल्यासारखा' वागणार नाही याची शपथ घेतली. त्यावेळी मी 'ध्येय' या डोक्यावरच्या ओझ्यावरुन माझी सुटका करून घेतली ती कायमचीच. त्यानंतर त्या शब्दाने मला कधीही छळले नाही. त्याचा पुरताच बंदोबस्त केला होता.

✳ ✳ ✳ ✳ ✳

प्रकरण १८ वे

एकदा वर्ग चालू असताना अचानक शिपाई एका मारवाडी बाईंना वर्गात घेउन आला. त्या कुणीतरी शेठाणी वाटत होत्या. सरांशी त्या बोलल्या की त्यांच्या घरी शेठजींचे श्राद्ध आहे. त्या श्राद्धासाठी पाच मुलांना जेवायला पाठवायची विनंती त्यांनी केली. आई शप्पथ काय नामी संधी आली...शेठजीच्या घरी जेवायला! ह्या लोकांकडे जेवण फार चांगले असते...मिठाई तर भारी भारी असते. अशा वेळी विद्यार्थी असल्याचे सार्थक होते.

सरांना त्या बाईंनी सांगताच आम्ही मागच्या बाकांनी सरांकडे आशाळभूत नजरेने पाहिले. आमच्या पहाण्यात गयावया होती, दया होती, आर्जव होते, याचना होती. गरिबावर दया करा असा भाव होता. पण सरांची आमच्यावर नेहमी नको तेव्हा नजर असे. मार खायला आम्ही दिसायचो. मिठाई खायला...!

सर आता कुणाला उठवतायेत...आमच्या पोटात गोळा उठलेला. सरांनी नेहमीप्रमाणे आमचा अपेक्षाभंग केला. त्यांनी पुढच्या पाच हुशार मुलांना निवडले. हे मरतुकडे काय जेवणार? अरे श्राद्धाचे जेवण...त्या आत्म्याला लाभेल असं जेवण...सरांनी आमच्या ढ वर्गावर असा अन्याय केला. अभ्यासात हुशार म्हणजे काय जेवायचा हक्क आहे का? पण वर्गात सर म्हणतील आणि करतील तीच पूर्व दिशा असे...कुणाचे काय चालणार? ती हुशार मुलं मिरवीत त्या बाईंच्या मागून गेली आणि सरांच्या शिकवण्याचा वरवंटा फारच जडपणे आम्हाला रगडू लागला.

आता डोळ्यापुढे ते जेवण...त्यातले पदार्थ चमकू लागले. काय काय असेल राव जेवायला? बासुंदी तर असणारचं...श्रीखंड ...हलवा... बर्फी...पुरी...लाडू...जिलेबी...मसाले भात...पापड...भजी...जीव तडफडू लागला. श्राद्ध शेठजींचे, आत्मा मात्र माझा जळायला लागला.

त्यात आत्ताच तास सुरु झालेला...म्हणजे सुट्टीला बराच वेळ होता. म्हणजे आज जेवण सुटले वाटत.

मी तडफडत होतो, पाण्याबाहेर मासा जसा वळवळतो तसा...तडफडतो तसा. मी मधेच न राहवून उभा राहिलो... करंगळी दाखवली. तरी सरांनी बाहेर न सोडता खाली बसायला सांगितले. मी पुरता हिरमुसलो. काहीही करून मला बाहेर पडायचे होते. रस्ता काही सापडत नव्हता. पण मी काहीतरी फट दिसतेय का ते शोधत राहिलो. अखेर मी बेंचवर मान टाकली...पुरता आडवाच झालो. थोडा वेळ गेल्यावर विल्या उभा राहिला. ''सर इथे येता का लवकर? ह्याला काहीतरी झालेय. सर बघा बघा...हा कसं करतोय?'' सरांनी शिकवणं थांबवून मागे आले. मी अंगातले त्राण निघून गेल्यासारखा पडून होतो.

''काय होतयं रे? आत्तापर्यंत तर चांगला होतास.''

''अचानक पोट दुखायला लागलं सर.''

''ह्याला पोटाचा मोठा आजार आहे...'' माझे मित्र माझी वकीली करत होते. सरांना काही सुचेना...काय करावं?

विल्या खालच्या आवाजात सरांच्या कानाजवळ जात म्हणाला, ''सर, ह्याला दोन नंबरला जाऊ द्या. पोट मोकळं झालं की त्याला बरं वाटतं...जाऊ द्या सर..'' सरांची काही तयारी होईना. ह्याला बाहेर सोडावा का नाही या संभ्रमात ते होते.

''सर मागे एकदा याने वर्गातच...कहर केला होता...सोडा सर... नाहीतर थोड्या वेळाने वर्गच सारा सोडावा लागेल...मुख्याध्यापकांपर्यंत बातमी जाईल.''

''बरं जा रे...जा पण लवकर ये.'' सरांची आज्ञा म्हणजे पडत्या फळाची आज्ञा घेऊन मी धूम ठोकली आणि धावत वेशीकडे बाजारपेठेत निघालो. त्या शेठाणी बाईचे घर खाली वेशीजवळ होते मला माहित होते. पण आता लवकर पोहचायला पाहिजे होते. अखेर एकदाचे ते घर सापडले. दरवाजाजवळ एक गडी उभा होता. त्याने हटकले, ''काय रे कुठे

चाललास?''

''त्या शेठ बाईनी शाळेतून मुलं सांगितली होती जेवायला, मी पण शाळेतून आलोय.'' त्याने डोकं खाजवत म्हटले, ''जा आत जा सरळ. बाई साहेब तिथेच आहेती''.

माझ्यासाठी स्वर्गाचेच दार उघडले गेले. त्या मोठ्या वाड्यातल्या अंधाऱ्या खोल्या एकामागून एक पार करत...धान्यांच्या राशींमधून, पोत्यांमधून मार्ग काढत मी एकदाचा मध्यभागी पोहोचलो.

तिथे आमची पाच हुशार मुले जेवत बसलेली. वाढायला एक मोलकरीण आणि समोरच खुर्चीसारख्या मोठ्या जागेवर शेठाणी हवा घेत बसलेल्या. पुढे पक्वानांची ताटे वाढून ठेवलेली. मला तिथपर्यंत आलेला पाहून पहिल्यांदा हुशार पोरांची पंगत चपापली. सरांनी न पाठवता कसा काय अचानक उपटला? सरांनी फक्त हुशार पोरांना पाठवलं मग हा मागच्या बाकावरचा ढ कसा काय आला?

त्या शेठाणी बाईही चमकल्या की मी पाच मुलं म्हटल्यावर हा सहावा सरांनी का धाडला? आणि आता घरी आलेल्या पाहुण्याला काय म्हणावं बस जेवायला...का नको? मी त्यांच्या चेहऱ्यावरचे प्रश्न ताडले आणि म्हणालो, ''सरांनी मला पण पाठवलयं..'' सगळेच एकदम शांत होऊन एकमेकांकडे पाहू लागले. त्यांना पेच पडला की माझ्या सांगण्यावर विश्वास ठेवावा की नाही. हुशार पंगत तर जेवण थांबवून शेठाणीकडे पहात होती. त्यांना अशी अपेक्षा की याला आल्या पावली जायला सांगितले पाहिजे. कारण याला नक्कीच सरांनी पाठवलेले नसणार..हा मनाचा कारभार करतोय.

शेठाणी बाईंनी थोडा विचार केला आणि म्हणाल्या ''बस बाळा, बिचारा, परमेश्वर कुठल्या अवतारात येईल सांगता यायचे नाही.'' मी साऱ्या कष्टाचे चीज झाले म्हणून सुस्कारा सोडला. हुशार पोरांना एवढा राग आला, जणू त्या उच्चवर्णीयांच्या पंगतीला मी बसणे अयोग्य होतं..

त्यांना कधी एकदा शाळेत जाऊन माझी सरांकडे तक्रार करतोय असं

झालं होतं. त्यांचा अपमानच झाला होता. मी आपली बिनधास्तपणे बैठक मारली आणि समोरच्या ताटाकडे पाहिले. वर्गातल्या माज्या गँगची आठवण आली.

त्या बिचाऱ्यांना या गोड जेवणाचा आनंद घेता येणार नव्हता. त्यांची आठवण गोड मानून जे तुटून पडलो पुढच्या एकेका पदार्थावर...त्या मोलकरीण बाईची मला वाढता वाढता तारांबळ उडाली. मी जेवायला बसल्यामुळे पुढच्या हुशारांनी ताटातले गप्प गिळून वरुन काहीच मागून न घेता जेवण आटोपले आणि ते उठलेही. मी मात्र बकाण्यावर बकाणे भरतच होतो. शेठाणी बाईंनी एकदा थांबवून विचारले, ''बाळा जेवला नव्हतास का रे दोन दिवस?'' मी काही न बोलता बासुंदीकडे बोट दाखवले ''हा ते वाढा...''

मोलकरीण डोळे वटारून पहात राहिली. मी शेठजींच्या हार घातलेल्या फोटोला नमस्कार करून त्यांचे आभार मानत पोट भरत राहिलो. आमचे पाचही हुशार वीर निघूनही गेले. मी निवांत जेवण उरकले आणि शेटजींच्या फोटोला मनापासून हात जोडले. जोरदार ढेकर आली. नमस्कार शेटजींना पोहचला होता. मग शेठाणी बाईंचे आभार मानले..

पुढच्याही वर्षी मी येईन श्राद्धाला. पुढच्या वेळी बोलवायची गरज नाही...आजचा दिवस मी कायमचा डोक्यात कोरून ठेवीन. एवढं बोलल्यावर शेठाणीबाई आणि मोलकरीण मनापासून हसल्या.

मी आता निवांत रमतगमत शाळेकडे निघालो. जेवल्याने हातपाय जड झाले होते, पण शाळेत उरलेला प्रसाद खायचा होता. वर्गात पोहोचताच सगळ्यांमधे हशा उठला. जणू माझा विषय आधीच गाजून गेला होता. सगळेजण माझीच वाट पहात होते. माझ्या पराक्रमाची चर्चा होऊन गेली होती. पुढच्या बाकावरची हुशार पोरं मारक्या म्हशीसारखी पहात होती. त्यांना आता मला शिक्षा झालेली पहायची होती. त्यांच्या अपमानाचा बदला घेताना पहायचे होते.

सरांनीही पुस्तक बाजूला ठेवलह. ''काय रे पोटं दुखतं म्हणाला

होतास ना तू? मग जेवायला जायचं होतं का?''

''अहो सर खरंच पोट दुखत होतं...आधी पोटं मोकळं केलं...मग म्हटलं आता भरुनही घ्यावं म्हणून गेलो जेवायला. सर खरंच जेवल्याने एवढं बरं वाटलं. मगाशी तर ॲडमिट व्हावं वाटत होतं.'' मी बोलल्यावर सारा वर्ग हसला. सरांना एवढा राग आला.

''बिन बोलावता कुणाच्या घरी जातोस का जेवायला?''

''सर मी फक्त घरी गेलो. त्यांनीच बसवलं जेवायला. आता श्राद्धाला नाही कसं म्हणायचं?'' पुन्हा मोठा हशा झाला.

मग सरांनी रागाने ''चल बाहेर उभा रहा...अंगठे धरुन...''

मी मनातल्या मनात टाळ्याच पिटल्या. एवढ्या मिठाईच्या बदल्यात, हुशार मुलांच्या अपमानाच्या बदल्यात फक्त अंगठे धरायचे होते...तेही थोडा वेळ...कारण आता शाळा सुटायलाच आली होती.

मी नेहमीप्रमाणे अंगठे धरुन उभा राहिलो. थोड्याच वेळात वर्ग सुटला...घंटा झाली...हुशार पोरांना वाकुल्या दाखवल्या..

''मला चुकवून जेवायला जाता...तुमच्यापेक्षा जास्त मजा केली की नाही? सरांची चमचेगिरी बंद करा...''

हुशार मुलांना कुठून सरांनी जेवायला पाठवले असा प्रश्न पडला. माझ्या गँगने त्यांची हुर्यो केली. सगळी मुलं गेल्यावर आमची गँग मागे उरली. सगळे भोवतीने जमले. मग त्यांना साऱ्या जेवणाची सुरस हकीकत रंगवून सांगितली. काय काय पदार्थ होते ते सांगताना साऱ्यांचे चेहरे उजळले. ''काय राव? एकट्याची का असेना, मजा तर केली ना?''

''अरे एकट्याची कशी मजा होईल? तुमची पण केल्याशिवाय मी कसा राहीन..'' सर्वांच्या चेहऱ्यावर मोठ्ठे प्रश्नचिन्ह आले...म्हणजे आता आमची कसली आलीये मज्जा. मी हळूच खिशातून बर्फी काढली... विल्याच्या हातावर ठेवली. पुन्हा हात घालून पेढा काढला. गण्या खूष... मागच्या खिशातून म्हैसूरपाक काढला...गज्या जाम खूष...पुन्हा शेवटचा हात घातला आणि गुलाबजाम काढला...चेत्या खूष..

"अरे एकटा कसा मजा करणार? तुम्हाला सोडून…
सगळ्यांचे तोंड गोड झाले…माझा दिवस सार्थकी लागला..

* * * * *

प्रकरण १९ वे

एक अनुभव मी लहानपणी शाळेतच नोंदवलेला होता की एखादी गोष्ट छानपणे चालू असली की त्यात अचानक कुठून तरी विघ्न येते आणि ती चांगली चाललेली गोष्ट बंद पडते. टि.व्ही. तर आम्हाला बघायला मिळत नसे. ग्रामपंचायतीचा एकच सार्वजनिक टि.व्ही. होता. त्यावर कधी मधी चित्रपट लागे.

आजी घरातली कामे झाल्याशिवाय कुठे सोडायची नाही. आधी झाडून घेणे, मग नळाला आलेल्या पाण्याने घरातली भांडी भरणे, त्यानंतर उरलेली दुपारची भांडी घासणे, कपड्यांच्या घड्या घालणे मग काय ती परमिशन मिळे. माईडीला अभ्यास असे मग तिला कामातून सूटका मिळे. मला मात्र कामामूळे अभ्यासातून सूटका मिळे. पण तिकडे टि.व्ही. पहाण्यासाठी एवढे काम करून जाईपर्यंत जागा गेलेली असायची. टि.व्ही. सुरू व्हायच्या आत त्यांच्या पुढची सारी जागा पोरांनी म्हाताऱ्या-कोताऱ्यांनी, बायका माणसांनी भरून जायची. त्यात मोक्याची टि.व्ही. समोरची जागा मिळणे म्हणजे नशिबाचाच भाग. आपली गँग मात्र सगळ्यांची जागा बरोबर मध्य भागी धरायचीच. मी उशिरा गेलो तरी जागा मिळायचीच. पण चांगला चित्रपट रंगात आला की अचानक लाईट जाई आणि साऱ्या रंगाचा विचका होऊन जायचा. असे अनेक वेळा घडलेले म्हणून चांगला चित्रपट लागला आणि तो रंगात आला की मी मनातल्यामनात भ्यायचो की आता अचानक लाईट जाईल आणि ती खरोखर जायची सुद्धा!

मुसळे सरांमुळे शाळेत मज्जा यायला सुरूवात झाली होती. सरांच्या तासासाठी त्या आधीचे तासही मन लागून जायचे. शाळेत रस निर्माण व्हायला लागलेला की झालेच सगळ्यांचे कारस्थान आणि मुसळे सरांना घालवून लावले. सर गेले आणि शाळेत येण्याची मजाच गेली.

सुभानानाच्या बागेतली फळे खाणे हा स्वर्गीय आनंद होता. आता

सुभानाना गेला त्या पाठोपाठ त्याची बाग ही ओस पडली. संभा कुठेतरी निघून गेला. बागेची देखभाल करणाराच गेला. त्यासोबत बागेतली झाडे ही गेली.

असं वाटायचं आमच्या मैत्रीला कुणाचा शाप लागू नये. आमच्यात भांडण व्हायची शक्यताच नव्हती. आमची मैत्री निमंडोहातल्या खडकासारखी मजबूत होती. आमच्यात फूट पडणे केवळ अशक्य होतं. कारण आमच्या स्वभाव एकमेकांना माहीत होता आणि आम्हाला एकमेकांची ओढही होती. पण मनातून मला एक भितीही वाटायची की आपल्या मैत्रीला दृष्ट लागू नये? आजी माईची वरचेवर दृष्ट काढायची. मी विचारायचो की तू तिची दृष्ट का काढतेस? आजी सांगायची की चांगल्या व्यक्तीला, त्यांच्यातल्या गुणाला लोकांची नजर लागते. त्यांची वाईट नजर उतरण्यासाठी दृष्ट काढायला लागते.

त्या वळणाची सुरूवात नक्की कुठे झाली तो दिवसही लक्षात रहावा असाच होता. वर्ग असाच नेहमीप्रमाणे चालू होता. पोफळे बाई शिकवीत होत्या. वर्गात उदासीनता होती. आधीचे दोन तास होऊन गेले होते. जेवायच्या सुट्टीला एक तास बाकी होता आणि अचानक मगर सर आणि इंजिनामागे डबा यावा तसा घुले वर्गात आले. आता काय नवीन म्हणून आम्ही बघतोय तोच एक अप्सरेसारखी मुलगी हातात दप्तर घेऊन आत आली. इतकी सुंदर की साऱ्या वर्गावर प्रसन्नता पसरली. ये नंदीनी आत ये. ही नववी तुकडी क. आजपासून तुमच्या वर्गात ही नवी विद्यार्थिनी नंदीनी आली आहे. आपल्या संस्था अध्यक्षाची नात. ती आता तुमच्या बरोबर शिकणार आहे. या वर्गात यापुढे बेशिस्ती खपवून घेतली जाणार नाही.'' मग आमच्याकडे पाहून मगर सर पुन्हा म्हटले,

''समजलं का रे तुम्हाला... बेशिस्त चालणार नाही. अरे नव्या विद्यार्थीनीचे स्वागत तरी करा टाळ्या वाजवून....'' आणि साऱ्या वर्गाने शिस्तीत, आम्ही अति आनंदात टाळ्या पिटल्या. मग पोफळे बाईनी पहिल्या बाकावरच्या आनिताला उठवनू मागे बसायला लावले आणि त्या

अप्सरेला पहिल्या बाकावर बसवले. मगर सर पोफळे बाईंकडे हसून बघत आणि नंतर आमच्याकडे खूनशीपणाने बघत गेले. पोफळे बाई आता जरा जास्तच तोऱ्यात शिकवायला लागल्या.

माझ्या छातीत का कुणास ठाऊक एखादी वीज चमकावी तशी लकलक होऊ लागली. मी एकटक तिच्याकडेच पहात राहिलो. नजरच हलेना तिच्यावरून. तिचे केस पाहिले. ते सोनेरी दिसत होते. मला ते फार आवडले. हिचे केस साऱ्या वगात वेगळे आणि उठून दिसत होते. एकदम नेहा सारखीच पण आता ही नेहासारखी लगेच जाणार नव्हती. ही एका तासापुरती आलेली नव्हती तर ती रोजच दिसणार होती.

मी तिला पाठमोरी पहात बसलो. तिच्या येण्याने वर्गात जान आली होती. एक अदृश्य स्पर्श, सुगंध वातावरणात पसरला होता.

एक तर हा पक्षी आमच्यातला नव्हताच. सगळ्या पांढऱ्या-काळ्या पक्षामधे एकदम रंगीत पक्षी यावा तसा हा पक्षी आला. त्यात ही चोपडा शेठची नात म्हणजे शाळेची मालकीणच! सगळी शाळा हिचीच त्यात ती आमच्या वर्गात शिकणार, रोज बसणार. आजपासून आमचा वर्ग साऱ्या शाळेत उठून दिसणार. एक तास संपल्याची घंटा झाली आणि पोफळे बाई वर्गाबाहेर गेल्या सर्व मुलींनी नंदीनी भोवती गराडा केला. कोंडाळ्यातून ती दिसेनासी झाली.

पोरांच्याही बेंचवर तिचाच विषय चालू झाला. आमच्या गँगमध्ये मुली हा विषय नसायचाच पण ही काही साधी सुधी मुलगी नव्हतीच.

''आयला काय भयानक गोरी आहे रे ही पोरगी?''

''अरे ती मारवाड्याची पोरगी आहे, गोरीच असणार.''

''पण सावध रहायला पाहिजे कारण ही चोपडा शेठची नात आहे. आता आपल्या वर्गावर सगळ्यांचे विशेष लक्ष राहणार.''

''अरे पण ही एकदम शहरातून इकडे कशी काय आली काहीतरी मॅटर असणार.''

''साले आपल्याच वर्गात तिला ठेवले म्हणजे काहीतरी आपल्यावरच

डाव टाकायचाच का काय ?'' ''अजून काय डाव टाकायचाय आपल्यावर ?
आपण कधी पोरीच्या गोष्टीत पडत नाही आणि यावेळीही पडायचे नाही''

''पण मगर सर, घुले आता आपल्यावर खास डोळा ठेऊन राहणार.
जर वर्गात काहीतरी घडले आणि या पोट्टीने सांगितले की मोठा घोटाळा
होणार''

'' यापुढे सारे काही थेट ऑफिसात जाणार. आपल्याला यापुढे जपून
रहावे लागणार''

''त्यात ही पोरगी चोंबडी निघाली तर काही खरे नाही.''

''तसेही आपल्यावर साऱ्या शाळेचा डोळा आहेच. आपण तसेच
कानफाटे आहोत. काही झाले तरी आपल्यालाच ठोकत आलेत काही फरक
पडत नाही. जाऊ द्या...''

तेवढ्यात दुर्गाडे सर आले आणि नवा तास सुरू झाला. माझे तासापेक्षा
तिच्याकडेच लक्ष होते. ती सरळ पुढे पहात होती आणि अचानक तिने मान
तिरपी करून माझ्याकडे पाहीले. मी वीज चमकावी तसा चमकलो. छातीत
एकदम बारीक कळ आली. नजरानजर होणे एवढे मजेदार असते. पहिल्यांदा
अनुभवले. मी एकदम पिसासारखा तरंगायला लागलो. त्यानंतर असंख्य
वेळा ती मुद्दामच नजर फेकू लागली. मी आनंदाच्या लाटा झेलत राहिलो.
पहिल्यांदा मला शाळा आणि शाळेत बसण्याचा आनंद झाला. तिला आता
कळून चुकले होते की आपण तिच्याकडे जाणून बुजून पाहतोय. त्यामुळे
तीही प्रतिसाद देऊ लागली. असेच पुढच्या प्रत्येक तासाला होत गेले.
आजचा दिवस माझ्यासाठी सर्वात आनंदी दिवस होता.

पण ही गोष्ट कुणालाही सांगू नये असे मनोमन वाटत होते. मनातल्या
मनात दडवावे असं एक गोड कोडं होतं ते. त्या दिवशी शाळा सुटल्यावर
हवेत तरंगत घरी आलो.

घरी आलो की त्रास व्हायचा. चीड यायची. कारण घरात कामेच कामे
पडलेली असायची. अंगणापासून मागच्या ओसरीपर्यंत झाडलोट करायची.
सडा मारायचा. रांजण, ड्रम आणि सारी भांडी घासायची. मग सुटका. त्यात

आजी मागेच. रांजण पूर्ण भरलेला नाही, बादल्या उतू जाईपर्यंत भरल्या नाही, पिंप सांडेपर्यंत भरला नाही, झाडताना कोपऱ्यात थोडा कचरा उरला. भांडी घासताना साबण तसाच राहिला अशा चूका काढत आजी मागेच फिरायची. शिव्यांचा जप चालूच. कधी मधी पाठीत अकस्मात रट्टा पडायचा. पण कामे चुकत नसत. ती लवकर करून खेळायला जायला मिळे हाच आनंद. त्या दिवशी कामे सुद्धा सहजच झाली. कुठला तरी अदृश्य उत्साह अंगावर चढल्यासारखे जाणवत होते. मनात एक वेगळा उजेड पडल्यासारखे वाटत होते. सारखा सारखा तिचाच चेहरा डोळ्यासमोर येत होता.

आपल्याला काहीतरी झालयं. तेही एकाच दिवसात.

दुसऱ्या दिवशी मी शाळेत जायला निघालो, तो पहिल्यांदा आरशात स्वतःला पहात उभा राहीलो. केस कसे मधेच उभे राहिलेले होते ते दाबून कंगव्याने बसवायला जात होतो. पण ते काही बसायचे नाव घेईना. शेवटी पाणी लावून ते केस दाबून बसवले. भांग पाडला, एकदम मन लावून. शर्ट नीट घातलाय का नाही तपासला. इन केलेला मागे वळून वळून बघितला आणि माईडीच्या पावडरच्या डब्यातली पावडर लावून चेहरा जरा नीट बारकाईने पाहीला. आजपर्यंत मी स्वतःला आरशात एवढा वेळ पाहिले नव्हते. मग आपण फारच झॅक दिसतोय अशी खात्री पटल्यावर शाळेला निघालो. मनात एकच हूर हूर..आज ती येईल ना? आपल्याकडे बघेल ना?

त्या दिवशी मी मित्रांसाठी तालमीत न थांबता थेट वर्गात पोहोचलो. पहिल्यांदाच मी सगळ्यात आधी वर्गात आलो होतो. तिच्या बेंचवर हळूच हात ठेवला. आज सारा वर्गच नवा नवा आणि हवा हवा वाटत होता. कालपर्यंत हाच वर्ग तुरूंग वाटत होता. मी वही काढून कालचा गृहपाठ करायला घेतला. वर्ग भरायला अजून बराच वेळ बाकी होता.

एकटाच वर्गात बसून गृहपाठ करीत बसलो. थोड्या वेळाने एकेक जण येत गेला. प्रत्येक वेळी दरवाजात पाऊल वाजले की मी मान वर करून कोण येतयं याचा अंदाज घ्यायचो. बाकीचे सारेच येत गेले पण तिचाच पत्ता नव्हता. मला काय माहित, पण फारच अस्वस्थ होतं होते. आज ही येत

नाही की काय? का तिची तुकडी बदलली? आणि जर तिने तक्रार केली असली तर की हा मुलगा सारखा माझ्याकडे पहात असतो म्हणून, मग काय करतील? मारतील फार फार तर, पण तिची तुकडी कशाला बदलतील? नाहीतर....समजा....कदाचित असं असेल की...

आणि एकदम ती दरवाजात हजर. फुलासारखा गोड चेहरा आणि वर्गात पाऊल टाकताच तिचे लक्ष माझ्याकडे गेले आणि ती थोडीशी हसली सुद्धा. माझ्या छातीत धस्स झाले आणि पोटात अपार गुद्गुल्या झाल्या. ती जागेवर बसली. मी एकटक तिच्याकडे पहातोय तोच आमची गँग मागून आली.

''अरे, तू लवकर कसा काय आलास? तालमीत आलाच नाहीस.''

''नाही...तुम्ही कुणीच....नव्हता म्हणून मी सरळ आलो...थोडा गृहपाठ पण करायचा राहीला होता.'' मी चाचपडत बोललो. त्यांना माझे बोलणे पटले नाही का अजून काय...सर्वांनी एकमेकांकडे पाहिले आणि कुणीच काही बोलले नाही.

मग प्रार्थनेला ओळीने बाहेर पडलो. मुलींची रांग एका कोपऱ्यापर्यंत प्रार्थनेसाठी थांबली. ती तिसऱ्या नंबरवर होती. मी पुढच्या पोरांत घुसलो आणि मी पण तिसऱ्या नंबरवर पोहोचलो. खरतरं प्रार्थनेला आम्ही पाचजण शेवटी थांबायचो आणि कधीही प्रार्थना म्हणायचो नाही. उगाचच तोंड हलवायचे नाटक करायचो किंवा बाजूच्यांना त्रास देत रहायचो. आज पहिल्यांदा मी ग्रुप सोडून वेगळा आलो होतो आणि तिसऱ्या रांगेतून पुढे झुकले की ती दिसत होती.

प्रार्थनेतही मी तिलाच पहात राहीलो. पहिल्यांदा हात जोडून सर्वांसोबत प्रार्थना म्हटली. ती म्हणतानाही एक दोनदा नजरानजर झाली.

मी बसायचो शेवटच्या बेंचवर, तिथून ती मला सहज दिसायची. पण तिला मी सहज दिसत नसे. तिला मला पहायला मान पूर्ण वळवावी लागे आणि तिची मान मागे वळली की सगळ्यांच्या नजरा तिच्यावर पडत. ही एक अडचणच होती. म्हणजे मला पुढच्या बाकावर जागा मिळवायला

पाहिजे होती.

पण पुढे बसायला जायचे म्हणजे गँग सोडायची, मागे बसण्याचे सारे फायदे सोडायचे आणि ढापण्या, चमच्या विद्यार्थ्यांमध्ये जाऊन बसायचे. एकदम परिवर्तन, डायरेक्ट शत्रू वर्गाला सामील व्हायचे. धर्मच बदलायचा. मागच्या बाकावरची सारी मजा सोडून अभ्यास करणाऱ्यांच्या पंक्तीत बसायचे. ज्यांना इतके दिवस हिणवले त्यांना आता कवटाळायचे. मांसाहारी वरून डायरेक्ट शुद्ध शाकाहारी व्हायचे. पण मला आता पहिल्यासारखे वाटत नव्हते. मनातून काहीतरी मऊ मऊ, गोड गोड, छान छान मोरपीस फिरत होते. वर्गातसुद्धा नुसती हूर हूर वाटायची. तिची नजर कधी माझ्यापर्यंत येणार याची वाट पहात रहायचो....मग अचानक ती पहायची आणि एकदम छातीत खड्डा पडल्यासारखे व्हायचे. छातीची धडधड वाढायची. पुन्हा शांत. पुन्हा तिच्याकडे पहात प्रतिक्षा चालू रहायची. हा ऊन पावसाचा खेळ चालू राही. घरी आलो तरी तीच अवस्था. असं वाटायचं तीही अदृश्यपणे आपल्याभोवती वावरतेय. असं आजपर्यंत कधीच झालं नव्हतं. कुठल्या मुलीकडे बघायचं सुद्धा लक्षात नसायचं. पहिल्यांदा मुलगी आवडली ती नेहा. एवढी सुंदर मुलगी पाहिलीही नव्हती. पण ती लगेच निघून गेली. तिच्यामुळे खरतरं एवढा मार पडला होता. पण त्याहीपेक्षा तिचे सुंदर रूपच मनात राहीले. आता दिसते तशीच मुलगी समोर होती.

अस झालं नव्हतं तरी आता झालं होतं आणि आता ह्या गोष्टीला थांबवणं- विसरणं मला तरी शक्यच नव्हतं. जेव्हापासून हे चालू झाले मी शाळा बुडवायचे विसरलो. मला शाळा, वर्ग, अभ्यास हळूहळू आवडायला लागले. क्रिकेट खेळायलाही नको वाटायचे. कुठेच मन लागायचे नाही. पोहायला जाणे बंद झाले. मागे वर्गात बसून मस्ती करायला नको वाटायला लागली.

एके दिवशी शाळा सुटल्यावर मी घरातली कामे उरकून तिच्या घराकडे निघालो. ती चोपडा शेठच्या घरी रहात होती. चोपडा शेठचे घर पेठेत खालच्या आळीत होते. त्यांच्या घरावर नासके कांदे मारले होते, तेच घर

आता आपल्यासाठी सगळ्यात हवे हवेसे वाटू लागले. मी एकटाच गुपचूप त्या दिवशी पेठेला निघालो. कुणी तरी उगाच भेटेल याची भिती होतीच. आपण काहीतरी कामासाठी आलो आहोत हे भासवणे गरजेचे होते. अशावेळी हटकून कुणीतरी ओळखीचे भेटू नये ही मनातल्या मनात प्रार्थना करत होतो. चुकून आमच्या गँगचा कुणी भेटू नये ही पण मोठी भिती. कारण इकडे काय करतोय या चौकशीला माझ्याकडे तरी काय उत्तर होते? पहिल्यादा मी गँगला न सांगता काहीतरी करीत होतो.

पेठेला पोहचलो. वर्गातला एक हुशार पोरगा रुपेश भेटला. तो तिच्या शेजारीच रहायला होता हे मला माहीत होते. तो तिच्याशी बोलायचा सुद्धा. वर्गात मुलं, मुली बोलायच्या नाहीत. मुलींनी मुलांशी बोलणे असभ्य समजले जात असे.

रुपेश भेटल्यावर एकदम आनंदच झाला. ‘‘रुपेश तू इथंच रहातोस ना?’’ रुपेशला अचानक भेटल्यासारखं दाखवतं मी म्हटलं. ‘‘हो इथेच रहातो. तू कसा काय इकडे?’’ त्याने विचारले

‘‘सहजच... नाही पेठेला आलो होतो आजोबा इकडेच आलेत काहीतरी घ्यायला म्हणून त्यांन शोधत आलोय.’’ मी चाचपडत पण काहीतरी भक्कम कारण सांगितले.

‘‘ उद्या मगर सर गृहपाठ तपासणार आहेत तू केलास का गृहपाठ?’’

‘‘ नाही रे कुठल्या धड्याचा?’’

‘‘ मराठीचा पाचवा धडा. ना.सी.फडक्यांची गोष्ट आहे ना त्याचे प्रश्न उत्तर... आत्ताच नंदिनी सांगून गेली’’

नंदिनीचे नाव घेतल्यावर छातीत एकदम धस्स झाले. श्वास जागच्या जागीच राहिला. लगेच स्वत:ला सावरत म्हटले. ‘‘बरे झाले तू सांगितलेस. नंदिनी म्हणजे तीच ना ती नवीन आलेली मुलगी?’’

‘‘हो, तीच. चोपडा शेठची नात. माझ्या शेजारीच रहाते.’’

‘‘हो का? हुशार आहे रे ती.’’

‘‘हो तिचे वडील फॉरेनला गेले म्हणून ती मुंबईहून इथे आली.’’

''फॉरैनला? कुठे रे ? इंग्लंडला का अमेरिकेला ? ''

'' काय माहीत पण फॉरैनला गेलेत त्यामुळे तीची आई आणि ती इथे रहायला आली.''

''मी येत जाऊ का तुझ्याकडे अभ्यासाला? मला चांगला मित्रच नाही रे.''

''ये ना आज गृहपाठ कर. उद्या ये अभ्यासाला.'' मला तर एकदम स्वर्गाचे दारच उघड्यासारखे वाटले. मी घाईघाईने घरी आलो आणि मराठीचा पाचवा धडा काढला. गृहपाठाची वही काढली आणि एकेक प्रश्न वाचून त्याचे उत्तर शोधू लागलो. धडा वारंवार वाचला, उत्तरांना खुणा केल्या.

आणि सविस्तर उत्तरे लिहायला घेतली. मनात आले नंदीनी सुद्धा अभ्यास करीत असेल. ती पण हेच लिहित असेल. मी काहीतरी अद्भूत शक्ती संचारल्यासारखा रात्री खूप उशिरा पर्यंत बसून सारा गृहपाठ पुरा केला. माईडीने मधून अधून डोकावून बघीतलंच की मी नक्की गृहपाठच करतोय का दुसरं काही चाललय. आजीने ही मला कामे न सांगता मायडीलाच सांगितली. आजोबाही फक्त डोकावून हसून गेले.

गृहपाठ पुरा झाल्यावर मनापासून आनंद वाटला. एवढा अभ्यास आजपर्यंत कधी केला नव्हता. लिहून लिहून हात दुखायला लागले होते आणि वाचून वाचून डोळेसुद्धा.

दुसऱ्या दिवशी दप्तर व्यवस्थित भरले. नेहमीप्रमाणे शर्ट पँट घालून आरशात केस वगैरे नीट केली. मायडीची थोडीशी पावडर लावली आणि तालमीत न थांबता थेट शाळेत गेलो. नेहमीप्रमाणे आजही सगळ्यापेक्षा लवकर आलो होतो. गँगचे चौघे आले, काही न बोलताच शेजारी बसले. प्रार्थना झाली. वर्ग सुरू झाले ती आली. आल्या आल्याच तिने बघितले आणि चांगला दिवस सुरू झाला. तास नेहमीप्रमाणे झाले आणि मगर सरांचा तास आला. सर वर्गात आले आणि त्यांनी छडी टेबलवर आपटून वर्गातला गोधळ शांत केला मग शांततेत त्यांनी घोषणा केली.

" काल दिलेला गृहपाठ न करणारे उभे रहा."

मुलामधे घबराट पसरली. गृहपाठ रोजच असे आणि त्यासाठी अशी चौकशी काही व्हायची नाही पण अचानक सरांनी अशी घोषणा केल्याने वर छडी आपट्याने अनेकांची पाचावर धारण बसली. सगळा वर्ग एकमेकांकडे पाहू लागला. आज मगर सरांनी सगळ्यांना अकस्मात खिंडीत गाठून हल्ला केला होता. अचानक गृहपाठ तपासण्याने मुले गाफील राहतात आणि नेमकी सापडतात. मगर सरांना पोरांना छड्या मारणं हे पुण्याचे काम वाटायचे. वर्गभर भितीची लाट पसरायची. बहुतेक कुणीच गृहपाठ केलेला दिसत नव्हता. मुलामधून रुपेश उभा राहिला, मुलींमधून नंदिनी उभी राहिली मी गृहपाठ केला होता पण उभे रहावे की मार खावा हा तिढा पडला.

गृहपाठ केला म्हटले तर गँग नाराज होणार त्यांचा विश्वासघातच होणार. कारण त्यांना न सांगता मी गृहपाठ केलाच कसा? मुलामधे गृहपाठ करायचा नाही हा आमचा अलिखीत नियमच होता. मी तो मोडला होता. पण नंदिनी मागे वळून पहात होती. तिला वाटले असावे की मी गृहपाठ केलेला असावा. तिला वाटत असावे की मी तिच्या सोबत उभे रहावे पण मला मित्रांची साथ सोडू वाटेना. इतकी वर्ष आम्ही एकत्र होतो. आजवर सगळी मजा मस्ती एकत्र केली होती आणि आता अचानक नव्या आलेल्या मुलीला भूलून मी त्यांना सोडून द्यावे हे मला काही पटेना. मार खाणे ही गोष्ट मला काही नवीन नव्हती. त्यात काही विशेष नव्हतेच. मी ठरवले मित्रांना साथ द्यायची, गृहपाठ केलेला असूनही नाही केला म्हणून मार खायचा. फक्त नंदिनी आणि रुपेशला उभे राहिलेले बघून मगर सर भलतेच चिडले.

"आख्या वर्गात फक्त दोघांनीच गृहपाठ केलाय लाज वाटली पाहिजे सगळ्या वर्गाला."

सरांनी असे बोलताच नंदिनीने माझ्याकडे पाहिले. तिच्या डोळ्यात असे भाव होते की जणू ती मला उभे रहायला सांगतेय. तिला मी गृहपाठ केला असावा याची जणू खात्री होती. तिने डोळ्याने मला उभे राहण्याची आज्ञाच केली.

मी यांत्रिकपणे उभा राहिलो माझ्या उभ्या राहण्याने सगळ्यात मोठा धक्का बसला तो मगर सरांना. तितकाच मोठा धक्का माझ्या गँगला आणि उरलेला सारा धक्का साऱ्या पोरांना वर्गात मी गृहपाठ केला असेल याचा धक्का बसला नव्हता तो नंदिनीला ! तिने माझ्याकडे पाहून असे हास्य केले की मी यंत्रासारखा उभा राहिलो होतो.

मगर सरांना मी खोटे बोलतोय असे वाटले. "तु गृहपाठ केलाय?" असं म्हणत ते शेवटच्या बाकापर्यंत आले. मी वही त्यांच्या समोर केली. त्यांनी ती सगळी तपासली मागची पुढची पाने चाळली. अक्षर माझेच आहे ना ? हे बारकाईने पाहिले आणि मग त्यांनी माझी वही पुढे नेली आणि साऱ्या वर्गाला ती वही दाखवली.

"बघा आज आपल्या लाडक्या विद्यार्थ्याने चक्क गृहपाठ करून आणलाय. बघा काय छान उत्तरे लिहीलीत. मला आज मनापासून आनंद झाला. वाल्याचा वाल्मिकी झाला."

मला ही स्तुती शिक्षा वाटली. मित्रांकडे मी बघू शकत नव्हतो. मगर सरांची स्तुती म्हणजे शत्रूने प्रशंसा करण्यासारखे होते. म्हणजे मी शत्रू पक्षाला मिळालो होतो.

"आजपासून तू मागे बसायचे नाही. दप्तर घे आणि पुढे ये. रुपेशच्या शेजारी बस. चल ये लगेच दप्तर घेऊन."

मी दप्तर उचलले. रुपेशच्या शेजारी जालींदर बसायचा. सरांनी त्याला मागे पाठवले. म्हणजे मी आता नंदीनीच्या बाका शेजारी जाणार होतो. फक्त दोन हात दूर नंदीनी. मी पुढे बसल्यावर पहिले तिच्याकडे पाहिले आणि तिने एकदम सुंदर हसून माझे स्वागत केले. त्यानंतर सारा तास मगर सरांनी वर्गाला छड्या मारण्यात घालवला. पहिल्यांदा मार खाल्ला नाही तरीही मनाला प्रचंड वेदना झाल्या. मित्रांचा विश्वासघात हा शब्द मला घंटा वाजावी तसा माझ्या कानात घुमत राहीला.

मगर सरांचा आमची गँग फोडण्याचा प्रयत्न यशस्वी झाला होता. त्या दिवसापासून माझ्या शालेय जीवनाला एकदम वेगळे वळण मिळाले. शाळा

सुटल्यावर माझी गॅग माझ्याशी न बोलता निघून गेली. मी त्यांना पाठमोरे पहात राहीलो मग एकटाच सावकाश बाहेर पडलो.

शाळेच्या गेट बाहेर आलो तर तिथे रूपेश आणि नंदीनी थांबलेले. मी बाजूने जाताना रूपेशने मला हाक मारली. मला समजले की ते मला बोलावतायेत. मला मनातून उड्याच माराव्या वाटत होत्या. पण आनंद चेहऱ्यावर न दाखवता मी त्यांच्याजवळ गेलो.

"तू हुशार आहेस रे! काय मस्त उत्तरे लिहीलीस," नंदीनी माझ्याशी बोलतीये मला वाटले मी स्वप्नातच आहे. मी काहीच उत्तर दिले नाही, फक्त हसलो. तिचा चेहरा जवळून आणखीनच सुंदर दिसत होतो. मी नुसता तिच्याकडे पहातच राहिलो. वाटलं हा वेळ जाऊच नये, तासन तास असेच थांबून रहावे.

"तू अभ्यासाला येशील का माझ्या घरी? आपण एकत्र अभ्यास करू या. रूपेशला पण घेऊन ये". ती बोलली तेव्हा मला अंगभर गुदगुल्या झाल्या. आपण स्वप्नातही ज्याचा विचार केला नव्हता ती गोष्ट आपल्या समोर घडतीये.

" मला काम असते घरी पण मी येईन अभ्यासाला. मला अभ्यास करायला खूप आवडते." मी काय गडबडत बोललो की तिला हसू आले. मग ती आणि रुपेश संध्याकाळी यायला सांगून निघून गेले. मला या धक्क्यातून सावरायला वेळ गेला.

काही क्षण मी जमिनीचा संपर्कच हरवल्यासारखा तरंगत होतो.

घरी आलो दणादण कामे केली पाणी भरले, झाडलोट केली, थोडी भांडी पडलेली घासली, मायडी आपली तांदूळ निवडत मागे ओसरीवर बसली होती. मी कामे उरकून हातपाय धुतले, साबण लावून तोंड धुतले. मग आरशासमोर उभे राहून केस ठिकठाक केले, पावडर लावली, चांगला शर्ट काढून तो घातला. माझी आवडती ग्रे रंगाची पॅन्ट घातली. मी उरकत असताना मायडी गुपचूप कधी मागे उभी राहिली होती ते लक्षातच आले नव्हते.

“ खेळायला चाललाय का कुठं लग्नाला? पावडर बिवडर कशाला फासतोयस एवढी?”मायडीला नसत्या चांभार चौकशा करायची सवय होती.

“ खेळायला नाही चाललोय-- खेळायची पॅन्ट घातलीये का? दिसते का नाही?”

“ मग कुठं चाललाय?”

“ अभ्यासाला?”

“अभ्यास.... तोंड बघ आरशात.”

“तेच बघतोय तुझ्यापेक्षा चांगले आहे.”

“अभ्यास करायला जाताना कशाला लागते रे पावडर?”

“तुला शाळेत जाताना कशाला लागते गं पावडर?”

“ शहाणपणा करू नकोस अभ्यासाच्या नावाखाली काहीतरी भलत करू नकोस हं माझ लक्ष आहे तुझ्यावर”

“ तुझं काम बघ. मी अभ्यासाला लागलो की लागले तुझ्या पोटात दुखायला. चल जाऊ दे मला.”

“ अरे पण चाललास कुणाकडे? तुझ्या गँगला तर अभ्यास माहितही नाही.”

“ मी कुठे ही जाईन तुला काय त्याचं? ए आजी मी चाललोय अभ्यासाला रात्री लवकर येईन.” अभ्यास म्हटल्यावर आजी काहीच बोलली नाही.

रूपेशच्या घरी पोहचलो. त्याने एका खोलीत अभ्यासाची तयारी केली होती. मी त्या खोलीत एका कोपऱ्यात बसून अभ्यास करू लागलो पण लक्ष होते ते नंदीनीकडे. ती कधी येतेय याच्याकडे. मराठीची प्रश्नोत्तरे लिहायला घेतली. अर्धातास एखाद्या न संपणाऱ्या काळासारखा गेला, पण मी रूपेशला विचारू शकत नव्हतो. कारण त्याला संशय यायला नको होता. आता रूपेशच आपला मध्यस्थी होता. मी विचार करत असतानाच ती आली. एकदम झंझावात आल्यासारखी. तिने शाळेच्या युनिफॉर्म ऐवजी

निळ्या रंगाचा फ्रॉक घातला होता. त्यात तर ती जास्तच सुंदर दिसत होती. शाळेत दोन शेंड्यासारख्या गोंडे बाधंलेले असायचे आता तिने फक्त केस मागे बांधले होते तिला इतक्यात जवळून पहायला मिळत होते ती आल्या आल्याच एकदम हसली.

''रुप्या कुठय?'' ती बिनधास्त बोलली.

''आत आहे मी सावरत उच्चारलो.

''तू केव्हा आलास.''

'' मी बराच वेळ झाला.... मराठीचे प्रश्नोत्तरे करतोय.''

'' हे घे'' म्हणून तिने एक काजू माझ्याकडे फेकला तो मी झेलला. मी स्वत: काजू कधी खालला ते आठवू लागलो. काजू आमच्यासाठी दुर्मिळ पदार्थ होता. ती माझ्याशेजारीच बसली आणि मराठीचा अभ्यास करायला घेतला रूपेशही येऊन बसला.

मी तिच्याकडे न पाहिल्यासारखे करत अप्रत्यक्षात तिलाच पहात होतो. तिच्या हातांची बोटे ,बोटातली लाल अंगठी, रंगवलेली नखे, तिच्या हातावरचा तीळ....

उत्तरे शोधायच्या निमित्ताने मी तिलाच शोधत होतो. अभ्यास करायची एवढी मजा आजपर्यंत आली नव्हती. मराठीचा अभ्यास झाला मग गणिताचा झाला. तिचे गणित एकदम पक्के होते. प्रत्येक वेळी तिचे सिद्धांत, नियम, व्याख्या एकदम पाठ.

मग अधून मधून गप्पाही चालू होत्या. तिचे मुंबईचे सर-बाईंची तिला सारखी आठवण यायची. इथे एकही सर, मॅडम तिला आवडले नव्हते. मलाही तसेच वाटत होते. मी तिला मुसळे सरांबद्दल सांगितले. पण आता मी बोलताना सावध व्हायचो, कारण पप्पूला आम्ही एकेरी नावाने बोलवायचो. आता प्राचार्य म्हणायला जीभ वळायची नाही. चोपडाला प्रेम चोपडा म्हणायचो. सर, बाईंचा उल्लेखही कधी एकेरी, कधी शिव्यांमध्ये तर कधी त्यांच्यातल्या व्यंगांवरून करायचो. त्यामुळे ते तोंडात बसलेले शब्द होते. पण आता फार जपून बोलावे लागे. शेवटी ती आता चोपडा शेठची नात

म्हणजे मालकाची नात होती. आत्तापर्यंत जे करत आलो होतो त्याच्या उलटे आता वागायचे होते.

बऱ्याच गप्पा झाल्या. मी केलेल्या प्रत्येक विनोदावर ती भरभरून हसली. काहीवेळा गरजेपेक्षा जास्त हसली. सगळा अभ्यास संपला. रात्रीचे साडे आठ वाजले. रुपेशची आई बोलवायला आली. म्हणाली,

"तुझे नाव नंदू ना? तुझे आजोबा आलेत बाहेर."

"आजोबा, इथे...?" मी जाम दचकलो. बाहेर आलो तर मायडी आणि आजोबा दोघे समोरच दरवाजात उभे. मी काहीच निरोप न देता आलो होतो. मागे नंदीनी उभी होती. मायडी बारकाईने तिला न्याहाळत होती. रुपेशच्या आईने पोरं एकत्र अभ्यास करत होती. खूप चांगला अभ्यास करतात पोरं. तुमचा नातू हुशार आहे. पाठवत जा रोज त्याला, अशी चांगली माहिती आजोबांना सांगितली. मी आतून खूष झालो. मायडी मात्र हिरमुसली. तिचा अंदाज होता की मी कुठल्यातरी टुकार मित्राच्या घरी दंगामस्ती घालत असेन आणि आजोबांना मला रंगेहात पकडून देता येईल आणि मला भक्कम मार पडेल. पण तसे काही झाले नाही.

आजोबा मात्र काळजीने मला शोधत आले होते. खरंतर एवढ्या रात्री मी कधी बाहेरही जात नसे. पण आज गप्पांच्या नादात वेळच कळली नाही. मी, आजोबा आणि मायडी पेठेवरुन चालत घरी आलो. रस्त्यात मायडीची बडबड चालूच होती. उशीर व्हायला लागल्यावर ती आजोबांना घेऊन पहिल्यांदा विल्याच्या घरी गेली. तिथे मी नाही म्हटल्यावर मग पुढे एकेकाच्या घराकडून ही प्रभात फेरी रूपेशच्या घरी पोहोचली होती. म्हणजे माझ्या सगळ्या गँगला मी रात्री रूपेशकडे अभ्यासाला गेलो होतो हे कळणार होते. आता मित्र आपल्यापासून दूर दूर चाललेत हे मला कळत होते. पण दुसरीकडे नंदिनी बरोबर आज चक्क दोन-तीन तास घालवायला मिळाले याचा खूप आनंद होत होता. माझ्या आयुष्यातला आजचा दिवस सर्वात आनंदाचा दिवस होता. मी ह्यापूर्वी इतका आनंदी कधी होतो हे आठवून सुद्धा आठवेना. घरी आलो. आजोबा काहीच बोलले नाहीत.

आजीने बरीच बडबड केली. मायडी आगीत तेल ओतत राहिली. मी गुपचूप खाली मान घालून जेऊन घेतले आणि अंथरुणात मागे ओसरीवर झोपलो. वर चांदण्यांनी भरलेले आभाळ.

मला झोपच लागेना.

मला आतून खूप खूप आनंद घालेला होता. नुसतं नाचत सुटावं नाहीतर धावत सुटावं असं वाटतं होतं. आतून कसल्यातरी गोड गोड उकळ्या फुटत होत्या. मन बेभान झाले होते. झोप लागणे शक्य नव्हते. उलट झोपेतून उठल्यावर वाटते तसे ताजे ताजे वाटत होते. आकाशात बरोबर माझ्या डोळ्यांच्यावर चंद्राची अर्धी कोर आली होती. आकाशभर चांदण्याच चांदण्या. माझ्या आवडत्या तीन लागोपाठ चांदण्याही होत्या.

आपल्याला तिच्यावर प्रेम झालेय. खरंच झालेय. सारखी तीच दिसतीये. इथे-तिथे. सारखी तिचीच आठवण येतेय. ती आपल्याकडे बघून हसतेय असा भास होतोय. सारखं तिलाच पहावं वायतयं. भूक लागत नाही, तहान लागत नाही. कशातच मन रमत नाहीए. मित्रांबरोबर आता रहावंस वाटत नाही. पूर्वी त्यांच्याच सोबत सारा दिवस खर्ची पडायचा. दिवसभर गप्पा, टिंगल, टवाळ्या, मस्ती. एकमेकांना नावे ठेवणे. हशा. आपण खूप धमाल जगत होतो. कशाचीच फिकीर नसायची. बिनधास्त जगणे चालू होते. अचानक काय दिवस आले? आपल्याला आता त्यातले काहीच आवडेना झाले. आता हसू वाटेना. दंगा करु वाटेना. उलट अभ्यासच करु वाटू लागलाय. अभ्यास करताना तीच जवळ आहे असा भास होऊ लागलेला.

आता हे आपल्याला वाटते. तिला आपल्याबद्दल काय वाटत असेल? काहीतरी तर नक्कीच वाटत असेल. त्याशिवाय का ती आपल्याकडे पहाते?जशी आपल्याला ती आवडते तसे तिलाही आपण आवडत असूं? कसं शक्य आहे? ती एवढी सुंदर आहे की कुणालाही आवडूनच जाईल. ज्याला डोळे आहेत तो तर तिला सुंदर म्हणेलच. तिच्या इतके सुंदर कोण आहे वर्गात? तिच्या जवळपास पण जाणार नाही कुणी. इतके गोरे तर कुणीही नाही.ती जर एवढी सुंदर आहे तर ती आपल्याकडे का पहाते?आपण

कुठे मदनाचा पुतळा आहोत?आपण तरी साऱ्या वर्गात कुठे गोरे आहोत? आपल्यापेक्षा चेत्या चांगला दिसतो. अव्या, नित्या, मिल्या सगळेच आपल्यापेक्षा सरस आहेत. त्यांची बॉडी आपल्यापेक्षा चांगली आहे.

रूपेश तर सगळ्यात गोरा आणि तिच्या जातीचा आहे. म्हणजे दोघे मारवाडी. मग तिला तो का नाही आवडला? दिसण्यावरच असते तर आपण तर तसेही छरमाड. आज्जी म्हणते तसे आपल्याला थोडेही मांस नाही. खाल्लेले अंगी लागत नाही. आपल्याला ना धड चांगले केस आहेत ना देखणा चेहरा केस कपाळावर कमी आणि मध्येच तुरा उभा रहातो. डोक्याला तेल लावलेच पाहिजे असा आजीचा शिरस्ता. त्या तेलाचे ओघळ दिवसभर डोक्यातून खाली यायचे. केस कापायला आजोबा दुकानात घेऊन जायचे आणि एकदमच बारीक केस छाटायला लावीत. ते केस दुर्वांसारखे पात्या पात्याने उभे रहायचे. ते फारच विचित्र दिसायचे. पण आपल्या हातात काय आहे? गप्प बसून आहे तसे रहाणे.

त्यात कपडे तर तसले. खाकी हाफ पँट. मागून तिला दोन ठिगळे लावायला लागायचे. कारण ती पँट नेमकी मागच्या बाजूलाच फाटे. वर्गात निम्म्या पोरांच्या चड्डीला ठिगळ असेच. जी एकाच जागी बूड मांडून बसणारी, जास्त हालचाल न करणारी मुले होती. त्यांच्या पँटी नीट असत.पायात चप्पलही नसेच. त्यामुळे पायावर डाग पडत. धूळ बसे. पायही अवतार धारण केल्यासारखेच दिसायचे. मग चांगले दिसण्याचा प्रश्नच यायचा नाही. पण नंदिनी आल्यापासून मी दिसण्याबाबत जास्तच जागरुक झालो होतो. तरीपण आपण दिसायला चांगले नाहीच आहोत यावर मी ठाम होतो. त्यात नंदिनी मुंबईला शिकलेली. तिथली मुलं तर जास्तच चांगली असणार

दिसायला. मग त्यातून तिला आपणच का आवडलो असावे?

मला काही या प्रश्नाचे उत्तर सापडेना. पण एवढं तर खरं होतं की ती स्वतःहून आपल्याला लाईन देत होती आणि काल ती स्वतःहूनच बोलायला आली होती. आपण मागे थांबलो म्हणून तीही थांबली. रूपेशशी बोलायचं

नाटक करून ती आपल्याशीच बोलायला आली. तिला आपल्याशीच बोलायचे होते. त्यात तिने डाऊट यायाला नको म्हणून आपल्याला रूपेशच्या घरी अभ्यासाला बोलावले. रूपेशच्या घरी पण ती आपल्याला मुद्दाम भाव देत होती. काही प्रश्नांचीउत्तरे येत असूनही तिने आपल्यालाच विचारली. ती बोलताना आपल्या डोळ्यात बघे आणि मग लाजून दुसरीकडे बघून बोले. मध्येच कारण नसताना हसणे, उगाचच पेन, पेन्सिल रबर मागणे. उत्तर तपासायला देणे हे सारेच काय दाखवतायेत? हेच की तिला पण आपण आवडतो. आणि तिलाही आपल्यासारखेच प्रेम झाले आहे. म्हणजे तीपण आपल्यासारखीच जागी असेल आणि हाच चंद्र पहात असेल. ह्याच चांदण्या पहात असेल.

रात्री केव्हा झोप लागली कुणास ठाऊक. पण स्वप्नही तिचेच पडत गेले.

✶ ✶ ✶ ✶ ✶

प्रकरण २० वे

रूपेशच्या घरी अभ्यासाला जाणे आता रोजचेच झाले.तिथे अभ्यास कमी आणि गप्पा, चेष्टा मस्करी, हशा, टाळ्या, एकमेकांना टपल्या मारणे असे उद्योग चालू झाले. शाळेमध्ये मी पुढच्या बाकावर बसू लागलो. तिथून नंदिनीकडे पहाणे सोपे होते. पण आता त्यात एवडा इंटरेस्ट राहिला नव्हता. उलट आता इशारे करणे, जीभ दाखवणे, चिडवणे, तोंडाचे वेगवेगळे हावभाव करणे अशा गमती चालू झाल्या होत्या.रूपेशच्या हे सगळं लक्षात आलं होतं. उलट तो मध्यस्थासारखा आम्हा दोघांना समजवायचा. ''काय मस्ती घालायची ती माझ्या घरी घाला, विनाकारण शाळेत गोंधळ नको.'' रूपेशचा आम्हा दोघांना सपोर्ट होता.

माझ्या गँगचा आणि माझा संबंध पुरता संपल्यासारखा होता. ते चौघे एकत्र यायचे, जायचे. पण त्यांच्यातसुद्धा आता मजा राहिली नव्हती. पळून जाणे बंदच झाले होते. क्रिकेट खेळायला मी जात नव्हतो. त्यांनीही खेळणे बंद केले. मागे बसून चालायची ती उडाणटप्पूगिरी बंद झाली. हसणे, मस्ती घालणे, खोड्या काढणे, शिकवताना काहीतरी धमाल करणे सगळे संपून गेले. नदी आटावी तसा शुष्कपणा त्यांच्यात भरला. तालमीतही आता कुणी यायचे नाही. आले की थेट शाळा आणि शाळा ते थेट घरी.

मगर सरांचा आता मी आवडता विद्यार्थी झालो होतो. रोज गृहपाठ करून यायचो. सर मला त्याची भरभरून शाबासकी द्यायचे. मी खरे तर मनातून अपमानीत व्हायचो. मगर सरांना खुन्नस द्यायला पाहीजे होती तिथे मी त्यांची हुजरेगिरी करायला लागलो होतो. मगर सरांनी कितीतरी वेळा निव्वळ खुन्नस म्हणून धोपटून काढले होते. त्यांचा राग काढण्यासाठी ते तसे वागले होते. त्यांनीच मुसळे सरांना घालवले होते. मुसळे सरांसाठी आम्ही किती रडलो होतो आणि आज त्याच सरांचा मी आवडता विद्यार्थी झालो होतो. त्यांनी आपल्याला माणसाळवायचे किती प्रयत्न केले होते आणि

आपण ते सारे उधळून लावले होते. पण वेळ काय बदलते? दिवस काय पालटतात? आत्ता आपण एकदम मगर सरांच्या मनासारखे वागू लागलो.

पण माझी गद्दारी गँगशी नव्हती. माझी गद्दरी मुसळे सरांशी नव्हती. मी फक्त नंदिनीसाठी सगळे करत होतो. खरंतर मी काही मुद्दामहून करत नव्हतो. तीच माझ्याकडून हे करवून घेत होती. मी आता माझा कुठे राहिलो होतो? पहिल्या दिवशी ती आली आणि लींबू फिरवून टाकल्यासारखा आपल्यावर काय जादूटोणा झाला, आपण पुरते उलटेच होऊन गेलो. आता मी जसा वागतोय तो तिच्या इच्छेखातर किंवा तिच्या जवळ जाण्यासाठी. ती मागच्या बाकावर बसली असती तर मीही बसलो असतो. तिने गृहपाठ केला नसता तर मीही केला नसता. तिने अभ्यासाला बोलावले नसते तर मीही नसतो गेलो. पण गोष्टीच अशा घडत गेल्या की मी मित्रांपासून तुटत गेलो आणि मगर सर, चोपडा शेठ, नंदिनी, पप्पू यांच्या बाजूचा झालो.

रोज शाळा सुटली की मी मुद्दामहून मागे रेंगाळायचो. सगळ्यांच्या जाण्याची वाट पहात रहायचो. नंदिनी सुद्धा दप्तर भरायच्या निमित्ताने मागे रहायची. सगळा वर्ग मोकळा झाला की आम्हाला बोलायला मोकळीक भेटे. रूपेश दारापुढे जाऊन उभा रहायचा. त्या दिवशी नंदिनीने एकदम हळू आवाजात म्हटले, ''तू आज माझ्या घरी ये अभ्यासाला.'' तिच्या बोलण्याने छातीचा ठोकाच चुकला. जे आपण स्वप्नात पहात होतो तेच घडत होते.

''येतो'', मी एवढेच बोललो.

''पण कुणाला काही बोलू नकोस. रूपेशला पण सांगू नकोस'', ती एकदम खाजगी आवाजात बोलली. त्या आवाजात एकदम काहीतरी मनाला स्पर्श करणारे होते. तो ध्वनी फक्त माझ्याचसाठी होता. आकाशवाणी व्हावी तसा!

तिला मी पाठमोरे पहात राहीलो. ती मावळणाऱ्या सूर्यासारखी शाळेच्या इमारतीपासून पेठेच्या रस्त्याला लुप्त झाली.

मला तर एकदमच जोश आला. घरी गेलो. नेहमीप्रमाणे भांडी घासली. पाणी भरले. झाडलोट उरकली. पुढेमागे सडा टाकला. मायडीकडे मदतीची

पर भीक नाही मागितली. अंगात असा उत्साह संचारलेला की माझे मलाच माहीत.

सगळं उरकून आजीने केलेला चहा फुरकी मारून पिऊन टाकला.

"लईच अभ्यास चाललाय हल्ली. पार प्रेमातच पडलास वाटतं अभ्यासाच्या" – मायडीने एकदम ठसका लागावा असं वाक्य उच्चारलं.

"तू करतेस ते चालतं. मी केला की तुझ्या पोटात दुखतं का?"

"मी आपल्या घरी आजी समोर अभ्यास करते तुझ्यासारखे अभ्यासाचे नाटक नाही करत दुसऱ्याच्या घरी जाऊन."

"नाटक? कळेल तुला रिझल्ट येऊ दे दाखवतो. तुला काय वाटत तू एकटीच पहिलीच येऊ शकते का?"

"पहिला येणार तू? येऊन दाखव. खाऊ खायचे काम आहे ना ते? ये बरकां–वर्गात पहिला ये"

मायडी हसत हसत राहिली.

मी उरकून पावडर लावून आरशात डोकावले आणि स्वत:वर जाम खूष होऊन एक हास्य केले स्वत:साठी! सध्या मी माझ्यावरच जाम खूष होतो.

नंदीनीच्या घरी जायचे तर आधी रूपशचे घर लागते.त्याला चूकवायचे म्हणजे त्याच्या घराकडून जायलाच नको कारण तो ओट्यावरच असतो त्याला काय सांगणार? मग पेठेला दुसऱ्या आळीने जाता येत होतेच मग मी तोच रस्ता पकडला. त्या आळीला चेत्या रहायला होता. चेत्याला टाळता आलेच नसते.त्यात त्याने हातात वह्या,पुस्तके पाहिली की त्याला संशय आलाच असता. मग न्हावी आळी कडून एक लांबचा रस्ता होता तो धरला. लगबग चालू लागलो कारण आज अभ्यासाची भलतीच ओढ लागलेली.

न्हाव्याच्या आळीला विल्या रहायला. विल्याच्या घराची मागची बाजू होती ती त्यामुळे त्याच्या झरासमोरून जोरात चालत गेलो नशिब विल्याच्या घरातले कुणीच दिसले नाही. मग नाथाच्या मंदीराकडून खाली पार वेशिपर्यंत जावे लागले. त्या रस्त्याला रहदारी नसते त्यामुळे एकटा

सहज नजरेस पडायची भिती होती पण सुदैव्याने कोणी भेटले नाही वर्गातल्या काही मुली इकडे रहायच्या पण मुली शक्यतो घराबाहेर पडायच्या नाहीत.त्यामुळे मी सहज पेठेपर्यंत कुणाला न दिसता पोहचलो. पेठेला गर्दीचा रोड त्यामुळे वेशीतून वर पेठेला यायला काहीच टेन्शन नव्हते. एवढ्या गर्दीत आपले नख ही दिसणे शक्य नव्हते. गर्दीला पांघरून मी नंदीनीच्या, घरी पोहचलो.

मुसळे सरांना काढले तेव्हा ह्याच घरावर चोपडा शेठचे घर म्हणून सात नासके कांदे मारले होते ह्या घराचा प्रचंड राग, तिरस्कार यायचा चोपडा शेठ हा आपल्या शाळेतला गब्बर होता व्हीलन होता. त्याच्या मुळे पूर्ण शाळा वाया गेली होती असे आम्हाला वाटायचे.

सारे चमचे जमा करून शाळेच्या नावाखाली सगळ्यांची फसवणूक करतोय असं चोपडा शेठ बद्दल वाटायचं आणि आज त्याच्याच घरात पाहुणा म्हणून जायचे! आता ते घर फक्त चोपडा शेठचे नव्हते. नंदीनीचे होते. नंदीनी या घडीला साऱ्या जगात प्रिय होती.

दरवाज्याच्या कोपऱ्यात मी घंटी पाहिली. ती हाताला येत नव्हती मग ती पितळी कडी वाजवली. अंधारातून एक गडी आला ''नंदीनी... त्यांनी मला बोलावलंय'' त्या गड्याने हाक मारली. ''रिमा ताई कुणीतरी आलयं?'' रिमा... हे पण एक नाव आहे का काय हिचं? का आईचं? आई समोर आली तर काय करायचे? नाहीतर चोपडा शेठच समोर आला तर.. आणि त्याने आपल्याला ओळखलं तर? बक्षीस वितरण्याच्या वेळी त्या पाहुण्या आलेल्या वक्त्याच्या वेळी आपण धमाल केली खरी पण त्यावेळी स्टेजवर चोपडा शेठ होते. त्यांनी आपल्याला इथे ओळखले तर? आतून नंदीनीचा आवाज आला, ''ये, आत ये'' मी उजवीकडे वळालो तर त्या मोठ्या दिसणाऱ्या खोलीच्या आतल्या बाजूला एक खोली होती. तिथून आवाज आलेला होत मी ती भली मोठी खोली ओलांडली आणि मग एक दरवाजा ढकलला तर आत मधे नंदीनी एका जुन्या लाकडी नक्षीदार पलंगावर बसली होती. हे चित्र तर मला एखाद्या स्वर्गातला देखावा पहातोय असे वाटले.

नंदीनीने गाऊन घातलेला केस तसेच बांधल्यासारखे आणि मागे लोडाला टेकून त्या पांढऱ्या शुभ्र पलंगावर ती पुस्तक पसरून बसलीये. मला क्षणभर मी कुठल्या स्वप्नात तर नाही ना असा भास व्हायला लागला.

''अरे ये ना आत'' ती बोलली.

मग मी भानावर आलो. त्या छोट्या खोलीत, खोली कसली ती तर एक स्वप्नकुपीच होती. दरवाज्यावर पारदर्शी पांढरा शुभ्र पडदा, खिडक्यावर रंगीत काचा, त्यावरही तसेच मखमली पडदे, पिवळसर मंदसा प्रकाश खोलीत पसरलेला, एकदम सुंदर सुंदर फोटो लावलेले. मी एकदम बधीर होऊन ते पहात पहात पलंगाशेजारी स्टूल वर बसायला गेलो तिने म्हटले ''वर बस ना?'' मी त्या पलंगाच्या एका टोकाला बसलो मग तिने अभ्यासाचा विषय घेतला.

मी त्या साऱ्या अलीशान थाटामाटाने थंडच पडलो हे घर आहे का महल! खाली गालीचा वर झुंबर! खिडक्यांच्या रंगीत काचा, पडदे घरात एक सुंदर सुगंध दरवळत होता. फर्निचर सुद्धा काय सुंदर! काचेच्या वेगवेळ्या आकाराच्या वस्तू ! एका कोपऱ्यात लाकडाचा हत्ती, कपडे ठेवायला मोठी कपाटे एकदम पिक्चरमध्ये असते तसे घर.

मी माझ्या घराची अवस्था आठवू लागलो. घरात केवढा पसारा. मोठ मोठाली पितळी तांब्याची भांडी, पिंप, कढाया, ग्लास आणि तांब्याच्या धूळ खात पडलेल्या ओळी. आढयावर नको असलेल्या वस्तुंची अडगळ. घरात कपाटात कोंबून कोंबून भरलेले कपडे. एका कोपऱ्यात दोरीवर गोधड्या. काळपटलेल्या चिंध्या झालेल्या गोधड्या! वर काळे कुट्ट झालेले पत्रे, भिंतीवर रंगाचे निघाललेले पोपडे. घरातली फरशीही खाली वर झालेली घरभर नुसता पसारा. कोपऱ्या कोपऱ्यात काही ना काहीतरी कोंबलेलेच. धान्यांची पोती टिकाव, पहार, खोरे, एक ते मुसळ, एका कोपऱ्यात जाते आणि शेजारी उखळ!

मला माझ्याच घराची घृणा वाटली. कचऱ्यात राहिल्यासारखे आपण रहातो. नंदीनीचे घर म्हणजे स्वर्गच. त्या विचाराने मनात निराशाच आली.

आपण नंदिनीला कधीतरी आपल्या घरी नेऊ शकू का ? आपल्या घरात ही परी पाय तरी ठेवेल का ? आणि आपण काय स्वप्ने पहातोय ? आपली जागा कुठे आणि आपण कशाची इच्छा करतोय ?

आतल्या आत मी माझ्या घरातल्या पसाऱ्यासारखा विस्कटून गेलो.

नंदिनी अभ्यासातल्या गोष्टी बोलत राहीली. मी एक वही काढून प्रश्नोत्तरे लिहीत राहिलो. मग थोड्या वेळाने तो गडी आला, त्याने पाण्याने भरलेला काचेचा ग्लास पुढे केला. आपल्या घरात तर काचेचा ग्लासपण नाही. कपबशा पण कान तुटलेल्या.

नंदीनीची आई तेवढ्या वेळात आतल्या खोलीतून आली. नंदीनीची आई पण तिच्यासारखीच सुंदर, गोरी थोडक्यात तिच्या सारखीच.

''हाच का ग तो तू बोलत असते तो ?''

मी पलंगावरून उतरून त्यांना हात जोडून नमस्कार केला. त्यांच्या बोलण्याने मी उडालोच. म्हणजे नंदीनीने तिच्या आईला आपल्या बद्दल बरंच काही सांगितलेले असणार. काय सांगितले असेल याची मला उत्सुक्ताही वाटली.

'' वर्गात फार विनोद करतोस ना रे तू ?'' आई बोलली मी फक्त हसून मान हालवली.

''आई हा हुशार पण आहे रोज गृहपाठ केलेला असतो याने'' नंदीनीच्या स्तुतीने तर मी उंचावून गेलो. '' येत जा अभ्यासाला हं'' आई बोलून निघून गेली. मग मराठीचा अभ्यास संपला, गणित सोडवली घड्याळ्यात आठ वाजत आले होते.

बाहेर अंधार पडला होता मग मी ''येतो'' म्हणून निघालो.

पुन्हा जिन्यातून खाली आलो नंदीनी ही माझ्याच मागे सोडवायला आली. दरवाजातून बाहेर पडताना समोर आराम खूर्चीवर चोपडा शेठ बसलेले त्यांच्या दृष्टीला मी पडलो आणि ते भूवया उंचावून मला पाहू लागले. मी मनातल्या मनात जाम घाबरलो वाटले हे मला ओळखणार मागून नंदीनी आली आणि तिने माझी ओळख करून दिली.

चोपडा शेठ थोडे विचारात पडले पण त्यांना काही आठवले नसावे. ते नुसतेच हसले.मी काढता पाय घेतला नंदीनीने मला टाटा केला. मी ही केला अंधार बराच झाला होता. रस्त्यावरचे दिवे लागले होते आता रूपेशच्या घरासमोरून जायला काही भिती नव्हती आपण नंदीनीच्या घरी अभ्यासाला जातो यात कुणाला काय घाबरायचं? रूपेश भेटू नाहीतर आपली गॅग.

जिथे तिच्या आई-वडिलांना काही प्रॉब्लेम नाही, आजोबा चोपडा शेठला नाही मग कुणाचा का विचार करायचा? पण अजून आपल्याच घरी माहित नाही. घरी काय- अभ्यासाला एका मुलीच्या घरी जातो काय वावगं आहे? आजोबा तर काय बोलणारच नाहीत. आजीला त्यातलं फारस काही कळत नाही. तिला काय एकदा घरातली कामे केली की ती कुठंही जा म्हणेल. पण प्रश्न होता मायडीचा! ती खोदून खोदून काय बाहेर काढील सांगता येत नव्हतं वरं ती आजीला माझी चहाडी केल्याशिवाय रहायची नाही. ती आजीला काहीही भरवील आणि मग आजी काय वाट्टेल ते म्हणेल, ''अभ्यासाला जायचं नाही'' म्हणेल पण मायडीला सांगितल नसतं तरी कळणारच होतं.

नंदीनीची चुलत बहीण मायडीच्या वर्गात होती आणि तिने आपल्याला घरात जाताना पाहिलेच असणार म्हणजे बोंब तर होणारच होती. शिवाय मायडी घरी पोहचली की दप्तर, वह्या तपासायचीच, पण तिला सापडायचे ते अभ्यास केलेला. त्यामुळे तिला आजीला काही माझी तक्रार करता यायची नाही.

पण त्या दिवशी घरी येताना डोळ्यात आनंदाऐवजी निराशाच होती. खरेतर नंदिनीच्या घरात तिच्या स्वत:च्या खोलीपर्यंत जायला मिळाले. आई, आजोबांना येण्याबद्दल काहीच बोलेले नाहीत. जवळपास दोन तास तिच्याबरोबर रहायला मिळाले शाळेच्या ड्रेस शिवाय गाऊन मधे तिला बघायला मिळाले. एक दोनदा तिने टाळी पण दिली, तिच्या मऊ हाताचा स्पर्श झाला. अजून काय पाहीजे होते पण घरात पोहचताच आपले घर

म्हणजे एक उकीरडाच आहे असे वाटून जाम राग आला. किती न लागणाऱ्या घाणेरड्या वस्तू कोंबून कोंबून भरल्या होत्या घरात! रिकामी पोती घड्या घालून ठेवलेली, फुटलेली गाडगी, मडकी, सायकलच्या ट्यूब, टायर्स, मोडलेल्या खूर्च्या, टेबल, रद्दी, छत्र्या, औजारे, जूनाट देव देवतांचे फोटे.... किती घाण! मला घरासोबत स्वतःची पण घृणा आली त्याच रागात मायडीवर आल्या आल्याच डाफरलो पण ती लगेच आजीकडे गेली आणि मला ओरडली. जाऊ दे आपण कधीच सुधारणार नाही. ह्याच घाणीत आपला जन्म जाणार. उद्या जर चूकून नंदीनी आपल्या घरी आली तर परत जन्मात आपलं तोंडपण पहायची नाही.

कसा बसा जेवण उरकून झोपी गेलो.

*\ *\ *\ *\ *\

प्रकरण २१ वे

वर्गात आता मी हुशार शिस्तप्रिय आणि शिक्षकांचा आवडता विद्यार्थी होऊन गेलो होतो. कोणताही प्रश्न आला की मी कसलेल्या फलंदाजासारखा तो प्रश्नांचा चेंडू उडवून लावी.उत्तर देताना नंदिनी सुद्धा वर्गात आहे आणि ती कौतुकाने आपले उत्तर एकतेय याचा आनंद व्हायचा. हुशार पोरांनाही प्रश्न पडे की हा मागून येऊन पुढे गेला. आपल्या बरोबरीलाच नाही तर आपल्यालाही मागे टाकले याने!न शिकवलेल्या धड्यातल्या प्रश्नांची ही उत्तरे ही हा कसा काय देतो? ह्याला हे सारं शिकवतय कोण? हा एवढया दिवस गप्प का होता? का नाटक करत होता?

शिक्षकांनाही हाच प्रश्न पडे की हा वाल्याचा वाल्मीकी कसा झाला? एवढा मस्तीखोर टवाळक्या करणारा, शिक्षकांनाही न जुमानणारा आज एकदम वर्तुळाकार परिवर्तन कसे काय झाले? कुणाची मात्रा चालली.

पण वर्गातल्या बऱ्याच जणांना माझ्यातला बदल खरा कुणामुळे झालाय हे कळत होतं. कळण्यासारख आम्ही वागतही होतो. वर्गात दिसवभर एकमेकांना इशारा करणे . सुट्टी झाली की गप्पा मारणे, मी तिच्या नाहीतर ती माझ्या बाकावर हमखास यायचीच वर्ग सुटल्यावर. आम्ही दोघे वर्गात मागे थांबायचो. मग दोघेच सर्वांच्या शेवटी आम्ही गप्पा मारत बाहेर पडायचो. शाळेच्या गेटनंतर तिचे घर खालच्या बाजूला आणि माझे घर वरच्या बाजूला. तिथून आम्ही एकमेकांशी बोलत एकमेकांना टाटा करत आपल्याला घराकडे निघायचो. घरी पोहचलो की कामाची गडबड,कामे करायची आणि मग पुन्हा नंदिनीच्या घरी अभ्यासाला.

तिच्या घरी अभ्यास करून रात्री आठ पर्यंत घरी यायचे. रोजचा भारीच दिनक्रम चालला होता. मी आजपर्यंत एवढा खूष नव्हतो. आपल्या आयुष्यात असे सुंदर वळण येईल आणि आपण आनंदाच्या ढगात तरंगत असू असे स्वप्नातही वाटले नव्हते. तसा मी आधीही सुखीच होतो. मित्रामधे धम्माल

मस्ती चालू होती.

शाळा बुडवणे झाडांवर सूर नारंब्या खेळणे. क्रिकेट खेळणे, पतंगाची काटाकाटी करणे, निमंडोहात टुबंत रहाणे. सुभानानाच्या बागेतली फळे खाणे, अभ्यासाला दांडी मारणे, वर्गात काहीतरी चमत्कारीक बोलणे, सगळ्यांना हसवणे शिक्षकांना उचकवणे अशा गमतीत सुद्धा मी आनंदीच होतो. चेत्या, विल्या, गजा, गण्या यांना भेटल्याशिवाय दिवस जायचा नाही हे मित्र आपल्या जगण्याचे घटक होते.

सकाळी दिवस उजाडला की ओढ असायची त्यांना भेटायची मग तालमीत सकाळी अड्डा जमे. तिथे ह्याची त्यांची टिंगल टवाळी करीत जाम हसत सुटायचो हसून हसून मुरकुंडी वळायची. एकदा तिथून निघाले की दिवसभर शाळेत दंगा घालायचा, मास्तरांचे मार खायचे. बोलणी खायची पण आम्ही सुधारणे म्हणजे काय असते हे काही शिकलो नाही उलट कोडगेपणाने अजूनच मस्ती घालायला हुरूप यायचा. संध्याकाळी शाळा सुटली की दप्तर टाकून पुन्हा ग्राऊंडवर जमायचे नाहीतर. कुठतरी एकत्र येऊन खेळायचा डाव मांडायचा. आम्हाला एकमेकाशिवाय करमतही नसे मधे गजा महिनाभर मामाकडे गेला तर एकच बोटांमधले एक बोट तुटल्यासारखे अधूपण जाणवले. चौघांना तेवढी मजाच यायची नाही आमचे सूर असे जुळलेले की आमच्यामधला एक ही कमी असेल तरी बाकी चौघांना अजिबात करमायचे नाही.

आणि अचानक त्यांच्यातून मी वजा झालो, मला माहीती होते की आता ते चौघेही एकत्र रहायचे नाहीत. त्यांनाही आता माळेतून तुटलेल्या मण्यांसारखे विस्कटून जावे लागेल. ते चौघे मागच्या जागेवर बसायचे पण माझे त्यांचे बोलणे व्हायचे नाही मी मनातून गुन्हेगारासारखा दुःखी झालो होतो. माझी गॅंग तोडायला मीच कारणीभूत ठरलो होतो. पण हे अचानक आणि नकळत घडले होते. आमच्या आनंदी मैत्रीमधे हे एक वेगळेच वळण लागले होते.

पण सध्या मी जेवढा आनंदी होतो तेवढा यापूर्वी कधीच नव्हतो.

छातीत काहीतरी कापसासारखे भरलेय असे हलके हलके वाटत होते.सगळीकडे छान छान गोष्टीचे मांडल्यात असे वाटत होते. एक वेगळ्याच प्रकारचा खूप सुदंर सुगंध आपोआपच येत होता. हलके हलके गोड गोड, छान छान सगळंच अवती भोवती कुणावर रागवावं, चिडाव वाटत नव्हत की कुणी स्वत:हून चिडल्यावरही राग येत नव्हता. स्वत:शीच मी बोलायला लागायचो काहीतरी आठवायचे आणि कधी-कधी कुठं चाललोय हेच विसरायचो एकटाच हसायचो आणि कधीकध खूपच उदास व्हायचो. तिचं नाव घेतलं की एकदम शांत वाटे आणि कधी तिची तीव्र आठवण यायची. आठवण आली की कशातच जीव लागायचा नाही.प्रचंड अस्वस्थ व्हायला व्हायचो आता काय करावे? या प्रश्नाने जीव नकोसा व्हायचा.

पण नंदिनीला असे काही वाटत नव्हते. तो भेटायची बोलायची,वर्गात पहायची पण तीला आपल्या इतकी ओढ नव्हती.ते लक्षात यायचे. तिच्या घरी जायला आपण उशिरा केला तरी ती बाहेर येऊन वाट पहायची नाही आपण तिच्या जागी असतो आणि नंदिनी घरी येणार असती आणि तिला जर थोडा ही उशीर झाला असता तर आपला जीव कासावीस होऊन गेला असता पण नंदिनी तिचा अभ्यास करीत शांत बसलेली असायची.उशिरा गेलो तरी ती सहज म्हणायची ''आलास होय मला वाटल नाही येणार आज तू?''मला वाटायचं तिने चिडावं, वेळ का लागला म्हणून भांडावं, आपल्यावर रुसाव पण ती थंडपणे बोलायची वागायची! मी हे तिला का सुचत नसावं याचा विचार करत बसायचो.

गप्पा मारतानाही मी तिला काही खोचक प्रश्न विचारायचो ती एकदम सहज उत्तरे द्यायची.

'' तुला कोण हिरो आवडतो नंदीनी?''

''माझे पापा'' आणि मोठ्याने हसायची.

''अरे पिक्चर मधला...''

''ऋषी कपूर''

''का?''

'' तो माझ्या पप्पांसारखा दिसतो म्हणून''

''ऋषी कपूर आणि सारीका''

''तुझ्या पप्पा-मम्मी सारखेच का?''

मग ती तसेच हसायची प्रेम वैगेरे ह्या विषयावर सहज बोलायची. एकदा ती सहज बोलली,

''प्रेम कॉलेजला गेल्यावर करायचे असते, शाळेत फक्त मैत्री.''

तिला मुंबईला पण खूप मित्र होते. तिला मित्रांची पत्रेही यायची ती पण त्यांना पत्र लिहायची. हि पोरगी म्हणजे आमच्या शाळेतल्या सगळ्या पोरीपेक्षा वेगळी होती आणि बिनधास्त. ती प्रेम-बिम विषयावर बिनधास्त बोलायची आमच्या शाळेत मुलीला मित्र असणे म्हणजे पापच. मुलीला मित्र असणे म्हणजे महापाप कुणीही मुलगी मुलाशी एकतर बोलायचीच नाही. बोलली तरी फक्त कामापुरते आणि मोजकेच. शक्यतो एका आळीला राहणाऱ्या मुलं मुली एकमेकांशी बोलायच्या. नववी दहावीतली मुलं मुली बिनधास्त बोलायच्या पण खालच्या वर्गामधे बोलणे म्हणजे काहीतरी भानगड आहे असाच अर्थ असे.

नंदिनी माझ्याशी बोले हा पण साऱ्या वर्गात बाकीच्या वर्गात चर्चेचा विषय झाला होता. पण नंदिनी रुपेशशी पण बोले, तिचा चुलत भाऊ प्रितम ही तिच्याशी बोलायचा, ती एकदम सहजपणे मुलांशी बोलायची. मुलीशी बोलायचे म्हणजे पोरांच्या पोटात गोळा यायचा! नंदिनी येण्यापूर्वी मी किंवा आमची गँग कुठल्याच मुलीशी बोललो नव्हतो. माझी गँग माझ्याशी बोलायची पण नंदिनी सोबत असली की माझ्याशी बोलणे टाळायची. मला मुलांशी बोलायची सवयच नव्हती ती नंदिनी आल्यापासून लागली. मायडीच्या वर्गातल्या मुलीही घरी आल्यातरच माझ्याशी बोलायच्या पण शाळेत त्या ओळखही दाखवायच्या नाहीत.

नंदिनी मला फक्त एक मित्रच समजत होती हे मला हळूहळू लक्षात यायला लागले. कारण तिला माझ्यासारखे काहीच वाटत नव्हते. एक दिवशी ती शाळेत आली नाही मला दिवसभर करमले नाही. मी सारख्या

तिच्या रिकाम्या जागेकडे पाहून उदास होत राहिलो जेवायच्या सुट्टीत घरी गेलो. पण भुखच लागली नव्हती म्हणून फक्त पाणी पिऊन आलो. वाटले असेच सुटीत तिच्या घरी जाऊन बघून यावे. आजारी बिजारी पडली का काय? का अजून काही कारण असावे?

का शाळा सोडून पुन्हा गेली मुंबईला? माझ्यातर पोटात खड्डाच पडला.

दुपारच्या सुटीतही ती आली नाही. दिवसाचा एकेक क्षण जात नव्हता. मी उदास उदास होत गेलो. काहीच मार्ग दिसेना बरं विचारायचं तरी कुणाला? अखेर शाळा सुटली मी नेहमीप्रमाणे उरकून तिच्या घरी गेलो तर गड्यानं सांगितलं की आज ती त्यांच्या घरातल्या एका कार्यक्रमासाठी त्यांच्या शेतातल्या घरी गेलीये मी जास्तच उदास होऊन घरी परतलो.

नंतर ती दुसऱ्या दिवशी आली आणि पुन्हा आमचा रोजचाच क्रम चालू झाला. पण माझ्या हे लक्षात यायला लागले की आपण समजतो तशी ओढ केवळ आपल्या एकट्यालाच आहे . तिला आपल्याबद्दल फक्त एक मित्र म्हणून आदर आहे. तिने वर्गात आपल्याला इतरांपेक्षा वेगवेगळ्या करामती करताना पाहिले असावे आणि आपल्यातला त्या विचित्र गुणांमुळे तिला आपल्याला अभ्यासाला बोलवावे वाटले असणार आणि आज पर्यंत जितक्या उत्सुकतेने तिच्या घरातल्या सर्वांबद्दल माहिती काढली होती जणू काय मलाच इथे लग्न करून रहायला यायचे होते! पण तिला जराही आपल्या बद्दल उत्सुकता नव्हती. तिने आपल्याला फारशे वैयक्तीक प्रश्नही कधीच विचारले नाहीत.

तिला आपले घर कुठे आहे? कसे आहे? हे ही माहित नाही आणि त्याची गरजही वाटली नाही. म्हणजे आपलेच तिच्यावर प्रेम आहे तिचे नाही, हे विचारही मला मान्य करवेनात.

जर तिचे प्रेम नाही तर मग ती साऱ्या वर्गाला सोडून माझ्याकडेच का बघते? ती वर्गात आपल्याशीच बोलते?

कदाचित आपण स्वत:हून तिच्याशी बोलायला जातो म्हणून ती ही

बोलत असेल. रूपेशशी पण ती बोलते. तशी ती जो बोलायला येतो त्याच्याशी बोलते आणि ती कुणाशी बोलायला लागली की आपल्याला भयंकर राग येतो पण तीला असे आपल्याबद्दल काहीच वाटत नाही.मग तिने आपल्याला अभ्यासाला एकट्यालाच घरी का बोलावले? रूपेशचा मधला अडसर वाटला म्हणून! पण मग आता अभ्यालासा जायला लागून महीना झाला होता तरी तिचे बोलणे अभ्यासा बाहेर कधीच जात नाही.

तिने कधीच असा वेगळा विषय काढला नाही. तिला फक्त अभ्यासच करायचा असतो. अभ्यासाच्या नावाखाली विनाकारणच भेटायचा तिचा प्रयत्न नव्हताच. ती मन लावून स्वत: अभ्यास करायची आणि आपल्यालाही करायला लावायची म्हणजे आपण फक्त मित्र आहोत फारतर विश्वासू मित्र. तिचे आपल्याबद्दल ह्याहून काही वेगळे विचार नाही. आपण उगाचच पराचा कावळा केला. त्यात काही तथ्य नाही. पण म्हटले एकदा तिलाच विचारू की तुला माझ्या बद्दल नक्की काय वाटते? म्हणजे जे मला वाटते तेच वाटते का? आणि नसेल वाटत तर का ना वाटत तुला तसे? मी काही कमी आहे का?

प्रेम नव्हते तर मग तू का पहायचीस माझ्याकडे? का आपण त्यांच्या जातीचे नाही म्हणून? काहीही सोक्ष मोक्ष असो, लावायचा. या विचाराने मला फारच भिती वाटायला लागली. उत्सुकताही होती.ती काय म्हणेल? का आईला सांगेल? चोपडा शेठला सांगेल? का अजून काय होईल?

एक मन म्हणे जाऊ दे ना? चाललय ना चांगल मग चालू दे असेच. भेट होतीये.घरी येणे जाणे आहे मग अजून काय पाहिजे? तिने म्हटले 'प्रेम' आहे तर? आपण तर आनंदात मरून जाऊ आणि म्हटलेच की नाही प्रेम— तर? तर आहे तशी मैत्री चालू ठेऊ पण मग तीने मैत्रीच तोडून टाकली तर... आता परत गँग ही आपल्याला आत घेणार नाही.

काय करावे? का काहीच करू नये?

असेच दोन दिवस न भेटता गेले. एक दिवशी आजीने दळणाचे पण काम लावले. निसून निवडून ते वळण आणेपर्यंत आठ वाजले . एके दिवशी

तीच नको येऊ म्हटली.

मग तिसऱ्या दिवशी तयारी निशीच निघालो. म्हटले आज बोलून टाकू . वाक्ये तयार केली घरी सराव केला आणि त्या दिवशी संध्याकाळी मी पक्के ठरवूनच गेलो की आज बोलायचेच मनात म्हटलेही की यार हाच शेवट होऊ नये म्हणजे झाले. नाहीतरी यापुढे घरी येणेही बंद आणि अभ्यासही बंद.

प्रचंड ताणात तिच्या घरी पोहचलो. थेट वरच्या मजल्यावर पोहचलो ती बसलेली होती. ती दिसताच एकदम छातीचा ठोकाच चूकला म्हटले आज काहीतरी होणार? आपण एक तर खूष होऊन जाऊ नाहीतर आतापर्यंतची सारी मेहनत पाण्यात.

तिच्या समोर बसलो. ती म्हणाली, ''अरे हा इतिहासाचा धडा मला काही जमत नाही कोण राजा? कुणाचा मुलगा? आणि कुणाचे वडील/ हेच कळत नाही.''

मी तो धडा काढला सरांनी शिकवलेली एक पद्धत लिहीली सर्व राजांचा एक तक्ता तयार झाला.तिला दाखवला तर ती जाम खूष झाली. मला वाटले विचारावे लगेचच–मी आवंढा, गिळला. घसा साफ केला. आणि कुठून सुरूवात करावी म्हणून म्हटले.

'' नंदिनी...''

''ऐक ना, माझ्या डोक्यात एक गंमत आलीये '' तिच म्हणाली, तिच्या चेहेऱ्यावर एकदम आनंदाचा तवंग आला.

'' काय गमंत ''

''अरे एकदा आम्ही आमच्या शेताकडून येत होतो ना तेव्हा त्या रस्त्यावर मला एक मंदिर दिसले. खूप मोठे आणि सुदंर मंदिर. सगळीकडे झाडे लावलेली आणि मधेच ते मोठे मंदिर मला खूप आवडले आपण दोघेच जायचे का तिथे?''

'' ते मुळोबा चे''

'' हो मुळोबा. चल जा जाऊ या ना''

माझ्या डोक्यात काय होते आणि हिने काय विषय काढला ? माझ्या ओठांवर आलेले शब्द मी पोटात ढकलले आणि तिने सांगितलेल्या विषयाने मला उत्तेजीत केले.

''दोघेच फिरायला जाऊ'' या शब्दाने मला वाटले मला जे म्हणायचे तेच ती म्हटली.

'' जाऊ या मुळोबाला पण ते मंदीर दूर आहे.तिथे जायला सकाळीच निघाले पाहिजे ते कसे जमणार ?''

'' आपण शाळा बुडवून जाऊ ?'' तिच्या या पवित्र्याने मी उडालोच. पण डोळ्यापुढे तो रम्य प्रवास आठवू लागला. आपण दोघे त्या शांत मुळोबाच्या मंदिरात फिरतोय. आजुबाजूला कोणी नाही.

''शाळा बुडवून ?''–मी आव आणत म्हटलं.

''हो त्यात काय एवढं !''

मला भिती वाटण्याएवजी एकदम छनछनीत आनंद झाला.

''ठीक आहे. उद्याच जायचं. शाळेला निघायचं आणि मग दप्तरे ? मी ठेवतो एका ठिकाणी आणि तिथून मग नदीच्या काठाकाठाने चालत जाऊ. मुळोबाचे देऊळ तिथेच आहे.''–मी बोललो.

''एकदम मस्त. जाऊ दे आज अभ्यास पण. उद्या सकाळी भेटू आपण.''

''हो, तू दप्तर घेऊन नाथाच्या मंदिराच्या इथे ये, तिथून आपण जाऊ.''

आमचे हे असे ठरले. मी फारच तरंगत तरंगत घरी आलो. उद्या तिच्या बरोबर फिरण्याच्या मजेची चित्रे डोळ्यापुढून सरकत राहिली. आत्तापर्यंत शंभर वेळा शाळा बुडवली होती, पण उद्या बुडवली जाणारी शाळा म्हणजे आजपर्यंतच्या सर्व मजेचा कळस होणार होता.

कधी एकदाची रात्र संपतेय आणि कधी मुळोबाच्या देवळाकडे निघतोय असे झाले होते. दरवर्षी मुळोबाच्या उरसाला आजोबा मला आणि मायडीला सायकलवर बसवून न्यायचे. मुख्य रस्त्याने ते देऊळ बरेच लांब होते. पण

नदीच्या बाजूने चालत निघाले की मळा पार करायचा, नंतर शेताशेतातून फिरत एका ठिकाणी नदीचा घाट पार करायचा की आले मुळोबाचे मंदीर.

आम्ही कितीतरी वेळा त्या रस्त्याने गेलो होतो. रस्ता मला पाठ होता. दुसऱ्या दिवशी घरातून शाळेसाठी निघताना मी मुद्दाम डबा बरोबर घेतला. तसा मी दुपारच्या सुट्टीत घरी येऊन जेवून शाळेत जायचो. पण आज आजीला म्हटले डबा दे मला शाळेत काम आहे. मधल्या सुट्टीत डबा घेतला आणि तालमीकडे न जाता न्हाव्याच्या आळीने जाण्याचे आम्ही ठरवले. त्या जागी पोहोचलो. पोरं पोरी पाठीला दप्तरं अडकवून शाळेला निघाली होती. काहींच्या चेहऱ्यावर मला बघून आश्चर्य उमटत होते की मी शाळा भरण्याच्या वेळी शाळा सुटल्यासारखा उलट्या दिशेला का चाललोय? कुणी ओळखीचे दिसतेय असे वाटायला लागले की मी खाली मान घालून थांबायचो.

जिथे भेटायचे ठरले होते. ती जागा नाथाच्या मंदिराच्या पुढची जागा. तिथे फारसे कुणी नसेच. तरी असा एकटाच बिनकामी उभे रहाणे मलाच कसेतरी वाटू लागले म्हणून मी देवळात शिरलो. यावेळी देवळात कुणीही नसे. नारळपाण्याचा वास आणि उदबत्त्यांचा वास भरून राहिला होता. सोमवार शिवाय इकडे फारशी गर्दी नसे. मी आत जाऊन देवाचे दर्शन घेतले. बाहेर आलो आणि माझे लक्ष कोपऱ्यात गेले. तिथे नगारे ठेवलेले होते आणि एकदम अंधार होता. मी जवळ जाऊन नीट पाहीले तर कोपऱ्यात एक देवळी होती. डोक्यात लगेच ट्यूब पेटली. दप्तर ठेवायला ही जागा चांगली आहे. मी माझे दप्तर ठेवले. कुणालाही दिसणे शक्य नव्हते.

बाहेर आलो. अजून ती आलेली नव्हती. मला धाकधूक वाटू लागली. ती नाहीच आली तर ! मुकाट शाळेत तरी कसं जायचं आता ? एकतर उशीर झालेला आणि शाळेतही मन लागणारचं नव्हतं. खूप निराशा यायला लागली. हिला यायचेच नव्हते तर मग येते म्हणून म्हणाली कशाला ? का ही निघाली असेल, पण कुणीतरी पाहीले म्हणून सरळ शाळेत गेली असेल ? जर यायचे नव्हते तर आपण पण शाळेत गेलो असतो. आता दिवसभर

बाहेर अडकून पडणार. रात्रभर काय काय स्वप्ने रंगवली होती. सगळी मातीत मिसळली. अजून वेळ गेला आणि माझी स्थिती फारच अस्वस्थ झाल्यासारखी झाली. चांगला प्लॅन फसला. मी पुन्हा देवळात गेलो आणि त्या नगाऱ्याशेजारच्या अंधाऱ्या देवळीतले दप्तर उचलले. निराश मनाने आता कुठं जावं याचा विचार करतोय तोच समोरून ती येताना दिसली. मी एकदम तरारूनच गेलो. ती घाईघाईत आली आणि देवळाच्या पायऱ्यांवर मला पहातच बसली.

''मला वाटलं तू येत नाहीस आज! किती ऊशीर केलास. मी घरी जायचाच विचार करत होतो.'' मी आनंदूनसुद्धा नाराजी व्यक्त केली.

ती दम खात मोठे श्वास घेत बोलली, ''अरे मी पण लवकरच निघाले. पण पोरी सोडेनात. घरापासून कोण ना कोणतरी होतेच सोबत. शेवटी काहीतरी निमित्त काढून परत घराकडे गेले. सगळेजण शाळेत गेल्यावर इकडे आले.''

एका दमात ही गोष्ट सांगून ती शांत झाली. मग तिला दप्तर ठेवायची जागा दाखवली. त्या अंधाऱ्या कोपऱ्यात आम्ही दोघांनी दप्तरे ठेवली आणि आता मोहिमेवर निघायची तयारी झाली.

नाथाच्या देवळातून मुळोबाचा कळस दिसत होता. शेजारून नदी वहात होती. पलीकडे शेते पसरली होती. आम्ही देवळाच्या मागच्या बाजूने नदीच्या पात्रात उतरलो. नदीच्या काठाने चालत निघालो. पुढे काही बायका नदीवर धुणे धुवत होत्या. त्यांचे लक्ष चुकवणे गरजेचे होते. पण नदीच्या किनारी मोठ्या जागेपर्यंत बऱ्याच बायका झुंडीने कपडे धुवत होत्या. आम्हा दोघांच्या अंगावर शाळेचे ड्रेस होते. त्यामुळे कूणाच्याही सहज लक्षात येण्यासारखं होतं की ही शाळेतून उडून आलेली उनाड पाखरं आहेत. त्यात एक मुलगा आणि सोबत एक मुलगी पण आहे. हा फारच मोठा धोका होता ओळखले जाण्याचा!

मी थांबून विचार केला. ह्या दूरपर्यंत बसलेल्या धुणं धुणाऱ्यांना पार कसं करायचं? नदीच्या बाजूने पाणी वहायचे. त्यामुळे नदीच्या बाजूने

झुडुपांची रांगच उभी राहिलेली. त्याच्यामागून एक माणूस सहज जाईल इतकी त्याची उंची होती. तिला घेऊन मी त्याच झुडुपातून निघालो. आता कुणीही आम्हाला बघू शकत नव्हतं. मला तर या असल्या पाऊलवाटांची सवय होती. मला वाटलं नंदिनीला यातून यायला भिती नाहीतर संकोच वाटेल पण तिलाही पाऊलवाट आवडली. तिला असल्या धाडसाची उत्सुकता होती. असले जगणे तिला माहीतच नव्हते.

त्या झुडुपांमुळे आम्ही कुणालाही न दिसता बऱ्याच वरच्या बाजूला निघालो. आता इथे नदीचे पात्र खोल होत जात असल्याने इकडे कुणी कपडे धुवायला यायचे नाही. इथून पुढे नदी निर्मनुष्य होऊन जायची. आता कुणी पहायचं टेन्शन नव्हतं. एका ठिकाणी ती म्हणाली,

''मला पाय धुवायचेत, या खडकावर बसू.''

एका मोठ्या खडकावर आम्ही चपला काढून बसलो. पाण्यात पाय सोडले. तिचे गोरेपान पाय! पाण्यात तिच्या शेजारी पाय सोडून बसलो. ती पायाने पाणी उडवू लागली. पायाला मासे गुदगुल्या करायला लागले. तिला भारीच गंमत वाटत होती.

''तुला पोहायला येतं का रे?'' ती

''हो. खाली निमडोहात आम्ही शाळा बुडवून पोहायचो.''

''आत्ता नाही ना पोहू शकत? मी कपडे आणले असते तर पोहलो असतो.'' ती सहज म्हणाली. पण तिच्या बोलण्याने मी तीन ताड उडालोच. ही तर पोहायला पण तयार आहे. भलतीच जिगरबाज आहे ही पोरगी. पोहायचं म्हणतेयं! मला हसू पण आलं.

आम्ही पाय धुवून उठलो आणि पुढे चालायला लागलो. नदीच्या बाजूने खूप आत आत चालत गेल्यावर मग एक छोटा पूल लागतो. तो ओलांडून नदीच्या दुसऱ्या बाजूला लागले की सारी शेतीच शेती. शेताच्या मधल्या पाऊलवाटेने आम्ही दोघे चालत होतो. ऊसाची शेती, कधी मळा, बाजरी, ज्वारी यांच्यामधून पायवाट जात होती. कधी मोठे आंब्याचे झाड लागे तर कधी वड पिंपळाचे.

या रस्त्याने मी कधीच आलो नव्हतो. पण देवळाच्या कळसाकडे बघत अंदाज घेत आम्ही चाललो होतो. तीपण बिलकूल घाबरत नव्हती. वळणावळणाच्या पाऊलवाटेने आम्ही दोघे चालत होतो. आजुबाजूला कोणी नाही. शेतं शांत वाऱ्यावर हालतायेत. नदी आता खालच्या बाजूला राहीली होती. झाडांच्या हिरव्या गर्दीतून पाऊलवाटेने आम्ही मुळोबाच्या देवळाजवळ पोहोचलो. संपूर्ण दगडांमध्ये बांधलेले ते प्राचीन मंदीर. पण प्रचंड मोठे. बाहेर मोठा पार आणि त्याच्यामधून भले मोठे चिंचेचे झाड साऱ्या मंदीरापुढची जागा व्यापून राहिलेले. त्याच झाडाच्या फांद्यात फांद्या घालून शेजारी वडा-आंब्याची डेरेदार झाडे. त्यामुळे पडलेली घनगर्द सावली. मधेच त्या हिरव्या गर्दीत एक तांबडा गुलमोहोर मोहरलेला. त्याची फुले त्या हिरव्या पार्श्वभूमीवर जास्तच उठून दिसत होती. त्याची खाली पडलेली लालाबुंद फुले निखाऱ्यांसारखी पसरलेली. एकदम खोल शांतता. फक्त पक्षाकिड्यांचे आवाज. आम्ही दोघेही त्या वाळलेल्या पाचोळ्यांवर पाऊल टाकत मंदिराच्या दगडी कमानीपर्यंत गेलो. मोठा व्हरांडा, मंदीराच्या चारही बाजूंनी मोठी रिकामी जागा. प्रवेशद्वाराजवळ दोन मोठे दिपमाळ लावायचे स्तंभ. पाखरांची फडफड याशिवाय कुठलाच आवाज नाही.

आम्ही आत गेलो. बाहेरची घंटा उडी मारुन वाजवली. नंदिनीला काही वाजवता येईना. तिने पळत येऊन उडी मारुन घंटा वाजवली. गाभाऱ्यात गर्द अंधार होता. कुणीतरी कोपऱ्यात दिवा पेटवलेला.

त्याच्या उजेडात मुळोबाची मूर्ती दिसून येत होती. शेंदूर लावलेली दगडी मूर्ती. आम्ही दर्शन घेऊन बाहेरच्या पारावर येऊन बसलो. एखाद्या स्वप्नात घडावा असा माझा नंदिनीबरोबरचा प्रवास घडला होता. आवडणाऱ्या एका क्षणापासून ते थेट आज एकांतात, ह्या निसर्गरम्य ठिकाणी आम्ही दोघे येईपर्यंत !

तिने नुसते बघितले तरी आनंदाची लाट यायची मनात. ती नुसती बघतच नाही तर काही दिवसात बोलायला पण लागली. अभ्यासाला आपण तिच्या घरी जाऊ लागलो. जवळजवळ बसून अभ्यास केला. तासन

तास गप्पा मारल्या आणि आज साऱ्या जगाला वेगळ टाकून आम्ही दोघेच ह्या ठिकाणी एकांतात बसलोय. तिच्या चेहऱ्यावर आंब्याच्या झाडांच्या पानातून एक कवडसा आला. तिचा चेहरा चालून चालून एकतर लाल झाला होता. त्यात त्याच्यावर सूर्याचा कवडसा पडल्याने ती अप्सरेसारखी सुंदर दिसत होती. मी एकटक पहातोय हे बघून तिने विचारले,

"काही लागलाय का चेहऱ्यावर? असा काय पाहतोस?"

"काही नाही. तू किती सुंदर आहेस..." मी फार मनात दडवलेल्या विषयाचा पहिला प्रश्न बाहेर काढला.

"सुंदर...!" ती खळखळून हसली.

"तू पहिल्या दिवशी वर्गात आलीस ना तेव्हापासून तू मला खूप आवडायला लागलीस."

"म्हणून तू माझ्याकडे पहायचास होय?" ती पारावर पाय हलवत म्हणाली.

"तू माझ्याकडे का पहायचीस?"

"तू पहायचास म्हणून..."

"म्हणजे मी नसते पाहिले तर तू पण नसते पाहिलेस?" मी मनातून खट्टू झालो. मला पाहिजे ते उत्तर येत नव्हते.

"हे. तो बघ, तो पक्षी. तो राजहंस आहे ना? तो पहाणे खूप लकी असते." ती विषय बदलायचा म्हणून बोलली का काय कळले नाही.

"तसं नाही रे. तू वर्गात भारी कॉमेडी करतोस. मस्त सगळ्यांना हसवतोस. प्रश्नांची काही काही उत्तरे तयार करून देतोस, म्हणून मग मला तू आवडायला लागलास. तू माझा बेस्ट फ्रेंड आहेस म्हणून हे मंदिर जेव्हा मी बघितले ना तेव्हाच तुझ्याबरोबर यायचे ठरवले. इथून पुढेच आमचे शेत आहे. मागे आम्ही गाडीतून आलो तेव्हा हे मंदिर दिसले. ....आलो. काय मस्त वाटलं बघ ना? आपली शाळा इथे भरली पाहिजे एखादा दिवस. मस्त मजा येईल."

आमचं बोलणं चालू होत तेवढ्यात चोपडा शेठची कार एकदम

गवतातून प्रकटल्यासारखी रस्त्याने आत आली आणि पाराच्या पुढे आमच्या समोर उभी राहिली. काय घडतयं ते कळलं नाही. पण मी एकदम उडालोच. डोळ्यावर विश्वास बसेना इतक्या वेगाने ते घडले. गाडीतून नंदिनीची आई आणि मगर सर उतरले. पुढे ड्रायव्हर एकटाच होता. तो पण उतरला. मगर सर आणि तिची आई दोन दरवाज्यातून उतरले. त्यांच्या चेहऱ्यावर रागाचं वादळ घोंघावत होतं. आम्ही दोघे पुरते दगड होऊन गेलो. तसेच पुतळ्यासारखे बसून राहिलो. नंदिनीच्या आईने तिला हाताला धरून ओढले.

''शाळा बुडवून इकडे फिरतेस? निर्लज्ज...''

ती यंत्रासारखी काहीच न बोलता गाडीत मागे जाऊन बसली. मगर सर माझ्यावर चाल करून आले.

''गधड्या असले धंदे पण करायला लागलास रे तू?'' म्हणत पाठीत सणकन गुद्दा घातला. आजवरचा सर्वात मोठा गुद्दा होता तो. साऱ्या अंगात वीज चमकावी तशी सणक गेली. मी त्या पारावरुन खालीच पडलो तोंडावर. चेहऱ्याला खालची माती लागली. एक हात मागे नेऊन त्या गुद्दा लागलेल्या जागेवर चोळू लागलो. मगर सरांनी तोच हात पिरगळला. त्या वेदनांनी मी ओरडलोच. मग सरांनी मला तसेच कारमध्ये ड्रायव्हर शेजारी लोटले आणि दणकन दरवाजा बंद केला. मागे नंदिनीला मधे घेऊन मगर सर व तिची आई बसली. नंदिनीची आई जी एवढे दिवस मला चांगला मुलगा समजत होती ती आता माझ्याकडे एखाद्या गुन्हेगाराकडे पहावे तशी पहात होती. मधेच ती नंदिनीला चापट मारी आणि बडबड करी. मगर सर तिच्या आईला शांत करत होते.

''मुंबईला असले उद्योग केले म्हणून इथे आणले, तर इथेही तेच.'' नंदिनीच्या आईने ओरडत तिला एक चापट हाणली.

''आई काही बोलू नकोस. कसले उद्योग? ती बोअर शाळा सोडून आम्ही इकडे फिरायला आलो. काय झालं त्यात एवढं? विचारल असतं तर सोडल असतं कां ?'' नंदिनी हिमतीने बोलली. पण आईने परत एक चापट मारल्याचा आवाज आला. मगर सरांनीही तिला चूप रहायला सांगितले.

कार शाळेपुढे येऊन थांबली. मी तर आता कुठलीच भिती वाटण्या पलीकडे गेलो होतो. नंदिनीच्या आईचे वाक्य माझ्या मनात बाण रुतावा तसे रुतले. ''मुंबईला पण हेच उद्योग'', म्हणजे नंदिनी अशी वागते? नंदिनी अशी मुलांशी मैत्री करते? आपल्याला पण तिने अशा उद्योगात अडकवले? पण मी तिला चांगले ओळखायला लागलो होतो. तिने आपल्याशी खरी मैत्री केली होती. आपल्या मनात कुठेतरी प्रेम होते, पण नंदिनीने आपल्याला खऱ्या मैत्रीचा अर्थ सांगितला. मुलगा-मुलगी प्रेम न करताही मित्र-मैत्रिण असू शकतात. मैत्रीत काहीच घेणे देणे नसते. आमच्या मैत्रीत कुठेच तीळभरही स्वार्थ नव्हता. आजही तिच्या सोबत घालवलेला अर्धा दिवस आत्तापर्यंतचा सर्वात आनंदी दिवस होता. पर ह्या लोकांना काहीही ऐकून घ्यायचे नव्हते.

कार शाळेपुढे येऊन थांबली होती. नंदिनी व तिची आई गाडीतच बसून राहिली. मगर सर उतरले. मीही मागून उतरलो. गाडी वळून नंदिनीच्या घरी निघून गेली असावी. त्या कारकडे मी मागून पाहून घेतले. मनातल्या मनात म्हटले कदाचित नंदिनी यापुढे आपल्याला कधीच दिसणार नाही.

मी मगर सरांमागे चालत ऑफिसमध्ये गेलो. तिथे आजोबा आधीच येऊन बसले होते. मी धावत जाऊन त्यांना मिठीच मारली. एवढ्या वेळ दाबलेले अश्रू आकाश फाटून पाऊस पडावा कोसळावा तसे कोसळले. आजोबांनी डोक्यावर, पाठीवर हात फिरवायला सुरुवात केली. त्यामुळे तर मला जास्तच रडायला आले. पप्पू समोर बसलेलाच होता. मगर सर शेजारी उभे होते. घुले कोपऱ्यात उभा होता. त्याच्या हातात माझे दप्तर होते. सगळं काही रडून झाल्यावर, डोळ्यातले अश्रू संपल्यावर मी मिठी सैल केली.

आजोबांनी त्यांच्या धोतराने माझे डोळे पुसले. बराच वेळ अवघडलेल्या शांततेत गेला. आजोबांनी पाण्याचा ग्लास टेबलवरून उचलून मला दिला. कसेबसे दोन घोट घेतले. मग हुंदके येतच राहिले. मी काही बोलू शकत

नव्हतो. बराच वेळ झाल्यावर आजोबा उठले. मीही त्यांचे बोट धरून उभा राहिलो. घुलेने दप्तर आजोबांकडे दिले.

''सर ह्याचा दाखला तयार करा. मला मुलाला या शाळेत ठेवायचे नाही.'' आजोबा एकदम आकाशवाणी कडाडावी तसे कडाडले. त्यांच्यापुढे काहीच बोलण्याची पप्पू आणि मगर सरांची हिंमत झाली नाही. म्हणजे माझी शाळा सुटली. मी आणि आजोबा घराकडे चालत निघालो.

माझ्या डोळ्यापुढे आता सारा पट उलगडू लागला. घडलेल्या घटनांचा क्रम मी कल्पनेने उघडू लागलो. आपण सकाळी नाथाच्या देवळात दोघांची दप्तरे लपवली. तिथून मुळोबाच्या मंदिराकडे नदीच्या बाजूने निघालो. त्यावेळी आपल्याला कुणीतरी पाहीले असावे किंवा दप्तर ठेवताना किंवा ठेवल्यावर कुणीतरी ती दप्तरे शोधली असावीत आणि तिथून आमची दप्तरे शाळेत आणली गेली असावीत.

त्यात आम्ही शाळेत नाही म्हटल्यावर आमचा शोध चालू झाला असावा. मी शाळेत नसतो तर एवढा विषय वाढला नसता. पण ती शाळेत नव्हती ही गोष्ट लक्षात येण्यासारखीच होती. मग नंदिनीच्या आईला निरोप गेला असेल, म्हणून ती कार घेऊन आपल्याला शोधायला निघाली असेल. नदीवर कुणीतरी आपल्याला पाहीलेच असणार की शाळेच्या गणवेशात दोन मुलं इकडेच वर गेली.

मग आजोबांनाही त्यांच्या शाळेत निरोप गेला असेल की तुमचा नातू गायब आहे. आजोबाही त्यामुळे शाळेत आले असतील हा सगळा प्रकार असा घडला आणि नेमके आपण सापडलो.

मी आणि आजोबा घरी आलो. आजी थोड्या रागानेच माझ्याकडे एकटक पहात होती. मायडी अजून घरी आली नव्हती. मी दप्तर ठेवले. कपडे बदलले. हातपायावर पाणी मारले आणि शांत कॉटवर तोंडावर चादर ओढून पडून राहीलो. आजी-आजोबांचे बोलणे ऐकत.

आजोबांनी आजीला सगळी कथा सांगितली. त्यावरून एक गोष्ट समजली की सगळ्या शाळेला आणि आख्या गावाला ही गोष्ट समजली

होती की आम्ही दोघे शाळा बुडवून, दप्तर नाथाच्या मंदिरात लपवून मुळोबाच्या देवळात गेलो होतो.

त्याबरोबर बऱ्याच वावड्याही उठल्या होत्या. थोडक्यात आम्ही लैला मजनूच झालो होतो. साऱ्या शाळेत आमच्या दोघांची पूर्ण बदनामी झाली होती. ती चे आता पुढे काय होईल माहीत नव्हते पण आजोबांनी निर्णय घेतला होता.

शाळेतून दाखला काढला म्हणजे आपण आता कायमचे पुण्याला शिकायला जाणार. आता ह्यात काहीच बद्दल होऊ शकत नव्हता आपला आजच शेवट झाला होता. आजचा दिवस आपल्या गावातल्या शाळेतला शेवटचाच दिवस ठरणार होता. नव्हे झालाच होता.

आता पुण्याची शाळा! इथली शाळा आता पहायलाही भेटायची नाही.

शाळेत सगळ्यांना काय काय वाटले असेल? कोण कोण काय काय बोलेल याचा विचार पडू लागला. आपली गॅग आता भेटायला येईल का? त्यांना आपले जे घडले त्याचे वाईट वाटले असेल का काहीच वाटले नसेल? त्यांची संगत सोडली त्यामुळेच आपल्यावर ही वेळ आली का?

पण आपले चूकले तरी काय? आपल्याला लोक काय समजतं असतील? नावे ठेवणाऱ्यापैकी एकाला ही सत्य माहीत होते का? आम्ही कसे फिरलो? काय पाहीले? कुणी तरी विचारायची तसदी घेईल का ?

मायडीला काय वाटेल? आपला भाऊ असा आहे? म्हणजे आजपर्यंत रोज अभ्यासाला जायचो ते ही खोटे होते? तिथेही असेच धंदे करायला जायचा आपला भाऊ? तिच्या मैत्रिणी तिला चिडवतील? तिच्या वर्गातली मुलं, मुली तिला बोट दाखवून म्हणतील "हिचा भाऊ"! मायडी काय उत्तर देईन त्यांना? आजपर्यंत शाळेत असला काही प्रकार घडलेला एकीवातही नव्हता.

थेट चोपडा शेठच्या नातीला घेऊन फिरायला गेलो... चोपडा शेठ तर चांगलेच भडकले असतील. आपल्याच घरी अभ्यासाला यायचा

आणि आपल्याशी असा वागला? तिची आई तर केवढी भडकली होती. तिला मारहाण केलीच असणार. तिची आई आपल्याला चांगला मुलगा समजायची. एवढे दिवस आपण त्यांच्या घरात एक हुशार आणि चांगला मुलगा म्हणून ओळखले जायचो. आज एकदम वाईट झालो. घरात आता पाय ठेवू देणार नाहीत आपल्याला. नुसते घरावरून सुद्धा जाऊ देणार नाही. एकदम सारे खल्लास. आपल्याला तो गडीसुद्धा आता भाव देणार नाही.

खरंतर तिच्या आईने आपल्याला व्यवस्थित विचारायला पाहीजे होतं. एखाद्या दिवशी शाळा बुडवणं गुन्हा नव्हता. आम्ही दोघे इथेच तिच्या खोलीत अभ्यास करायचो, मग त्या ठिकाणी दोघेच अभ्यास करायचो. मग त्या ठिकाणी दोघेच एकत्र गेलो तर त्यात काय एवढं चुकीच समजायचं? तिच्या आईने तरी आपली बाजू समजून घ्यायला पाहीजे होती. उलट ती नंदिनीला मारायला लागली. मगर सर नसते तर आपण तिला मारहाणीपासून थांबवले असते. तिला समजावून सांगण्याचा प्रयत्न केला असता. फिरायला येणे हा काही एवढा मोठा गुन्हा आहे का? शाळा बुडवणे हाही गुन्हा आहे का? खरंच एवढी शिकलेली माणसेसुद्धा एवढ्या छोट्या मनाची असू शकतात?

त्यात नंदिनीच्या आईचे शब्द ''मुंबईला पण असेच उद्योग केले''. खरंतर आई असूनसुद्धा नंदिनी तिच्या आईला समजली नव्हती. इतकी स्वच्छ आणि शुद्ध मनाची मुलगी काय उद्योग करणार? ती मुंबईत पण अशीच शाळा बुडवून फिरायला गेली असेल आणि त्यामुळे तिला मुंबईतून इकडे आणले होते आणि आता पुन्हा तोच प्रकार. आता तिलाही शाळेतून काढणार. मग ती आता कुठे जाणार? आपण सांगायला पाहीजे जाऊन शाळेत की मला शाळेतून काढले पण तिला काढू नका. मीच तिला फूस लावून तिकडे नेले होते. मीच तिला शाळा बुडवायला सांगितले. तिची काहीच चूक नाही. चूक माझीच आहे. मला काढा शाळेतून पण तिला काढू नका. आता ती मुंबईला परत जाऊ शकायची नाही आणि तिथे पण तिला शाळेत ॲडमिशन मिळेल की नाही कुणास ठाऊक? तिचे वर्ष वाया जाईल.

मग वर्गातल्या एकेका मुला मुलींची प्रतिक्रीया कशी असेल याचा विचार आला. बऱ्याच जणांना आपण सापडलो याचा आनंदच झाला असेल. एकतर हुशार पोरांना आपण अभ्यास करायला लागल्यापासून आपला राग यायला लागला होता. नंदिनी आपल्याशीच बोलते यामुळे सुद्धा बरेच लोक जळत होते. एवढी सुंदर पोरगी स्वतःहून माझ्याशी बोलते, मला भाव देते, स्वतःहून माझ्यासाठी थांबते, मला अभ्यासाला घरी बोलावते हेही जवळपास सर्वांना माहीत झाले होते. त्यामुळे मनातल्या मनात जळफळणाऱ्यांनी मला या कारणास्तव शाळेतून काढून टाकले याचा आनंद होत असेल.

मगर सर आनंदी असतीलच. ते स्वतः जातीने आपल्याला घ्यायला आले. पप्पूच्या पुढे पुढे करायची एकही संधी मगर सर सोडायचे नाहीत. आता तर गोष्ट चोपडा शेठच्या घरातली होती. त्यामुळे मगर सर तर जास्तच फॉर्मात आले होते. घुले मगर सरांमुळे खूष असणार. आपल्याला शिक्षा म्हणजे त्यांना आनंदच. बऱ्याच बाई सरांना आनंदच झाला असेल. आपण शाळेती डोकेदुखी होतो.

पप्पूला आनंद झाला असेल का टेन्शन आले असेल ? कारण चोपडा शेठने आपल्या नातीला पप्पूच्या भरवशावर या शाळेत घातले आणि नेमके हे प्रकरण घडले. पप्पूला पश्चाताप होत असेल की आपण ह्या मुलीला ह्या गधड्याच्या वर्गात का ठेवले ? त्याबद्दल त्याने मगर सरांना झापले असेल कारण ती मगर सरांची आयडीया होती. आपल्या वर्गात तिला ठेवण्याची. पण आता आपल्यासाठी शाळा नाही. आपली शाळा संपली. ह्या शाळेत आपण एक उनाड, गमत्या करणारा, कुणालाच न घाबरणार, वर्गात सर्वांना हसवणारा, शिक्षकांना पेचात पकडणारा असा आगळा वेगळा विद्यार्थी म्हणून सर्वच जण लक्षात ठेवतील.

पहिलीपासून नववी पर्यंत आपण इथे शिकलो. मित्र झाले. खेळलो, धडपडलो, आनंदलो, हसलो, रडलो. सर्व संपले. आपला अभ्यास, आपले शिकणे सारेच आता संपले. शाळेने आपल्यावर जाताना शेवटी बदनामीचा

डाग लावला. आपले शाळेवर नेहमी प्रेमच राहील.

आज वाटते मुसळे सर असते तर त्यांनी आपली बाजू घेऊन सगळ्यांशी बोलले असते. पहिली गोष्ट आपल्याला धीर दिला असता. आपण काहीच चुकीचे केले नाही हे ते सर्वांना पटवू शकले असते. वेळ पडल्यास मगर सर, पप्पू आणि चोपडा शेठला पण त्यांनी गाठून समजावले असते. मुसळे सरांनी इतक्या सहजपणे आपला बळी जाऊ दिला नसता. ते स्वतःच या कारस्थानाचे बळी ठरले आणि आपण काहीही न केलेल्या चुकीचे. आज एकही शिक्षक आपल्या बाजूने नाही. नुसती बाजू ऐकून घ्यायलाही कोणी तयार नाही.

आपण शाळोत येण्यापूर्वी आजोबांना पप्पू आणि बाकीच्यांनी आपल्याबद्दल बरेच काही सांगितले असणार. मला खात्रीच होती. नंदिनीला आपणच शाळा बुडवायला लावले आणि फूस लावून मुळोबाकडे नेले हे पण सांगितले असणार. आपण सर्व शाळेतला वाया गेलेला विद्यार्थी आहे असेही म्हटले असतील. आजोबांनी सगळं शांतपणे ऐकून घेतले असेल. त्यांना आपलीच काळजी होती म्हणूनच आपण आल्याबरोबर आणि आपल्याला रडताना बघूनच आजोबांनी एकदम कडक आवाजात त्यांना सरळ सुनावले की मला दाखला द्या माझ्या मुलाचा.

आजोबा आपल्यामागे एखाद्या भक्कम आधाराप्रमाणे उभे राहीले.आताही आजीला तेच समजावत होते. एकट्या आजोबामुळे आपल्यात काहीतरी धीर उरला नाहीतर सगळं संपल्यासारख वाटलं असत.

थोड्या वेळात ओसरीवर पाऊले वाजली. मी ओळखले.मायडीच असणार आता मायडी काय बोलणार याची भितीपण वाटली. ती दप्तर तसेच टाकून पहिली आत आली. मी कॉटवर पडलेलो दिसलो असेन. तिने हळूच चेहेऱ्यावरची चादर काढली आणि माझ्या डोक्यावरून हात फिरवला.

“ दादा मला सगळ समजलयं, तुझी काहीच चूक नाही. तू वाईट वाटून नको घेऊ.”

मायडीच्या बोलण्याने माझ्या मनावरचे मोठ्ठे ओझे उतरले. ती एवढी समजदार असेल असे वाटले नव्हते. तिच्या बोलण्याने खरंतर रडूच आले

होते पण मी ते मोठ्या प्रयत्नाने येऊ दिले नाही. एवढे दिवस ती माझ्याशी कडाडून भांडत होती पण आज तिने माझी बाजू घेतली.

"तुझे मित्र तालमीत थांबलेत तुला भेटायला, ते घरी यायला नको म्हटले, तू जा आणि भेट त्यांना.''

मायडीचे शब्द ऐकून एकदम अंगात जोशच आला. आपली गँग आपल्याला माफ करायला तयार आहे. मग फिकीर कुणाची? मी सारा प्रकार क्षणभर विसरून तयार झालो. कपडे बदलले आणि तालमीकडे धूम ठोकली.

तालमीत चौघे बसलेच होते. मला पाहताच सर्वांनी मला मिठीच मारली. मला वाटलेच होते. मी ही त्यांना छातीशी धरले. एकाच वेळी सगळ्यांच्या डोळ्यात अश्रूंचा पूर आला. काहीतरी खूप खोलवर लागल्यासारखे आम्ही पाचही जण ओक्सा-बोक्सी रडत होतो.

मी शाळेत नाही म्हटल्यावर सगळी गँग ही पोरकी होणार होती आणि मी तर त्याहून.

पाचवीत आम्ही एकत्र आलो होतो. आणि आजपर्यंत कायम एकत्रच राहिलो होतो. केवढी मजा केली इतक्या दिवसात! नेमके शेवटचे काही दिवस आपल्यात दुरावा आला आणि आज कायमस्वरूपी एकमेकांपासून तुटणार. रडून सगळे शांत झाल्यावर त्यांनी वर्गात घडलेल्या गोष्टी सांगितल्या.

सकाळीच नंदिनीची आई वर्गात आली.तिचा जेवणाचा डबा घरी राहीला होता. म्हणून! तर नंदिनी वर्गात नव्हती मग सगळ्यांना विचारले की तिला कोणी पाहिले का? एका नाथाच्या आळीला राहणाऱ्या मुलीने सांगितले की तिने नंदिनीला देवळात जाताना पाहिले. दुसऱ्या मुलीने सांगितले की तु पण बरोबर होतास. मगर सर , घुले, तिची आई नाथाच्या देवळात गेले. तिथे तुमची दप्तरे सापडली मग तिथे चौकशी केल्यावर कळाले की तुम्ही मुळोबाकडे जाताना दिसला आणि तिथून तुम्हाला धरायला गाडी आली.

सगळ्या शाळेत हाच विषय होता. दिवसभर तासाला आलेले बाई सर

१८६

सुद्धा आम्हाला तुमच्या बद्दल एकेकाला पुढे बोलावून विचारत होते. शाळा सुटताना समजले की तुझा दाखला काढला आहे आणि तू उद्यापासून शाळेत नसणार आहे. नंदिनीचे काय झाले हे अजून माहीत नव्हते आणि मी ही विचारले नाही.

मग अजून एकेक विषय निघत गेले. मी त्यांना नंदीनी भेटल्यापासून आज पर्यंत घडलेल्या सगळ्या हकीगती सांगितल्या, त्यांनी अत्यंत कुतुहलाने ते ऐकल्या. त्यांनाही त्या हकीकती एकताना कधी हसू येत होत तर कधी माझ कौतुक वाटत होत. शेवटच्या दिवसाची गोष्ट सांगताना अचानक माझ्या काहीतरी लक्षात आले. मी म्हटंल ''अचानक आठवलं आता माझ्या बरोबर कुणी येईल का मुळोबाच्या देवळात?''

ते सगळ चक्रावून गेले मी काय बोलतोय कुणाला समजेना.

'' एक गोष्ट आठवली. एक वस्तू माझी तिथेच पडलीये, ती आणायला जायचे.''– मी बोललो. ''खूप किंमती वस्तू आहे. आपल्याला गेलं पाहिजे मला तरी गेलं पाहिजे अंधार पडायच्या आत! कदाचित उद्या सकाळीच आजोबा मला पुण्याला नेतील मग जमायचे नाही'' माझ्या आग्रहाने लगेचच सगळे तयार झाले. दत्तूच्या दुकानातून सायकली घेतल्या आणि तीन सायकलींवर आम्ही पाच जण. दोन डबलशीट आणि मी एका!

संध्याकाळ व्हायला आली होती. सूर्य डोंगराच्या काठावरच तरंगत होता सूर्य मावळला असता तर ती गोष्ट शोधणे अवघड झाले असते. सायकलमुळे फार कमी वेळात पोहचायला पाहिजे होते.

मी एकत्र जोराने सायकल मारत पुढे होतो. सगळे चढ एका दमात पार करून मी पहीला पोहचलो. मागे लगेच चौघे डबलशीट पोहचले. अजून उजेड होता तरी झाडांच्या सावल्यावरून त्या परिसरात बराच अंधार पडला होता.

मी त्या पाराच्या कोपऱ्यावरच्या बाजूला शोधू लागलो. ते चौघे मला पहात होते.

'' अरे पण हरवलयं काय? आणि कुणांच?''

त्यांनी प्रश्न केला पण माझे लक्ष शोधण्याकडेच होते. मी गुडघ्याऱ्यावर बसून पालापाचोळा खाली वर करत चौफेर शोधत होतो. त्यांनी ही गुपचूप काही वेगळं सापडतयं का हे पहायला सुरूवात केली.

मी घटनाक्रम आठवू लागलो. कार समोरून आली. मी उजव्या आणि नंदिनी माझ्या डाव्या बाजूला बसलेली होती. तिची आई उजवीकडून उतरून डावीकडे नंदिनीला पकडायला गेली. मगर सर ही उजवीकडून सरळ माझ्या अंगावर आले. नंदिनीच्या आईने तिला पकडले. आणि त्या पारावरून ओढले. त्यानंतर ती डाव्याबाजूलाच कुठतरी पडली असणार. मग मी त्या अंदाजाने डावीकडे शोधायला सुरूवात केली.

एक मोठे वर्तुळ मनातल्या मनात आखले आणि म्हटले इथेच कुठेतरी असणार पोरांनाही म्हटलं एवढ्या एरीयात शोधा.

" अरे काय शोधायचं हे नको सांगू पण किमान कोणत्या रंगाचे आहे हे तरी सांगशिल का नाही?"

" चमकणारी गोष्ट आहे लाल रंगाची." मी त्यांना कोडे सोडवण्याचा एक उपाय सांगितला.

आता सगळेच शोधायला लागले आणि विल्याने एक वस्तू दोन बोटात पकडून उंच धरत म्हटले.

" हि वस्तू का रे? एवढ्या साठी एवढा वैताग" विल्या हसला आणि त्या बरोबर सगळेच हसले.

नंदिनीच्या कानातून पडलेला तो डूल होता. मला तो सापडल्याचा मनस्वी आनंद झाला पण एवढ्या साठी साऱ्यांना कामाला लावले याची थोडी खंत ही वाटली. परत जाण्यासाठी निघालो. तेव्हा त्या पाराकडे त्या सगळ्याच जागेकडे पाहून घेतले. आज सकाळ आपल्यासाठी केवढी सुंदर सोनेरी सकाळ होती. इतके आनंदी पण कधीच नव्हतो आणि संध्याकाळी आज इतके दु:खी ही कधीच नव्हतो.

आता नंदिनी कधी भेटेल का नाही मुळोबालाच माहीत. आम्ही सगळे पुन्हा सायकली मारत दत्तुच्या दुकानात आलो. सायकली परत

केल्या आणि गॅगचा निरोप घेण्याची वेळ आली. अंधार पडला होता. रस्त्यावरचे पिवळे दिवे पेटले होते.तालमीत अंधार पडला होता सर्वांनी अखेरची गळा भेट घेतली. सगळ्यांना फार जड जड वाटत होते. जड पावलांनी सगळे आपापल्या रस्त्याला पांगले. मी त्यांना एकदाचे पाठमोरे पाहून घेतले आणि घरी पोहचलो.

वरच्या खिशातला तो डूल गुपचूप एका वहीत ठेऊन दिला. नंदीनीची शेवटची आठवण.

आजोबा म्हणताता तसे उद्या सकाळच्या एस टी ने पुण्याला निघायचे होते. माझी सारी वह्या, पुस्तके, कपडे मायडीने आधीच बाजारच्या मोठया पिशवीत भरून ठेवल्याचे दिसले. तिने आज सारी कामे स्वत:च केली होती. उद्यापासून मायडीला एकटीला सगळी कामे करावी लागणार होती.

आता तिच्याशी भांडायला कोण राहणार होते? नदीवरून पाणी आणायला. भांडी घासायला, झाडलोट करायला, पसारा उरकायला, आजीच्या हाताखाली करायला. तिला आता खूप काम पडणार हाते. वर एकटीलाच रहावे लागणार होते. मला तिचे खूप वाईट वाटायला लागले.

घरात एक वेगळीच अवघडलेली शांतता होती. मायडी रोजसारखी भांडत नव्हती. तिने ताट करून माझ्या पुढे वाढले. मी मुकाट्याने खाली बघून खात राहिलो.

आजी-आजोबाही काहीच न बोलता जेवत होते माझी एक भाकरी संपल्यावर मायडीने एक तुकडा अजून वाढला.मी नको म्हटले तरी तिने हात बाजूला सारून ताटात तेवढी भाकरी टाकलीच.

मी तिच्या आग्रहाखातर घेतली आणि मुकाट्याने खाल्ली. शांतपणे जेवणाचे ताट धुवून ठेवले. ओट्यावर अंथरूण टाकले. आजोबा मधे आणि मायडी आणि मी त्यांच्या दोन्ही बाजूंना झोपायचो त्या रात्री मायडी माझ्या शेजारी झोपली. तिची चांगली उशी मला दिली. आणि माझ्याकडे तोंड करून तिने माझ्या अंगावर हात ठेवला. मायडीला जे घडले त्याचे खूप वाईट वाटत होते पण आता मला शाळा सोडल्यापसून कोणीच वाचवू

शकत नव्हते. मी शाळा सोडावी असे वाटणारे एक, दोघेच असतील चोपडा शेठ, पप्पू आणि मगर सर! पण मी शाळेतून जाऊ नये, असे वाटणारे बाकी सर्वच होते. पण त्यांच्या इच्छेपुढे ह्यांच्या इच्छेची काहीच किंमत नव्हती.

मी फक्त पडून होतो. झोप लागणारच नव्हती. वर आकाशात असंख्य चांदण्या रोजच्या नियमाप्रमाणे चमकत होत्या. चंद्र ढगात तर कधी ढगाबाहेर. मी शांतपणे आणि निर्विकारपणे तो पहात राहिलो.

आपलं चूकलं काय? या प्रश्नांचे उत्तर सापडेना. पण त्याहीपेक्षा महत्त्वाचे आपल्याला एवढी मोठी शिक्षा का? आता नंदिनीला काय शिक्षा झाली असेल? तिला ही शाळेतून काढून टाकणार मग ती पुन्हा मुंबईला जाणार? की अजून तिसरीकडे कुठेतरी? आता ती काय विचार करत असेल? तिलाही झोप येत नसणार. ती ही हाच चंद्र पहात असेल तिच्या घरातून. आपल्या दोघांनाही आख्या शाळेत समजून घेईल असे कोणी भेटले नाही.खरे काय होते याची कुणालाच गरज भासली नाही. केवळ लफडे करणारे दोघे- आपल्यामागे ह्या बदनामीला तोंड देत बसावे लागेल. नंदिनीची तर आपल्यापेक्षा वाईट बदनामी झाली. चंद्र धावत होता. त्यांच्या भोवतीने ढग धावत होते माझे मन तर तुटलेल्या पतंगासारखे नुसते इकडे तिकडे धावत होते.

* * * * *

प्रकरण २२ वे

दुसऱ्या दिवशी माझी भरलेली बॅग घेऊन जड पावलांनी जड मनाने मी घर सोडत होतो. आजीच्या आजोबांच्या पाया पडलो मायडी ने मिठी मारली आणि तिच्या डोळ्यातून न थांबता अश्रू ओघळत होते. पहीली एस.टी. साडे सातला होती. सकाळी लवकर उठून सर्व काही उरकून मी आणि आजोबांनी घर सोडले.

स्टँडला जाताना रस्त्यात तालीम लागली. तिच्या कठड्यावर मला गँग दिसत होती.तोच रस्ता नदीला जायचा तिथे बाग, निमंडोह, पोहणे! सारे आता तसेच राहणार होते.

सुभानानाचे घर दिसले. स्टँण्डवर चालताना मनात सगळ्या आठवणी गर्दी करत होत्या.गेली आठ नऊ वर्ष शाळेने आपल्याला खूप लळा लावला होता. शाळा म्हणजेच जगणे होते. आज शरीरातला एक अवयव कुणीतरी काढून टाकल्यासारखा वाटत होता. एकदम भयानक पोकळीतून आपण संवेदनाहीन होऊन चाललोय असा भास होत होता.

स्टँण्डवर सकाळच्या एस.टी.साठी जमलेले तुरळक लोक होते. मी आणि आजोबा पोहचलो. तेवढ्यात गँगचे चार ही मित्र पोहचले. त्यांना माहीत होत की आता ही शेवटची भेट. नंतर कायमची ताटातूट. त्या चौघांना पाहून खूप बरे वाटले. मैत्री शेवट पर्यंत टिकली. सकाळी उठून निरोप देण्याइतकी मैत्री ह्यांनी जपली. आता पुन्हा गावाला येणे होईल का नाही कुणास ठाऊक?

आम्ही चौघे आजोबापासून थोडे दूर स्टँटच्या बाजूला उभे राहून बोलत होतो एस.टी.खाली पेठेवरून येणार होती. त्याच दिशेला तोंड करून आम्ही उभे होतो. त्या दिशेने धूळ उडवत एक गाडी येत होती. खूप जवळ येईपर्यंत मला वाटले की ती एस.टी.च आहे.पण एकदम नजर स्थिरावे पर्यंत दिसले की ती चोपडा शेठची कार होती. आम्ही चौघे ,पाच जण नजर

रोखून पहात राहीलो.

ती गाडी एकदम समोर आल्यावर आत लक्ष गेले. पुढे ड्रायव्हर एकटाच होता आणि मागच्या सीटवर नंदिनी आणि तिची आई बसलेली होती. नंदिनी नेमकी डाव्याबाजूला बसलेली.जेव्हा तिची टॅक्सी आमच्या समोरून गेली तेव्हा ती बाहेरच पहात होती. झटकन तिच्या नजरेला आम्ही पाच जण पडलो.त्या वेगातल्या क्षणातही अर्धासा क्षण माझी आणि तिची नजरानजर झाली. एका क्षणातही ती माझ्याशी व मी तिच्याशी खूप बोलल्यासारखे वाटले. ती नंतर मागे खिडकीतूनही पहात होती. पण धूळीने पुन्हा गाडीला वेढा घातला आणि कार दिसेनाशी झाली.

मला मनातून वाटत होते की तिची व आपली क्षणासाठी का होईना भेट होईलच, आणि ती झाली देखील. तिला पहाता आले आणि तिचीही अशीच इच्छा असणार. पुढे आता भेट होईल न होईल पण ही शेवटची भेट आनंदही देऊन गेली आणि चटकाही देऊन गेली. थोड्याच क्षणात एस.टी.स्टॅण्डला लागली. चारही मित्रांनी शेवटची मिठी मारली. त्यांच्या डोळ्यात पाणी दाटले होते पण मी कुणाच्याही चेहेऱ्याकडे पाहण्याचे टाळत एस.टी.त चढलो.

एस.टी.रिकामीच होती. आजोबा त्यांच्या ओळखीच्या मित्राबरोबर एस.टी.त पुढे बसले. मी शेवटच्या सीटवर बसलो. चौघे माझ्या खिडकीजवळ येऊन थांबले. “ पत्र पाठवत जा. आता नवे मित्र कर. आनंदी रहा ” असे सल्ले मिळत होते. तेवढ्यात कडंक्टरने बेल दिली.

एस.टी. हालली. मित्र मागे पडले, एस.टी. मला साऱ्या गावापासून तोडत निघाली होती. शाळेचे कौलारू टोक दिसले, ग्राऊंड दिसले, नाथाच्या मंदिराचा कळस दिसला,बाजार दिसला. तिथले आमचे मैदान दिसले नदीचा प्रवाह दिसला. सगळे ओळखीचे रस्ते दिसले. मुळोबाचा कळस दिसला आणि एक वळण घेऊन गाडी दुसऱ्या गावाच्या शिवारात शिरली.

माझ्या गावाचे शेवटचे पान ही संपले.

गाडी मला माझ्या सर्वच आवडत्या गोष्टीपासून दूर घेऊन चालली

होती. नव्या प्रदेशात, अनोळखी शाळेत अनोळखी मित्रांमध्ये नव्या पुण्यातल्या शाळेत. माझे दहावीचे महत्वाचे वर्ष मला वाटत असलेल्या महत्वाच्या गोष्टींपासून तोटून घेऊन चालले होते. दरवर्षी शाळेत पुस्तके बदलायची, वर्ग बदलायचे, सर, बाई बदलायचे– यावेळी मात्र शाळेने माझे जगच बदलून टाकले.....

✳ ✳ ✳ ✳ ✳

Made in the USA
Monee, IL
23 August 2025

23953040R00111